அன்பே என் அன்பே - பாகம் 2

நித்யா மாரியப்பன்

Made with ♥ on the Notion Press Platform
www.notionpress.com

பொருளடக்கம்

முன்னுரை

வணக்கம்! நான் நித்யா மாரியப்பன். Tax practitioner பணியில் இருந்தபடி கடந்த நான்கு வருடங்களாக எழுதி வருகிறேன். எனது எட்டு நாவல்கள் ஸ்ரீ பதிப்பகம் மற்றும் **அருணோதயம் பதிப்பகம்** வாயிலாக புத்தகங்களாக வெளி-வந்துள்ளன. அன்பே என் அன்பே எனும் இந்நாவல் எனது முதல் நெடுநாவலாகும்.

பஞ்சாபி பிசினஸ்மேன் **ராகவ் கபூர்** — தமிழ்நாட்டைச் சேர்ந்த வெட்டிங் ப்ளானர் **அவந்திகா**, இவர்கள் இருவரின் மோதல், காதல் கலந்த ரொமாண்டிக் காமெடி நாவல் இது. இது இரண்டு பாகங்கள் கொண்ட நாவலாகும். இது இரண்-டாம் பாகம். முதல் பாகமும் நோஷன் ப்ரஸில் கிடைக்கும்.

இதில் நட்பு, காதல், குடும்ப உறவுகள் என அனைத்து விதமான உணர்வுகளையும் என்னால் முடிந்தளவு அழகாக கூறியிருக்கிறேன். நாவலைப் பற்றிய உங்கள் கருத்துகளை nithyamariappankn@gmail.com என்ற மின்னஞ்ச-லுக்கு அனுப்பி வைக்கலாம்.

நன்றியுடன்
நித்யா மாரியப்பன்

1

அத்தியாயம் 1

முதல் பாகத்தின் தொடர்ச்சி...

மறுநாள் அலுவலகத்தில் கம்ப்யூட்டரின் முன் உட்கார்ந்து கழுத்தையும் கைகளையும் அப்படியும் இப்படியுமாக திருப்பி கொண்டிருந்த அவந்திகாவை வித்தியாசமாக பார்த்தாள் ரித்திமா.

நோட்டில் ஏதோ எழுதிக் கொண்டிருந்த உஷாவிடம் சென்று " இந்த ஹனிபிக்கு என்னாச்சு? ஏன் கழுத்தை திருப்பிக்கிட்டே தடவுறா. எனி பிராப்ளம்?" என்று கேட்க உஷா அப்போது தான் அதை கவனித்தாள்.

இருவரும் சென்று விசாரிக்க அவந்திகா அழாத குறையாக ராகவை திட்ட ஆரம்பித்தாள்.

" எல்லாத்துக்கும் அந்த மைதாமாவு தான்டி காரணம். என்னோட லைஃப்ல நான் 6 மணிக்கு முன்னாடி எழுந்திருச்சதா சரித்திரமே இல்ல. ஆனா அவன் டெய்லி 4 ஓ கிளாக் வொர்க் அவுட் பண்ணனும்னு சொல்லி என்னை எழுப்பி விட்டு ஜிம்முக்கு இழுத்துட்டு போயிடுறான்"

" நீ தூங்குற மாதிரி நடிச்சிற வேண்டியது தானே" என்று கூறிய ரித்திமாவை பரிதாபமாக பார்த்தாள் அவந்திகா.

" அப்பிடி பண்ணா மூஞ்சில தண்ணிய ஊத்தி எழுப்புறான். அங்க இருக்கிற எக்யூப்மென்ட்ஸ்லாம் பாத்தாலே எனக்கு மரணபீதி தான்டி வருது. எல்லாமே ஹெவி வெயிட் தெரியுமா? கொஞ்சம் கூட இரக்கமே இல்லாம ஒரு பச்சபுள்ளைய டெய்லி அத லிஃப்ட் பண்ணு, இதுல ஓடு,

அதுல ஓடுனு டார்ச்சர் பண்றான்டி" என்று சொல்ல உச்சு கொட்டினர் உஷாவும் ரித்திமாவும்.

" எனக்கு ஷோல்டர்லாம் ஒரே பெயினா இருக்கு " என்று சிணுங்கியவளுக்கு பெயின் ரிலீஃப் ஜெல்லை தடவிய உஷா " நீ இதுக்கு ராகவ் கிட்ட தான் பேசணும். ஆமா ஏன் திடீர்னு உனக்கு வொர்க் அவுட் பண்ண சொல்லி குடுக்கிறதுல ராகவ்க்கு இப்பிடி ஒரு ஆர்வம் ?" என்று கேள்வி கேட்க அவந்திகா அதற்கு உஷாவை முறைத்தாள்.

" இதுக்குல்லாம் நீ தான்டி காரணம்"

" வாட்? நான் என்னடி பண்ணேன்?" என்று பதிலுக்கு கேட்டாள் உஷா.

" என்ன பண்ணுனியா? அந்த மைதாமாவுக்கு நான் வச்ச நிக்நேமை ஏன்டி சொன்ன ? நீ சொன்ன நேரத்துல அவன் என்ன கோவத்துல இருந்தானோ என்னை போட்டு டார்ச்சர் பண்ணுறான் "

அவள் கூறவும் ரித்திமா கிளுக்கி சிரிக்க அவந்திகாவின் பார்வை அவளை சுட்டது.

" சிரி டியர் ! நல்லா சிரி. உனக்கும் ஒரு நாள் கல்யாணம் ஆகும். அப்போ தெரியும்" என்று அவளை முறைத்தவண்ணம் கூறினாள்.

பின்னர் " அத கூட விடுங்க! தப்பி தவறி ஏதாச்சும் தமிழ்ல சொல்லிட்டா போதும்! உடனே அதை டிரான்ஸ்லேட் பண்ணுனு வேற சொல்லுறான்...அவனுக்கு பயந்து இப்போலாம் நான் தமிழ் சாங்க்ஸ் கேக்கிறத கூட விட்டுட்டேன் " என்று சோகமாக சொல்லி முடித்தாள்.

" நான் தெரியாம தான் கேக்கிறேன், ராகவ் கேட்டா கண்டிப்பா நீ சொல்லியே ஆகணும்னு ஏதாச்சும் கட்டாயமா என்ன? முடியாதுனு சொல்ல வேண்டியது தானே? " என்ற ரித்திமாவை சலிப்புடன் பார்த்தாள்.

" இதல்லாம் நான் டிரை பண்ணி பாக்காமவா இருந்திருப்பேன் ரித்தி. எல்லாம் சொல்லி பாத்தாச்சு. அவன் இருக்கான் பாரு சரியான பிடிவாதக்காரன். அதுவும் இல்லாம அவன் ஒரு சிரிப்பு சிரிப்பான் பாரு. இந்த உலகமே மறந்துடும் எனக்கு. அந்த ஹிப்னடைஸ் பண்ணுற சிரிப்பை பாத்தா நான் ஃப்ளாட் ஆயிடுறேன் " என்று சொல்லி கன்னத்தில் கை வைத்து கொண்டாள்.

உஷா ரித்திமாவுக்கு கண் காட்டி விட்டு " ஹனிபி! ரொம்ப யோசிக்காத! இன்னைக்கு வொர்க் அவுட் வேண்டாமு ராகவ் கிட்டயே

டேரக்டா பேசிடு. பிராப்ளம் சால்வ்ட்" என்று அவளின் தோளை அணைத்து கூறினாள்.

அவளுக்கு தலையாட்டியபடியே " அந்த மைதாமாவு நான் சொன்னத ஃபர்ஸ்ட் காது குடுத்து கேக்கனுமே " என்று மனதிற்குள் அவனை திட்டி கொண்டாள்.

பின்னர் தலையை உலுக்கி விட்டு " சரி சரி! தேவையில்லாத டாபிக் பேசுனது போதும்... வேலையை பாப்போம்" என்று சொல்லிவிட்டு கம்ப்யூட்டரை நோக்க ஆரம்பித்தாள்.

ஆனால் மாலை வீடு திரும்பியவள் கண்டிப்பாக அவனிடம் பேசி இந்த வொர்க் அவுட்டுக்கு ஒரு முற்றுப்புள்ளை வைக்க வேண்டும் என்று தீர்மானித்துவிட்டாள்.

இரவு தோட்டத்தில் அமர்ந்திருந்த அவந்திகா " மைதாமாவு இப்போ வொர்க் எல்லாம் முடிச்சிருப்பான்னு நெனைக்கிறேன். கால் பண்ணுவோம்" என்று தனக்கு தானே பேசிக் கொண்டு போனை எடுத்து அவனை அழைத்தாள்.

" ஹலோ ராகவ்"

" என்ன ஜான்சி ராணி? ஒரே வீட்டுல இருந்துட்டு கால் பண்ணி பேசுற மொத ஆள் நீ தான்"

" ஓகே! என்னை அப்புறமா கிண்டல் பண்ணிக்கோ. உன்னோட வொர்க் முடிஞ்சு நீ ஃப்ரீயா இருந்தா கொஞ்சம் கார்டன் பக்கம் வா. நான் உன் கிட்ட பேசனும்" என்று சொல்லி போனை வைக்க ராகவ் " இப்போ என்ன பிராப்ளத்தை கொண்டு வர போறாளோ" என்று எண்ணி கொண்டு கார்டனை நோக்கி சென்றான்.

அங்கிருந்த சேரில் அமர்ந்து போனை நோண்டிக் கொண்டிருந்தவள் அவனை பார்த்ததும் " வாவ்! சொன்னதும் வந்துட்ட. வெட்டியா இருந்துட்டு வொர்க் இருக்குனு சீன் போட வேண்டியது " என்று கலாய்த்தாள்.

அவளை அப்படியே விட்டால் அவனது பெயர் ராகவ் இல்லையே! அவளை பார்த்து சிரித்தவன் " யெஸ். அது மட்டும் இல்லாம எனக்கே தெரியும், என்னை பாக்காம உன்னால ரொம்ப நேரம் இருக்க முடியாதுனு. அதான் உடனே வந்துட்டேன் " என்று பதிலடி கொடுத்தான்.

" இது உனக்கு தேவையா ?" என்று கலாய்த்த மனசாட்சியை " எனக்கு தெரியும் நீ மூடு" என்று திட்டியவள் " ஓகே! நான் சொன்-

னதுக்கும் நீ சொன்னதுக்கும் சரியா போச்சு.. இப்போ பேசுவோமா " என்று கேட்க ராகவ் அமர்ந்தான்.

அவனிடம் இருந்து நகர்ந்து உட்கார சென்றவளை புருவம் உயர்த்தி அவன் பார்த்த பார்வையில் மறுபடியும் அங்கேயே அமர்ந்தாள்.

பின்னர் " ராகவ்! இனிமே என்னால டெய்லி மார்னிங் வொர்க் அவுட் பண்ணமுடியாது " என்று சொல்ல ராகவோ அதை பொருட்டாகவே மதிக்கவில்லை என்பதை அவனது பார்வையே அவளுக்கு தெரிவித்தது.

" எனக்கு கை கால்லாம் வலிக்குதுடா" என்று முகத்தை சுருக்கி சொல்லவும் அவன் சரியென்று தலையசைத்தான்.

பின்னர் " ஓகே! அப்போ டாட் கூட சேந்து யோகா பண்ணு" என்று சொல்லிவிட்டு கையை தலைக்கு பின்னே வைத்து கொண்டு சாய்ந்து அமர்ந்தவனை பார்த்து கொலைவெறியானாள் அவந்திகா.

ஆனால் முகத்தில் காட்டி கொள்ளாமல் " ப்ளீஸ் ராகவ்! எனக்கு யோகாவும் வேண்டாம்! நான் நல்லா தானே இருக்கேன், ப்ளீஸ் " என்று குழந்தை போல் அடம்பிடித்தவளை பார்க்க மனதிற்கே இதமாக இருந்தது ராகவிற்கு.

" சரி ... அப்போ என் கிட்ட சாரி கேளு" என்று சொல்லவும் அவன் புறமாக திரும்பி உட்கார்ந்தாள் அவந்திகா.

" எதுக்கு சாரி கேக்கனும்?" என்று அப்பாவி முகத்துடன் கேட்க ராகவ் அவளது கன்னங்களை கைகளால் தாங்கிக் கொண்டு " அச்சோ! கொழந்தைக்கு எதுவுமே தெரியாது போல " என்று கொஞ்சினான்.

பின்னர் " எதுக்கு சாரினா கேக்கிற ஜான்சி ராணி?" என்று சொல்லி கன்னத்தை விட்டவன் " தேவையில்லாம எனக்கு நிக் நேம் வச்சதுக்கு தான் " என்று அவளை முறைத்தான்.

அவளோ மனதிற்குள் "ஏன்டா ஒரு நிக்நேம் வச்சதுக்காகாவா இந்த இம்சை பண்ணுன நீ? இன் ஃபேக்ட் அது ரொம்ப பொருத்தமா தான் இருந்துச்சு" என்று மனதிற்குள்ளே பேசி கொண்டாள்.

பின்னர் முகத்தை பரிதாபமாக வைத்து கொண்டு "சாரி ராகவ்" என்று கூறியவளை பார்த்தவனுக்கு கொஞ்சம் சீண்டி பார்த்தால் என்னவென்று தோன்ற அவள் புறமாக திரும்பி அமர்ந்தான்.

" இப்பிடி சாரி சொன்னா என்ன அர்த்தம்? உன் குரல்ல உண்மையான வருத்தமே இல்லயே"

" ஐயோ நெஜமாவே நான் மனசார சொல்லுறேன் மேன் " என்று சொன்னாலும் விட மனமில்லை அவனுக்கு.

" ஓகே! அப்போ நான் சொல்லுறத அப்பிடியே சொல்லி மன்னிப்பு கேக்கணும்" என்று சொல்லவும் சரியென்று வேகமாக தலையாட்டினாள் அவந்திகா.

" ராகவ் மேரி பதி பரமேஸ்வர் ஐயாம் ரியாலி சாரி ஃபார் காலிங் யூ பை அ நிக்நேம் " என்று சொல்லிவிட்டு " இதை அப்பிடியே மனசார சொல்லு பாப்போம்" என்றதும் அவந்திகா கடுப்பாகி விட்டாள்.

" ஹலோ எக்ஸ்யூஸ்மீ! து மேரா பதி ஹை! பரமேஸ்வர் நஹி?" என்று ஆவேசமாக மறுக்கவும் ராகவ் " இஸிண்ட்!! அப்போ டுமாரோ மார்னிங் என் கூட ஜிம்முக்கு வர ரெடியாகிக்கோ ஜான்சி ராணி " என்று செக் வைக்கவும் என்ன செய்யவென்று தெரியாமல் விழித்தாள்.

பின்னர் தயக்கத்துடன் மெதுவாக " ராகவ்! மேரி பதி பரமேஸ்வர் ! ஐயாம் ரியலி சாரி ஃபார் காலிங் யூ பை அ நிக்நேம்... ஐ வோண்ட் ரிபீட் இட் அகெய்ன் " என்று சொல்லி முடிக்க ராகவ் அவளை கேலி-யாக பார்த்து கொண்டே " ஓகே நானும் உன்னை மன்னிச்சிட்டேன் மை டியர் வைஃப்" என்று சொல்லி கண் சிமிட்டி விட்டு உள்ளே சென்றான்.

செல்லும் முன் " வொர்க் அவுட், யோகால இருந்து மட்டும் தான் நீ ஃப்ரீ ஆகிருக்க. பட் டிரான்ஸ்லேசன் பனிஷ்மெண்ட்டை எந்த காரணத்-துக்காகவும் நான் நிறுத்த மாட்டேன் ஜான்சி ராணி " என்று சொல்லி-விட்டு ரிலாக்சாக செல்லவும் அவந்திகாவுக்கு ஐயோவென்று இருந்தது.

அவன் சென்றதும் " பெருமாளே! இவனுக்கு கொஞ்சம் நல்ல புத்திய குடுக்க மாட்டியா?" என்று சொன்னவள் பதட்டத்தோடு திரும்பி அவன் சென்றுவிட்டானா என்று பார்த்தாள்..(இல்லைனா இதையும் டிரான்ஸ்-லேட் பண்ண சொல்லுவானே...அதுக்கு தான்)

மறுநாள் ராகவ் எதிர்பார்த்திருந்த அந்த நாள் வந்துவிட்டது.....

விஹான் டெலிகாம் பிரைவெட் லிமிடெட்டின் ஆன்வல் ஜெனரல் மீட்டிங் ஆரம்பித்தது. வழக்கமாக கம்பெனியின் நிதிநிலை, கணக்கு வழக்குகள் பற்றி விவாதித்த பிறகு தான் மேனேஜிங் டைரக்டர் பதவி விலகுவதற்கான தீர்மானம் வாசிக்க பட்டது. அதன் படி ராகவ் கபூர் இனி விஹான் டெலிகாமின் டைரக்டர் மட்டும் தான் என்று வழிமொ-ழியப்பட்டது.

அதன் பின் மேனேஜிங் டைரக்டராக கிஷோர் கபூரை ராகவ் வழி-மொழிய பெரும்பான்மை பங்குதாரர்கள் அதை ஏற்று கொண்டனர்.

அதன் படி கிஷோர் விஹான் டெலிகாமின் எம்.டியாக பதவியேற்-றான்.

ஏ.ஜி.எம் முடிந்தபிறகு தான் வீணாவுக்கு நிம்மதியாக இருந்தது. தன் கணவர் மறைந்த பிறகு என்ன தான் கணவனின் சகோதரர்கள் கிஷோரை தங்களின் மகன்களை போல பார்த்து கொண்டாலும் அவருக்கு அதில் என்றுமே அதிருப்தி தான்.

ஆனால் இன்று ராகவ் சந்தோசமாக கிஷோரின் பெயரை கூறிய-போது முதல் முறையாக தன் மீதே கோபப்பட்டார் வீணா. ஒரு சின்ன பையனுக்கு இருக்கும் பெருந்தன்மை தன்னிடம் இல்லையே என்று வருந்தியவர் அதற்கு பின் ராகவிடம் சிரித்த முகமாகவே இருந்தார்.

ஆனால் கிஷோர் , பிந்து , நேஹா மட்டும் அவரை எப்போதும் போல நம்பவில்லை. ஷேர்ஸ் கை மாறியதால் வந்த பாசம் என்று நேஹா குத்தி காட்ட பிரியா அவளை கண்டித்தார். வீணாவுக்கு மகள் கூறியதை நினைத்து சிறிது வருத்தம் இருந்தாலும் தன்னுடைய பிள்-ளைகள் தன்னை போல் பணத்தை பிரதானமாக கருதாதது குறித்து அவர் சந்தோசமே பட்டார்.

இவ்வாறு எல்லாமே நன்றாக நடந்து கொண்டிருக்க ராகவ் விஹான் அட்வர்டைசிங்கில் தன்னுடைய ஆபிஸை மாற்றினான். காரில் சென்று இறங்கியதும் நீண்ட நாள் கழித்து அப்போது தான் அங்கே செல்வதால் கொஞ்சம் உணர்ச்சிவசப்பட்டவன் அந்த மூன்று மாடி கட்டிடத்தை பார்த்து ஒரு முத்தத்தை பரிசாக அளித்துவிட்டு உள்ளே நுழைந்தான்.

வரும் போதே அனைத்து ஊழியர்களின் வாழ்த்துகளையும் புன்னகை தவழ்ந்த முகத்துடன் ஏற்றுக் கொண்டவன் மீட்டிங் ஹாலுக்கு அனைவ-ரையும் வர சொல்லிவிட்டு அவனும் சென்றான்.

சரியான நேரத்துக்கு வந்து சேர்ந்தனர் உஷா, ரித்திமா மற்றும் அவந்திகா. வந்தவர்கள் அவர்களுக்கான இருக்கையில் அமர ராகவ் இன்னும் கதவையே பார்த்து கொண்டிருந்தான்.

" இவன் யாருக்குடி வெயிட் பண்றான்??" என்று ரித்திமாவின் காதை கடித்தாள் அவந்திகா.

" ஜி.எம் வர்ரதுக்காக "

" ஓ! பரவால்லயே ! ஜி.எம்க்குல்லாம் மரியாதை குடுக்கிறானே! கொஞ்சம் நல்ல பையன் தான் போல " என்ற அவந்திகாவை முறைத்-தாள் உஷா.

இனிமே அவள் சத்தம் போடுவாளா என்ன?

கதவு திறந்ததும் வந்த அந்த பெண்ணை பார்த்ததும் ராகவ் உற்-சாகத்துடன் சென்று " ஹலோ லேரன்" என்று கை குலுக்கியவனை அவள் அணைத்ததும் அவந்திகாவுக்கு உள்ளே கொதிக்க ஆரம்பித்தது.

" ஹவ் ஆர் யூ ராகவ்? நீ ஒரேயடியா எங்களை மறந்துட்டல்ல" என்று அவள் பேசவும் " கொஞ்சம் பிஸி" என்று சொல்லி கொண்டே அவளுடன் நடந்து வந்தான்.

அந்த பெண் வந்ததும் ஊழியர்கள் அனைவருமே அவளை லேரன் என்றே அழைக்க இது கார்பரேட் கல்சர் என்று மனதில் குறித்து கொண்டாள் அவந்திகா.

பின்னர் ராகவ் இவர்கள் மூவரிடமும் " மீட் மிஸ். லாரா சர்மா, அவர் ஜெனரல் மேனேஜர் அண்ட் மை க்ளோஸ் ஃப்ரெண்ட் " என்று அறிமுகப்படுத்தி வைத்தான்.

அவந்திகா உஷாவின் காதில் "ஏன்டி லாராங்கிற நேமே சூப்பரா இருக்கு... அதை ஏன் இவங்க இப்பிடி கொலை பண்ணி வச்சிருக்காங்க ?" என்று கேட்க உஷா " அடியே ! வேலைய மட்டும் பாருடி! " என்று சொல்ல அவந்திகா அமைதியானாள்

மற்ற இருவரும் சாதாரணமாக இருக்க அவந்திகா மட்டும் உம்-மென்று இருந்ததை பார்த்தவன் " இவளுக்கு என்னாச்சு " என்று யோசித்தவன் அதை பெரிதாக எடுத்து கொள்ளாமல் வருணும் வந்து-விட மீட்டிங்கை ஆரம்பித்தான்.

விஹான் டெலிகாம் கான்ட்ராக்ட் பற்றி விளக்கியவன் நியூ லான்ச் பற்றிய விவரத்தை கூறி அந்த ஈவன்ட்டை நடத்த இருக்கும் மூவரையும் அறிமுகப்படுத்தினான்.

அவந்திகா எழுந்தவள் அனைவரையு பார்த்து " ஹலோ எவ்ரிஒன்! ஐயாம் அவந்திகா ரவி" என்று சொல்லிவிட்டு பேச ஆரம்பிக்க வருண் திரும்பி ராகவை பார்த்தான்.

" எனக்கு இதுலாம் பழகி போயிடுச்சு பய்யா " என்று கேலியாக கூறினான் ராகவ்.

" ஆக்சுவலி எனக்கு சர்வீஸ் டிப்பார்ட்மென்ட் ஸ்டாஃப்ஸோட ஹெல்ப் எனக்கு கெடச்சா நான் கொஞ்சம் பெட்டரா ஃபீல் பண்ணுவேன் " என்று முடிக்கவும் அனைவரும் மகிழ்ச்சியுடன் தலையாட்டினர்.

அடுத்து எழுந்த ரித்திமா தன்னுடைய டிசைன்ஸை காட்டி அவர்களுடைய ஒப்புதலை பெற்றுவிட்டு அமர்ந்தாள்.

மூன்றாவதாக எழுந்த உஷா " குட் மார்னிங் எவ்ரிபடி! ஐயாம் பிரதியூஷா சிங்" என்று தன்னை அறிமுகப்படுத்தி கொள்ள ராகவ் வருணை பார்த்து "உங்களுக்குமா?" என்று சிரிக்க வருணும் சிரித்தே சமாளித்தான்.

மீட்டிங் முடியும் வரை அவந்திகா ராகவை கண்டுகொள்ளவே இல்லை. அதற்கு பின்னும் அவன் பேச வரும் போது அவனை தவிர்த்து விட்டு வருணிடம் பேசியவள் அவனிடம் பேசி முடிந்ததும் லேரனின் பின் சென்றாள். அவளிடம் சர்வீஸ் டிப்பார்ட்மென்ட் ஸ்டாஃப்ஸிடம் பேச விரும்புவதாக கூறி சென்றுவிட்டாள்.

அவளின் பாராமுகம் அவனை ஏதோ செய்ய வேறு வேலையில் அவனால் கவனம் செலுத்த முடியவில்லை.

சிகையை கோதிக் கொண்டவன் " திஸ் கேர்ள் இஸ் ட்ரைவிங் மீ க்ரேஸி" என்று சொல்லி தலையை உலுக்கி கொண்டான்...

2

அத்தியாயம் 2

சர்வீஸ் டிப்பார்ட்மென்ட் மொத்தமும் அங்கு கூடியிருக்க நடு நாயகமாக நின்று கொண்டிருந்த அவந்திகா லேரன் வெளியே சென்ற பிறகு அவர்களிடம் பேச ஆரம்பித்தாள்.

" பர்ஸ்ட் ஆஃப் ஆல் உங்க எல்லாரோட பேரையும் நான் தெரிஞ்சிக்க விரும்புறேன்... என்னோட நேம் ஆல்ரெடி நான் சொல்லிட்டேன்" என்றாள் சிரிப்புடன்.

முதலில் எழுந்தான் மாதவ். தன்னை பற்றி கூறிய பிறகு புன்னகையுடன் கேட்ட அவந்திகாவிடம் " தேங்க்யூ மேம்" என்று சொல்லி அமர அடுத்து வர்ஷா தன்னை அறிமுகப்படுத்தி கொண்டாள்.

பின் ஒவ்வொருவராக தங்களை அறிமுகப்படுத்திய பிறகு அவந்திகா மீண்டும் பேச ஆரம்பித்தாள்.

" உங்க எல்லாரையும் மீட் பண்ணதுல ரொம்ப சந்தோசம். ஆக்சுவலி எனக்கு ரெண்டு பேர் மட்டும் அஸிஸ்ட் பண்ணுனா போதும். பிகாஸ் இன்னைக்கு மார்னிங் தான் ராகவ் சார் அட்வர்டைஸ்மென்ட் ஷூட் பத்தி சொன்னாரு. சோ வர்ஸூ அண்ட் மேடி மட்டும் இருங்க . மத்தவங்க உங்க ரொட்டின் வொர்க்க பாக்க போகலாம்" என்று சொல்லிவிட்டு அமர்ந்தாள்.

அனைவரும் சென்ற பிறகு நின்று கொண்டிருந்த மாதவையும் வர்ஷாவையும் அமர சொன்னவள் " முதல்ல இப்பிடி ஓவரா ரெஸ்பெக்ட் குடுக்கிறத நிறுத்துங்க! கொஞ்சம் நார்மலா பிஹேவ் பண்ணுங்க" என்று சொல்லவும் அவர்கள் சிரித்தனர்.

" குட்.. அப்புறம் என்னை அவந்திகானு கூப்ட்டுங்க. இந்த மேடம்கிற வேர்டை கேட்டா எதொ கெழவி மாதிரி ஃபீல் ஆகுதுப்பா" என்று சொல்லவும் அதற்கும் தலையாட்டினர்.

" தென் உன்னை நான் மேடினு தான் கூப்டுவேன். அண்ட் யூ ஆர் ஆல்வேஸ் வர்ஸூ ஃபார் மீ" என்று சொல்ல அதற்கும் தலையாட்டவே கடுப்பானவள் " கம் ஆன் கய்ஸ்! இப்பிடி தலையை ஆட்டாம ஓகே அவந்திகானு சொன்னா நான் கொஞ்சம் சந்தோசப்படுவேன்" என்று சொல்ல மாதவ் " ஓகே அவந்திகா " என்று சொல்லி கை கொடுக்க அவள் " தட்ஸ் மை பாய்" என்று சொல்லி கை குலுக்கினாள்.

அடுத்த சில மணி நேரங்களில் அவந்திகா அவர்களுக்கு ஒரு நல்ல நண்பியாக ஆகிவிட்டாள் என்றே சொல்லலாம். அவள் சொன்ன விவரங்களை குறித்து கொண்டே மூவரும் காபி அருந்த சென்றனர்.

அங்கிருந்த காபிமேக்கரில் மூவருக்கும் காபியை தயாரித்தவள் அவர்களுடன் அமர்ந்து அந்த பேப்பரில் இருந்த விவரங்களை விளக்கிக் கொண்டிருக்கும் போதே வெளியே ஏதோ சத்தம் கேட்கவே மூவரும் எட்டி பார்த்தனர் தலையை மட்டும் வெளியே நீட்டி தான்.

அங்கே ஒரு உயரமான பெண் நடந்து வந்து கொண்டிருந்தாள். அவளுடன் வேண்டாவெறுப்பாக லாரா நடந்து வரவே " இது யாரு புதுவரவு" என்று கேட்ட அவந்திகாவை பார்த்த மேடி " அவங்க தான் நம்ம அட்வர்டைஸ்மென்ட் ஷூட்டுக்கு வந்திருக்கிற மாடல்" என்று சொல்ல அவந்திகா உச்சு கொட்டினாள்.

பின்னர் அவர்களிடம் ஏதோ சொல்லிவிட்டு வெளியே வந்தவள் உஷாவிடம் தன்னுடைய அஸிஸ்டெண்ட்ஸ் பற்றி கூறி விட்டு தாங்கள் மூவரும் ஹாலை பார்வையிட செல்வதாக கூறி கிளம்ப ஆயத்தமானாள்.

மெயின் ஹாலில் இன்னும் அந்த மாடலின் அலப்பறை ஓயவில்லை. அங்கிருந்து கிளம்ப தயாரானவள் ராகவ் அங்கே வரவும் சற்று நிதானித்தாள்.

வந்தவன் நேரே மாடலிடம் சென்றவன் " ஹாய் லிஷா! ஹவ் ஆர் யூ? லண்டன் ஷூட் நல்லபடியா முடிஞ்சிதா ?" என்று விசாரிக்க அவள் "ஹே ராகவ் !" என்று முப்பத்திரெண்டு பற்களையும் காட்டியவள் அவனை அணைத்து கொள்ள அவந்திகாவிற்கு பிளட் பிரெஷர் கடகடவென்று ஏற ஆரம்பித்தது.

பக்கத்தில் நின்று கொண்டு இருந்த உஷாவையும் ரித்திமாவையும் கண்ணாலே அழைத்தவள் அவர்களுக்கான கேபினுக்குள் சென்றாள்.

உள்ளே வந்தவள் அவர்களை நோக்கி " என்னடி நடக்குது இங்க? ஆளாளுக்கு அவனை ஹக் பண்ணுறாங்க! அவனோட வைஃப் நானு. நானே அவனை இப்பிடி ஹக் பண்ணது கெடயாது. எனக்கு வர்ர ஆத்திரத்துக்கு அந்த லிசார்ட்டை கழுத்தை நெறிச்சு கொல்ல போறேன்" என்று பல்லை கடித்து கொண்டு கூறி விட்டு மூச்சு வாங்கினாள்.

" அவ நேம் லிசா... லிசார்ட் இல்ல" என்று திருத்திய ரித்திமாவை முறைத்தவள் "அவ என்னோட புருஷனை ஹக் பண்ணிட்டு இருக்கானு நானே கடுப்புல இருக்கேன். இப்போ உனக்கு இந்த கரெக்ஸன் ரொம்ப முக்கியம். பை தி வே அவ பாக்கிரதுக்கு பல்லி மாதிரி தானே இருக்கா. சோ இந்த நேம் அவளுக்கு நல்லாவே ஸூட் ஆகும்" என்று கொதித்தவளை அமர வைத்த உஷா அவளுக்கு தண்ணீரை கொடுத்துவிட்டு ரித்திமாவை வேலையை கவனிக்க அனுப்பினாள்.

ஒருவாறு அவந்திகாவை சமாதானப்படுத்தி மேடியுடனும் வர்ஷாவுடனும் ஹாலை பார்க்க அனுப்பி வைத்து விட்டு பெருமூச்சு விட்டாள் உஷா.

அவந்திகா அந்த ஹாலை கடந்து செல்லும் போது லிசாவை முறைத்தவள் உஷாவின் காதில் " மை டியர் லிசா மூவில வர்ர பேய் மாதிரியே இருந்துட்டு இவள்லாம் மாடலாடி?" என்று கடுகடுக்க உஷா மிகவும் கஷ்டப்பட்டு அவந்திகாவை அனுப்பிவைத்தாள்.

கடுகடுப்புடன் ஹாலை பார்வையிட சென்றவள் அங்கே சென்றதும் வேலையில் மூழ்கி கொஞ்சம் கொஞ்சமாக நடந்தவற்றை மறந்தாள்.

மூவரும் ஹாலை பார்வையிட்டு விட்டு டெக்கரேஷன் பற்றி பேச ஆரம்பித்தனர். கம்பெனி சிம்பல் வைத்த ஃப்ளாக் வைத்தால் வித்தியாசமாக இருக்கும் என்று மேடி கூறிய யோசனை ஏற்று கொள்ளப்பட்டது.

ஃப்ளாகிற்கான டிசைனை ரெடி பண்ணுமாறு ரித்திமாவிற்கு கால் செய்து சொன்னவள் வேறு என்ன புதிதாக செய்யலாம் என்று அவர்களிடம் ஆலோசிக்க ஆரம்பித்தாள்.

இனி அவர்களுக்கு பிரிண்டிங் வொர்க் இருக்கவே அதை நாளை பார்த்து கொள்ளலாம் என்று அவர்களை அனுப்பிவைத்தவள் நேராக சன் டியூவிற்கு சென்றாள்.

உஷாவிற்கும் , ரித்திமாவுக்கும் கால் செய்து தான் இன்று அங்கேயே தங்க போவதாக கூற அவர்கள் மறுத்தனர் முதலில். பின்னர் வேலை இருப்பதாக கூறி விளக்கவும் உஷா தான் வீட்டில் சமாளித்து கொள்வ-தாக கூறினாள். பின்னர் திடிரென்று யோசித்தவள் ரித்திமாவையும் தங்-கள் வீட்டுக்கு அழைத்தவள் நேரே வீட்டுக்கு சென்றாள்.

தான் அலுவலகத்தில் தங்கினால் தாதி டென்சனாகி விடுவார் என்-பது தெரிந்து கிளம்பினாள்.

வீட்டுக்கு வந்தவள் ரெஃப்ரஷ் ஆகிவிட்டு லேப்டாப்புடன் கார்டனின் ஓரமாக சென்று உட்கார்ந்தாள். சிறிது நேரத்தில் வந்த ரித்திமாவுடன் சேர்ந்து வேலையை தொடரவே இருவரும் டின்னர் கூட சாப்பிடாது வேலையில் மூழ்கி விட்டனர்.

பின்னர் உஷா கொண்டு வந்ததை சாப்பிட்டு விட்டு வேலையை தொடர அது முடிய நள்ளிரவு ஆனது. ராகவ் அவந்திகாவும் ரித்திமா-வும் வேலை செய்து கொண்டிருப்பதால் அவர்களை தொல்லை செய்ய வேண்டாமென்று நினைத்தவன் தன் அறைக்கு சென்று நித்திரையில் ஆழ்ந்தான்.

காலையில் அலாரம் சத்தத்தில் விழித்தவன் படுக்கையை தடவி பார்க்க அவந்திகா தூங்கும் இடம் வெறுமையாக இருக்கவே அவள் எழுந்து விட்டாளோ என்று மனதில் எண்ணி கொண்டே குளியலறை கதவில் கை வைக்க அது திறந்து கொண்டது. யோசனையுடன் ஜிம்-முக்கு செல்வதற்காக வந்தவன் அந்த ஹாலின் தோட்டம் பார்த்த பெரிய ஃப்ரெஞ்ச் விண்டோவிற்கு பக்கத்தில் உள்ள சோஃபாவில் படுத்திருந்த ரித்திமாவையும் அவள் மடியில் தூங்கி கொண்டிருந்த அவந்திகாவையும் பார்த்து விட்டு நிம்மதியானான்.

ஜிம்மிற்கு சென்று உடற்பயிற்சி முடித்துவிட்டு திரும்பும் போது இரு-வரையும் காணவில்லை. அவந்திகா தங்களது அறையில் இருப்பாள் என்று எதிர்பார்ப்புடன் சென்றவனுக்கு ஏமாற்றமே மிஞ்சியது.

அவசரமாக கீழே வந்தவன் பூஜையறையில் இருந்து உஷாவுடன் வெளியே வந்த தாதியின் கையிலிருந்த ஆரத்தியை கண்ணில் ஒத்தி கொண்டவன் உஷாவிடம் " பாபி! அவந்திகா எங்க?" என்று கேட்க " அவ ஆபிஸ் போயிட்டா ராகவ்... உங்களுக்கு ஏதாச்சும் வேனுமா?" என்று அவள் பதிலளித்து கொண்டே கேட்டாள்.

" இல்ல பாபி! நீங்க கண்டினியூ பண்ணுங்க" என்று தாதியின் கையிலிருந்த ஆரத்தி தட்டை கண்ணாலே காண்பித்து விட்டு அவசரமாக தனது அறைக்கு சென்று தயாராக ஆரம்பித்தான்.

அடுத்த அரை மணி நேரத்தில் கீழே வந்தவன் வருணிடமும் உஷாவிடமும் சொல்லிவிட்டு சன் டியூவிற்கு செல்ல அதில் பூட்டு தான் தொங்கியது.

" இந்த ஜான்சி ராணி எங்க தான் போய்ருப்பா?" என்று யோசித்து கொண்டே அலுவலகம் வந்து சேர்ந்தான். ஒரு போன் செய்தால் தெரிய போகிறது என்று யோசித்து கொண்டே கால் செய்தான்.

அவள் போனை எடுத்தால் தானே! ஃபுல் ரிங் சென்றும் காலை எடுக்காததால் ரித்திமாவுக்கு முயற்சி செய்ய அதே நிலை தான் அங்கும்!

இவ்வாறே மறுநாளும் நடக்க ராகவ் செம கடுப்பில் இருந்தான் அவந்திகா மீது! பின்னே அவளை இரண்டு நாட்களாக கண்ணில் காண்பதே அரிதாகிவிட அவனுக்கு எரிச்சலானது. அவனது கால்களையும் அட்டெண்ட் செய்யாததால் கூடுதல் எரிச்சலானான் அவன்.

" இந்த ஹய்ட் அண்ட் சீக் கேம்க்கு நான் ஃபுல்ஸ்டாப் வைக்கிறேன் அவந்திகா" என்று மனதிலேயே சபதம் செய்தவன் உஷாவை அழைத்து அவளது எண்ணிலிருந்து அவந்திகாவிற்கு கால் செய்ய சொன்னான்.

அவள் அட்டெண்ட் செய்ததும் " லுக் ஜான்சி ராணி! நீ இப்போ எங்க இருக்க என்ன பண்ணுற எதை பத்தியும் எனக்கு கவலை இல்ல. ஆனா இன்னும் 15 நிமிஷத்துல நீ விஹானுக்கு வந்தாகனும்... இல்லைனா இந்த கான்ட்ராக்டை மறந்துடு" என்று சொல்லி காலை கட் செய்தான்.

அவனது முகத்திலிருந்த எரிச்சலை பார்த்ததும் உஷாவிற்கு பதற்றமானது.

" ராகவ்! எதும் பிரச்சனை இல்லையே?"

" நோ பாபி! இது ஒரு ஸ்மால் இஷ்யூ. உங்க ஃப்ரெண்ட் வந்தா தானா சரியாயிடும். நீங்க வீட்டுக்கு கிளம்புங்க" என்று சமாளித்து அவளை அனுப்பிவைத்தான்.

சொல்லி வைத்தாற்போல் அடுத்த 15வது நிமிடத்தில் அவனது அறைக்குள் நுழைந்தாள் அவந்திகா. உள்ளே வந்ததும் நேரே ராகவிடம் சென்றவள் " உன் மனசுல என்ன நெனச்சிட்டு இருக்க? இப்போ

காண்ட்ராக்ட கேன்சல் பண்ணுர அளவுக்கு என்ன நடந்துடுச்சு?" என்று சத்தமாக கேட்டாள்.

" உஷ்! எதுக்கு இவ்ளோ லவுடா பேசுற? எனக்கு காது நல்லாவே கேட்கும்" என்றவனை முறைத்தாள் அவந்திகா.

" கிண்டலா இருக்கா உனக்கு? "

" இல்லையே! எரிச்சலா இருக்கு. நீ பண்ணீட்டிருக்கிறத பாத்தா" என்று ராகவும் பதிலடி கொடுக்க

" நான் என்ன பண்ணேன்?" என்று திகைத்தவாறு கேட்டாள் அவள்

" உனக்கு தெரியவே தெரியாதுல்ல...அச்சச்சோ பாவம் கொழந்தை" என்று கன்னத்தை பிடித்து கொஞ்சியவனின் கைகளை தட்டி விட்டாள் அவந்திகா.

" டூ டேய்ஸா நீ அப்பிடி என்ன ராத்திரி பகல் பாக்காம வொர்க் பண்ணுறமா? ஐ அக்ரீ இது உங்களை பொறுத்தவரைக்கும் பெரிய கான்ட்ராக்ட் தான். பட் அதுக்கு இப்பிடி நேரம் காலம் பாக்காம அழை-யனும்னு அவசியம் இல்ல. அப்பிடி உனக்கு வொர்க் இருந்தாலும் அதை நீ இங்க வச்சு பண்ண வேண்டியது தானே"

" எனக்கு இந்த ஆபிஸ் வர்ரதுக்கு பிடிக்கல, போதுமா?"

" வாட்? நீ என்ன பேசுறனு புரிஞ்சுதான் பேசிறியா? இந்த ஆபிஸ்ல அப்பிடி என்ன உனக்கு பிரச்சனை?" என்றான் ராகவ்.

நேரடியாக அவனிடம் உன்னை மற்ற பெண்கள் கட்டியணைப்பது எனக்கு பிடிக்கவில்லை என்று சொல்ல தயங்கியவள் " என்ன பிரச்-சனைனு கேக்குற நீ!! இங்க வந்தா தேவையில்லாத சில விஷயங்களை பாக்க வேண்டியதா இருக்கு...என்னால வொர்க்ல கான்சென்ட்ரேட் பண்ன முடியல. அத சொன்னேன்" என்று சொல்லி சமாளித்தாள்.

" அவந்திகா எதுவா இருந்தாலும் புரியுற மாதிரி சொல்லு. ஓகே" என்று அவள் அருகில் வரவும் விலகி நின்றாள் அவந்திகா.

" கிட்ட வராத ! கேர்ள்ஸ் கிட்ட டிஸ்டென்ஸ் மெயிண்டெய்ன் பண்-ணனும்னு உனக்கு தெரியாது? அது தெரிஞ்சா நீ எதுக்கு அன்னைக்கு லாராவையும் லிசாவையும் ஹக் பண்ணிருக்க போற" என்று வாய் தவறி சொல்லி தலையை திருப்பி கொள்ளவும் தான் ராகவிற்கு விஷயம் புரிந்-தது.

"இதனால தான் மீட்டிங்க்ல கூட உர்ருனு இருந்தாளா இந்த ஜான்சி ராணி " என்று மனதில் சொல்லி கொண்டவன் அங்கிருந்த மேஜையில்

சாய்ந்தவாறே "அவந்திகா! நீ ஜெலஸா ஃபீல் பண்ணுறியா என்ன?" என்று கேட்டுவிட்டு குறுகுறுவென்று அவளையே பார்த்தான்.

"ஆமா நீ பெரிய சூரியா! உன் கிட்ட கேர்ள்ஸ் நெருக்கமா இருந்தா எனக்கு பொறாமை வர்ரதுக்கு. எனக்கு ஒன்னும் ஜெலஸ் இல்ல " என்று சொல்லிவிட்டு முகத்தை உம்மென்று வைத்து கொள்ள ராகவிற்கு அவளை பார்த்து சிரிப்பு தான் வந்தது.

சிரிப்பை அடக்கியவன் " லிசன் ஜான்சி ராணி! லேரன் என்னோட ஸ்கூல்ல இருந்து ஒன்னா படிச்ச க்ளோஸ் ஃப்ரெண்ட். அண்ட் லிசா அது ஜஸ்ட் ஒரு ப்ரொஃபசனல் ஹக்.. அதுல நீ டென்சன் ஆகிறதுக்கு என்ன இருக்கு ?" என்று குழந்தைக்கு புரிய வைப்பது போல விளக்கி-னான்.

அவன் கூறவும் அவள் முகம் சிறிது சிறிதாக தெளியவே " இன்னும் ஏதாச்சும் இங்க டிரபிள் பண்ணுதா?" என்று அவளின் தலையை தொட்டு கேட்டான் ராகவ். ஆமென்று தலையாட்டினாள் அவந்திகா.

" நீ என்ன தான் சொன்னாலும் என்னால இதை அவ்ளோ ஈஸியா எடுத்துக்க முடியல. நான் உன்னோட வைஃப். என் கண்ணு முன்னாடி உன்னை யாராச்சும் ஹக் பண்ணுனா எனக்கு எப்பிடி இருக்கும்? இவ்-ளோத்துக்கும் நான் கூட உன்னை அவ்ளோ க்ளோசா ஹக் பண்ணது கெடயாது " என்று சிறு வருத்ததுடன் கூறி முடித்தாள்.

அவள் கூறியதும் அவளை பார்த்து " இது தான் உன்னோட பிரச்-சனையா? சரி வா!!" என்று சொல்லி தன்னுடைய கைகளை விரித்து காட்டினான் ராகவ்.

" எங்க வரணும்? " என்று திருதிருவென்று விழித்தவளை " இங்க " என்று சொல்லி கொண்டே இழுத்து தன் அணைப்புக்குள் கொண்டு வந்தான் ராகவ்.

"ஆர் யூ ஹாப்பி ஜான்சி ராணி?" என்று அவனது அக்மார்க் சிரிப்-புடன் கேட்க அவன் முகத்தை நிமிர்ந்து பார்த்தவள் அந்த சிரிப்பில் தொலைந்து " ம்ம்" என்று தலையாட்டி கொண்டே கன்னம் குழிவிழ சிரித்தாள்.

ராகவிற்கு இதை விட சந்தோசம் இந்த உலகில் எதுவும் இல்லை என்று தோன்ற அவந்திகா அவனின் இதயதுடிப்பின் ஓசையை கேட்டு கொண்டே அவன் அணைப்பில் அசையாது நின்றாள்.

எவ்வளவு நேரம் இப்படியே நின்றார்களோ, மொபைலின் ரிங் டோன் கேட்கவும் அவந்திகா பதறி விலகினாள்.

ராகவ் சிகையை கோதிக் கொண்டு போனை அட்டெண்ட் செய்து பேசியவன் அவந்திகாவின் கையை மட்டும் விடவில்லை.

போனை பாக்கெட்டில் போட்டவன் " லுக் ஜான்சி ராணி! உனக்கு எதாச்சும் பிராப்ளம்னா யூ கேன் டாக் டேரக்ட்லி. இந்த மாதிரி என் கண்ணுல படாம என் கிட்ட பேசாம இருக்காத. ஓகேவா. எனக்கு வொர்க்ல கான்சென்ட்ரேட் பண்ண முடியல" என்று சொல்லவும் அவந்திகா தலையசைத்தாள்.

" ஓகே! வீட்டுக்கு போலாமா?" என்று ராகவ் கேட்க அவந்திகா " நான் ரித்தி கிட்ட கொஞ்சம் வொர்க்......" என்று ஆரம்பித்தவள் அவன் முகபாவத்தை வைத்தே அவன் மனதை ஊகித்து " வொர்க் தானே நாளைக்கு கூட முடிச்சிக்கலாம். நம்ம வீட்டுக்கே போலாம் ராகவ்" என்று சொல்லி சிரித்தே சமாளித்தாள்."

" லெட்ஸ் கோ" என்று அவளின் கையுடன் கை கோர்த்து சென்றான் ராகவ்....

அன்றைய நாள் போராட்டத்துடன் ஆரம்பித்து இனிய நிகழ்வுகளுடன் முடிந்தது.

மறுநாள் காலையில் நன்றாக உறங்கிக் கொண்டிருந்தவள் யாரோ உலுக்கவும் பதறியடித்து கொண்டு எழுந்தாள் அவந்திகா. எதிரில் நின்று கொண்டிருந்தவனை பார்த்ததும் அவள் கண்கள் தானாகவே சுவர்கடிகாரம் மீது படிந்து மீண்டது.

" அன்னைக்கு தான சொன்ன ராகவ், என்னை வொர்க் அவுட் பண்ண கூப்ட மாட்டனு. இப்போ எதுக்குடா எழுப்புன?" என்று பாவமாக கூறினாள் அவந்திகா.

" சும்மா வெளையாடி பாத்தேன் ஜான்சி ராணி. நாட் பேட், எங்க இவன் ஜிம்முக்கு தூக்கிட்டு போயிடுவானோங்கிற கலவரம் உன் கண்ணுல தெரியுதே" என்று அவளை கிண்டல் செய்ய

" எனக்கு வர்ர கோவத்துக்கு" என்று அவள் கண்ணை மூடி திறக்கவும் அவனுக்கு வேடிக்கையாக இருந்தது.

" டென்சன் ஆயிட்டியா? இந்த டென்சனோட இருக்கிற முகத்தை டூ டேய்ஸ் மிஸ் பண்ணிட்டிருந்தேன். இன்னைக்கு தான் ஐ ஃபீல் ஹாப்பி. ஓகே நான் கீழே போறேன். உடனே சண்டே தானனு படுத்து

தூங்கிடாத " என்று சொல்லிவிட்டு அவளது முடியை கலைத்து விட்டு சென்றான்.

ஆத்திரத்துடன் " போடா வளந்து கெட்டவனே! உன்னையெல்லாம் பெத்தாங்களா இல்ல டவுன்லோட் பண்ணாங்களா?" என்று தமிழில் கத்த ரூம் வாசல் வரை சென்றவன் திரும்பி வந்து அவளை நோக்கி " இப்போ நீ தமிழ்ல தானே பேசுன?" என்று சந்தேகத்துடன் கேட்டான்.

மாட்டிகிட்டியா என்று மனதிலேயே எண்ணியவள் " சே சே! இது தமிழ் இல்ல... தெலுகு" என்று சமாளித்து வைத்தாள்.

ஆனால் அவன் அதை நம்பினால் தானே? " உனக்கு தெலுகு தெரியும்னு நீ சொல்லவேயில்லயே.." என்று மறுபடியும் சந்தேகமாக பார்க்கவும் அவந்திகா " தெலுகுனா சொன்னேன்? நான் மலையாளம்னு தான் சொன்னேன்" என்று உளறி கொட்டினாள்.

அவன் இன்னும் அதே மாடுலேஷனில் குறுகுறுவென்று பார்க்க " ஹலோ என்ன லுக்கு? நெஜமாவே நான் மலையாளம்னு தான் சொன்னேன். போய் உன் காதை செக் பண்ணு. இப்போ நான் ரெஃப்ரெஷ் ஆகனும். கொஞ்சம் கௌம்புறிங்களா சார்?" என்று சொல்லிவிட்டு அவனை பார்க்காமலே குளியலறைக்குள் சென்றாள் அவந்திகா.

அவனும் தோளை குலுக்கிவிட்டு கீழே சென்றான்.

குளியலறைக்குள் சென்ற அவந்திகா " இந்த மைதாமாவுக்குலாம் பயந்து பயந்து நான் தமிழ் பேச வேண்டியதா இருக்கு... " என்று புலம்பிக் கொண்டே குளித்து முடித்தாள்.

உடை மாற்றி விட்டு கீழே வந்தவள் மொத்த குடும்பமும் வளவளத்து கொண்டிருக்க உஷாவின் அருகில் சென்று அமர்ந்தாள்.

அவள் காதில் " என்ன ஃபேமிலி டைமா?" என்று கேட்க அவள் தலையாட்டினாள்.

சிறிது நேரத்தில் ரித்திமா வர மூவரும் ஒன்றாக அமர்ந்து அவர்களின் வேலை சம்மந்தமாக பேசி கொண்டிருந்தனர். அனைவரும் ப்ரேக்ஃபாஸ்டுக்காக டைனிங் டேபிளில் ஆஜராக இந்த மூவர் மட்டும் மிஸ்ஸிங்.

" என்ன மருமகள்களே! இன்னைக்கு மார்னிங் மூனு பேரும் ஃபாஸ்ட்டிங்கா" என்ற குணாலின் குரல் கேட்டதும் வேகமாக சென்று டைனிங் டேபிளில் அமர்ந்தனர்.

வீணா மூவரையும் ஒரு பார்வை பார்த்தவர் " புது மருமகளுங்க வந்த நாள்ல இருந்து கிச்சன் பக்கம் போயி நான் பாத்ததே இல்ல சாஸூம்மா. அட்லீஸ்ட் பரிமாறுறதுலயாச்சும் கொஞ்சம் ஹெல்ப் பண்ணலாம் தானே" என்று சொல்லவும் வருண் " வீணா சாச்சி" என்று அழைத்தவன் பார்வையாலே அவரை அமைதியாக்கினான்.

மூவரும் எழுந்து ராதிகாவையும் பிரியாவையும் அமர சொல்லிவிட்டு பரிமாற தொடங்கினர்.

அவந்திகா மட்டும் இருவரின் காதிலும் " இது வீணா சாச்சி இல்ல. வீணா போன சாச்சி" என்று முணுமுணுக்க ராகவ் திரும்பி அவளை பார்க்கவும் "நான் தமிழ் பேசுனா மட்டும் இவனுக்கு மூக்குல வேக்குது. இவன் வேற என்னை ரொம்ப டார்ச்சர் பண்ணுறான்டி" என்று சொல்லிவிட்டு பரிமாற ஆரம்பித்தாள்.

அனைவரும் சாப்பிட்டு எழுந்ததும் வீணாவை அழைத்தவள் " சோட்டிமா! நானும் இந்த வீட்டுக்கு வந்த நாள்ல இருந்து பாக்குறேன். உங்க பசங்க அதான் எங்க ஹஸ்பென்ட்ஸ் கிச்சன் பக்கம் போயே நான் பாத்தது இல்ல" என்று அவரை மாதிரியே பேசி காண்பிக்க அவர் அவளை முறைத்தார்.

" அவங்களே வீக் என்ட் தான் ஃப்ரீயா இருக்காங்க! அதுவும் இல்லாம பிஸினஸ் வொர்க்னு சுத்துரவங்களை இன்னைக்கும் வேலை வாங்க முடியுமா?" என்று சொல்லிவிட்டு கால் மீது கால் போட்டு அமர்ந்து அவளை தோரணையாக பார்த்தார்.

அவரின் இப்பேச்சில் அவந்திகா எரிச்சலானாள். "அவங்க வொர்க் பண்ணுறாங்கன்னா அப்போ நாங்கல்லாம் என்ன ஆபிஸ் போய்ட்டு ஜாலியா ஊஞ்சலா ஆடிட்டு வர்ரோம்?" என்று மனதிலேயே பொறுமியவள் வாய் விட்டே அதை கேட்டும் விட்டாள்.

" சோட்டிமா! ஃபார் யுவர் கைன்ட் இன்ஃபர்மேஷன் நாங்களும் வொர்க்கிங் விமன்ஸ் தான்.... இந்த வீக் என்ட் ரெஸ்ட் எங்களுக்கும் தேவை தான்..." என்று எரிச்சலை விழுங்கிய குரலில் அவள் சொல்ல

" அதுக்காக ஆம்பிளைங்க கையில கரண்டிய குடுக்க சொல்லிறியா மருமகளே" என்று கேலியாக கேட்டார் வீணா.

" குடுத்தா ஒன்னும் தப்பில்லனு சொல்லுறேன்"

அவள் இவ்வாறு கூறியதும் அங்கே குண்டுசி விழுந்தால் கூட கேட்குமளவு அமைதி...அனைவரும் அடுத்து என்ன சொல்ல போகிறாள்

என்பதை எதிர்ப்பார்த்து நின்றனர்.

அதை பொருட்டாக கருதாது " எந்த வேலையும் ஆம்பிள வேலை பொம்பள வேலைனு கெடையாது. அந்த காலத்துல லேடீஸ் படிக்க வொர்க் பண்ணனு எங்கயும் போகாம வீடே கதினு இருந்தாங்க. சோ புருசனுக்கு ஒரு மாதிரி மாமியார் மாமனாருக்கு ஒரு மாதிரினு மூனு வேலையும் சமைச்சு போடறத விட அவங்களுக்கு வேற வேலை இல்ல. ஆம்பிள்ளைங்க வெளி வேலை பாத்தா லேடிஸ் வீட்டு வேலைகளை கவனிச்சிகிட்டாங்க.

ஆனா நாங்க அவங்க மாதிரி இல்லையே. நாங்க இன்னைக்கு ஆம்பிள்ளைங்களுக்கு ஈக்குவலா படிக்கிறோம். வொர்க் பண்றோம். அப்பிடி வெளிவேலை எல்லாமே பண்ணிட்டு வீட்டிலயும் வந்து கிச்சனுக்குள்ள போனு சொன்னா என்ன அர்த்தம்? நீங்க உங்க பசங்களை எங்களுக்கு சமைச்சு போட சொல்ல வேண்டாம். அட்லீஸ்ட் கொஞ்சம் ஹெல்ப் பண்ண சொல்லி குடுக்கலாம்" என்று சொல்லிவிட்டு எழுந்து சென்றாள்.

அவள் கூறியதை கேட்ட தாதிக்கு அதுவும் சரி தானே என்று தோன்ற தன்னுடைய மருமகள்களையும் மகன்களையும் ஒரு பார்வை பார்த்துவிட்டு தன் அறைக்கு சென்றார்.

அவரின் பேரன்களோ இதை தாங்கள் இவ்வளவு நாட்கள் யோசிக்கவில்லையே என்று எண்ணியபடி அவரவர் அறைக்கு சென்றனர்

மறுநாள் திங்கட்கிழமை விஹானில் விளம்பரத்திற்கான படப்பிடிப்பு ஒரு தளத்தில் நடந்து கொண்டிருக்க இன்னொரு புறம் உஷாவும் ரித்திமாவும் தங்கள் வேலையில் பிஸியாக இருந்தனர்.

அவந்திகா, மேடி, வர்ஷா மட்டும் ஃப்ரீயாக ஒவ்வொரு டிப்பார்ட்மென்டாக சுற்றி வந்து கொண்டிருந்தனர். அவர்கள் லாராவின் பார்வையில் விழுந்ததும் மூவரையும் அழைத்தவள் மேடியையும் வர்ஷாவையும் படப்பிடிப்பு நடக்கும் இடத்தில் போய் உதவி செய்யுமாறு அனுப்ப அவந்திகா தானும் அவர்களுடன் வருவதாக கூறி அங்கே சென்றாள்.

அங்கே ஷூட்டிங் பரபரப்பாக நடக்க அவந்திகா வேடிக்கை பார்த்து கொண்டிருந்தாள்.

அந்த சீன்படி மேலிருந்து லிசாவின் தலையில் பூக்கள் கொட்ட வேண்டும். அதனுடன் சேர்ந்து விஹான் லோகோவுடன் பெரிய சிம் கார்ட் விழுவதாகவும் அதை அவள் கையில் தாங்க வேண்டும் என்றும்

கிரியேட் செய்திருந்தனர்.

சிம் கார்ட் விழும் காட்சியை கிராஃபிக்ஸில் இணைத்து கொள்ளலாம் என்றும் இப்போது பூக்கள் விழும் காட்சியை மட்டும் எடுக்கலாம் என்று டைரக்டர் சொல்லிவிட காலையிலிருந்து அந்த ஒரு காட்சியை எடுப்பதற்காக அனைவரையும் படுத்தி வைத்தாள் லிசா.

இதை வேடிக்கை பார்த்த அவந்திகாவுக்கு அவள் மீது எரிச்சல் தான் வந்தது. பூக்கள் மேலிருந்து விழ துவங்க லிசாவின் பெர்ஃபாமென்ஸ் போதாது என்று டைரக்டருக்கு தோன்றவே மீண்டும் அந்த காட்சி எடுக்க பட்டது. ஒரு வழியாக படப்பிடிப்பு முடிந்து அவளும் சேரில் அமர்ந்தாள்.

அங்கே அமர்ந்தவள் வேடிக்கை பார்த்து கொண்டிருந்த அவந்திகாவை சொடக்கிட்டு அழைத்தாள்.

" லுக்! போய் எனக்கு ஜூஸ் எடுத்துட்டு வா" என்று அவளை ஏவ அவந்திகா அதை பெரிது படுத்தாமல் அமைதியாக பேண்ட்ரியை நோக்கி சென்றாள். அவள் எப்போதுமே அப்படி தான். எந்த வேலையையும் அவள் தகுதி குறைவானதாக கருதியது இல்லை. இப்போது மேடியும் வர்ஷாவும் வேறு டைரக்டருக்கு ஏதோ உதவி செய்து கொண்டிருந்ததால் அவள் பெரிதுபடுத்தாமல் தானே ஜூஸ் போட்டு எடுத்து வந்தாள்.

ஆனால் அந்த லிசாவோ அவள் கையிலிருந்த ஜூசை பார்த்ததும் " வாட்? நான் உன் கிட்ட மேங்கோ ஜூஸா கேட்டேன்?" என்று அவளுக்கே உரித்தான கர்வமான குரலில் கேட்க

" மேம்! நீங்க வெறும் ஜூஸ்னு தான் சொன்னிங்க... ஃப்ரூட் நேம் சொல்லல" என்று பொறுமையுடனே பதிலளித்தாள் அவந்திகா.

" கம் ஆன்! எனக்கு என்ன பிடிக்கும்னு தெரியாமலா நீ இத்தனை வருஷம் இங்க வொர்க் பண்ணுற " என்று சொல்லிவிட்டு யோசித்தவள் " ஓ! நீ நியூ அப்பாயின்மென்ட், ரைட்" என்று கேட்டுவிட்டு அவளே பதில் சொல்லி கொண்டாள். பெருமூச்சு விட்ட அவந்திகா கடுப்பை மறைத்து கொண்டு பேண்ட்ரிக்குள் சென்றாள்.

அவள் பைனாப்பிள் ஜூஸ் கேட்க அமைதியாக பழத்தை வெட்டி ஜூஸ் போட்டு எடுத்து வந்தாள். அதை அமைதியாக குடித்தவள் திடீரென்று நினைவு வந்தவளாக அவந்திகாவிடம் "இதுல சுகர்ஃப்ரீ கேப்ஸூல்ஸ் எத்தனை போட்ட?" என்று கேட்க அவந்திகா திகைத்தாள்.

" மேம்! நான் இதுல நார்மல் சுகர் தான் போட்டிருக்கேன்" என்று சொல்லவும் ஜூஸை குடித்து கொண்டிருந்த ஜூஸ் புரையேறியது லிசா-வுக்கு.

" வாட் ? நார்மல் சுகர்? அதுல எவ்ளோ கலோரி இருக்கும்னு தெரியுமா உனக்கு? ஆர் யூ அன் இடியட்? இந்த மாதிரி முட்டாள் எல்-லாம் எப்பிடி ராகவ் அப்பாயிண்ட் பண்ணுனான்? " என்று அங்கேயே நின்று கத்தினாள். அவள் போட்ட சத்தத்தில் அந்த தளம் முழுவதும் அவர்களையே வேடிக்கை பார்த்தது.

" சாரி மேம்" என்று அமைதியாக கூறினாள் அவந்திகா. தான் அவசரப்பட்டு எதாவது சொன்னால் அது தேவையில்லாமல் இன்று நடந்த ஷூட்டிங்கை பாதித்துவிடக் கூடாது என்ற எண்ணம் அவளுக்கு!

" சாரி சொன்னா சரியா போயிடுமா? ஒரு ஜூஸ் ப்ரிப்பேர் பண்ணுர வேலையை கூட உருப்படியா பண்ன தெரியாத நீயெல்லாம் எதுக்கு சர்-வீஸ் டிப்பார்ட்மெண்ட்ல எர்ரெண்டா ஜாயின் பண்ண?" என்று குத்தி-காட்ட அதற்கு மேல் பொறுமை காக்க அவந்திகாவால் முடியவில்லை.

லிசா கீழே வைத்த ஜூஸை எடுத்தவள் அதை அவள் முகத்தி-லேயே ஊற்ற மொத்த யூனிட்டும் அதை வேடிக்கை பார்த்தது.

அதிர்ச்சியில் முகத்தில் வழிந்த ஜூஸை துடைத்தவள் " ஹவ் டேர் யூ ? ஆஃப்டர் ஆல் ஒரு எர்ரென்ட் ஸ்டாஃப் நீ ...உனக்கு இவ்ளோ திமிரா?" என்று அவள் கூப்பாடு போட அந்த சத்தத்தில் ஓடிவந்த லாரா லிசாவின் முகத்தில் வழிந்த ஜூஸையும் அவந்திகாவின் கையிலிருந்த டம்ளரையும் பார்த்தவள் என்ன நடந்திருக்கும் என்பதை யூகித்து விட்-டாள்.

இரண்டு நாட்களாக லிசா செய்யும் அலப்பறையில் மூளை சூடாகி இருந்தவளுக்கு அவந்திகாவின் செயல் மனதுக்கு இதம் தரக் கூடியதாக இருக்கவே சந்தோசத்தை முகத்தில் காட்டாது அமைதியாக விசாரித்து அவந்திகாவை கீழ்தளத்துக்கு போக சொல்லவே லிசாவுக்கு ஆத்திரம் மிகுதியானது.

" கால் ராகவ் ரைட் நவ்..அவனோட ஸ்டாஃப் எவ்ளோ மோசமா பிஹேவ் பண்ணிருக்கானு அவனுக்கு நான் காட்டியே ஆகனும்" என்று டைரக்டரிடம் கத்த அவர் அவனுக்கு போன் செய்தார்.

அவசர அவசரமாக மேலே வந்தவன் அவள் நின்ற கோலத்தை கண்டு அதிர்ந்து "லேரன்! என்ன நடந்திருக்கு? லிசா ஏன் இந்த

கோலத்துல நிக்கிறாங்க?" என்று கேட்க லாரா விளக்கினாள்.

ராகவ் லிசாவை சமாதானப்படுத்த முயற்சிக்க அவள் பிடிவாதமாக ஷூட்டிங்கை கேன்சல் செய்வேனென்று பிடிவாதமாக கூறினாள்.

ராகவ் அவளை சமாதானப்படுத்த முயன்றவன் முடியாமல் போகவே கடினமான குரலில் " ஓகே! கேன்சல் பண்ணிக்கோ! பட் உன்னோட லைஃப்ல நீ எந்த அட்வர்டைஸ்மென்ட்லயும் இனிமே நடிக்க முடியாது? புரியுதா?" என்று ஒரிஜினல் முகத்தை காட்டவும் அமைதியானாள்.

" டிரஸ் சேஞ்ச் பண்ணிட்டு அடுத்த ஷாட்டுக்கு ஒழுங்கா ரெடியாகுற. டூ டேய்ஸ் பண்ண மாதிரி ஓவரா எதுவும் பண்ணாம பெர்ஃபெக்டா ஷூட்டை முடிச்சு குடுக்கிற" என்று கட்டளையிட்டவன் அடுத்து நேரே அவந்திகாவை பார்த்து "அவந்திகா கம் டு மை கேபின்" என்று சொல்லிவிட்டு விறுவிறுவென்று செல்ல லாரா அவன் பின்னே அவந்திகா மீது எந்த தவறும் இல்லையென்று விளக்கி கொண்டே ஓடினாள்.

அவந்திகா பொறுமையாக ஒரு பார்வை பார்த்துவிட்டு லிஃப்டுக்குள் சென்றாள்.

ராகவின் கேபினை அடையும் போது லாராவின் குரல் கேட்டது.

" லிசன் ராகவ்! அந்த பொண்ணு மேல எந்த தப்பும் இல்ல. இந்த லிசா ஓவர் ரியாக்ட் பண்ணுறா" என்று அவள் சொல்லி கொண்டிருக்கும் போதே அவந்திகா "மே ஐ கம் இன் சார்?" என்று கதவை தட்டிவிட்டு அவன் அனுமதிக்கு காத்திருக்காமல் உள்ளே நுழைந்தாள்.

அவள் நுழைந்ததும் லாரா அவள் காதில் "கொஞ்சம் பொறுமையா பேசு" என்று எச்சரித்துவிட்டு வெளியேறினாள்.

ராகவின் குற்றம்சாட்டும் பார்வையை கண்டு அலட்டி கொள்ளாமல் நின்றாள் அவந்திகா.

" நீ என்ன காரியம் பண்ணிருக்கனு உனக்கு புரியுதா? உன்னை யாரு அங்க போக சொன்னது? உன்னோட வொர்க்க மட்டும் பாத்துட்டு உனக்கு அலாட் பண்ண கேபின்ல இருந்தா நீ கொறஞ்சா போயிடுவ?"

" சாரி" என்றாள் அவள் வேண்டா வெறுப்பாக.

" வாட் சாரி? லிசாவோட ஃபேஸ்ல ஜூஸை ஊத்த வேண்டிய அவசியம் என்ன?"

" பிகாஸ் அந்த லிசாவுக்கு அவ பேசுன வார்த்தை எவ்ளோ மோசம்னு புரியவைக்கனும்னு தான்..."

" இனாஃப்...அவ என்ன தான் பேசுனாலும் நீ இப்பிடி ரூடா பிஹேவ் பண்ணது தப்பு அவந்திகா"

" ஷீ இஸ் இன்சல்டிங் எர்ரெண்ட் ஸ்டாஃப்ஸ்... உனக்கு புரியுதா? என்னை பொறுத்தவரைக்கும் இந்த உலகத்துல திருடுறது மட்டும் தான் கேவலமான வேலை... அவ என்னை இன்சல்ட் பண்ணுறப்போ கேட்-டுட்டு சும்மா போக நான் ஒன்னும் காந்தி இல்ல " என்றாள் அவள் அவனுக்கு சற்றும் குறையாத எரிச்சலான குரலில்.

" அதனால அவ ஃபேஸ்ல ஜூஸை கொட்டுன..... " என்று அவன் பல்லை கடித்து கொண்டு கேட்கவும் ஆமாமென்று தலையாட்டினாள் அவந்திகா.

"இடியட்... அவ சொன்னதுல என்ன தப்பு இருக்கு? அவளுக்கு என்ன வேணும்னு பாத்து செய்ய தான் சர்வீஸ் டிப்பார்ட்மெண்ட்னு ஒன்னு இருக்கு. அவங்க ஒழுங்கா வேலை செய்யலனா அவ பேச தான் செய்வா" என்று ராகவ் சொல்லவும் அவந்திகாவுக்கு அவனை பார்க்கவே பிடிக்கவில்லை.

" நீ இப்பிடி தான் பேசுவனு எனக்கு எப்போவோ தெரியும். கரெக்ட் அவளுக்கு வேணுங்கிறத செய்ய தான் அந்த டிப்பார்ட்மென்ட் இருக்-குனு நானும் ஒத்துக்கிறேன். பட் அதுக்கு அவ கிளியரா அவளுக்கு என்ன வேணுங்கிறத சொல்லிருக்கணும். அவ மனசுல நெனைக்கிறத புரிஞ்சிக்க இங்க யாருக்கும் மைன்ட் ரீடிங் தெரியாது'' என்று கடுப்புடன் உரைத்தவள் சற்று இடைவெளி விட்டாள்.

பின்னர் இறுகிய குரலில் ராகவை பார்த்து "உன் கிட்ட இதல்லாம் நான் எதுக்கு சொல்லிட்டுருக்கேன்? சொன்னா மட்டும் உனக்கு புரியவா போகுது? உனக்கு உன்னோட ஸ்டாஃப்ஸை அவ கேவலமா பேசுனது தப்பா தெரியாது...அவங்களோட கேடரை சொல்லி இன்சல்ட் பண்ணதும் தப்பா தெரியாது. பட் அவ பேசுனதுக்கு நான் ரியாக்ட் பண்ணது தான் ரொம்ப பெரிய தப்பா தெரியும்.... நான் ஃபர்ஸ்ட் டைம் பாத்தப்போ எப்பிடி இருந்தியோ அதே ஸ்டேட்டஸ் பாக்குற மனுஷங்கள கிளாஸ் வச்சு இன்சல்ட் பண்ணுர ஹைகிளாஸ் இடியட்டா தான் நீ இப்போவும் இருக்க. யூ ஆர் இம்பாஸிபிள் மிஸ்டர் ராகவ் கபூர் " என்று சொன்ன-வளை பார்த்து ஆத்திரத்துடன் பேச வந்தவனை கண்ணாலேயே தடுத்-தாள் அவந்திகா.

" இந்த மாதிரி சரவுண்டிங்க்ல என்னால வொர்க் பண்ண முடியாது. உன்னோட கான்ட்ராக்ட்ல என்னோட ஷேர் எப்போவோ முடிஞ்சுடுச்சு. இனி எதுவா இருந்தாலும் நீ உஷா கிட்ட , ரித்திமா கிட்ட கேட்டுக்கோ. குட் பை" என்று சொல்லி கோபமாக வெளியேறினாள் அவந்திகா.

அவளை தடுக்க தோன்றாமல் நின்றவன் அவள் சென்றதும் ஆத்தி-ரத்துடன் தன் கையை மேஜையில் குத்திக் கொண்டான் ராகவ்....

அவள் சென்று சிறிது நேரம் கழித்து உள்ளே வந்தாள் லாரா சூட்டிங் முடித்த டைரக்டருடன்.

அமைதியாக அமர்ந்திருந்தவனிடம் லாரா நடந்த விஷயங்களை டைரக்டர் உதவியுடன் விளக்க அவனுக்கு அவந்திகாவின் கோபத்திற்-கான நியாயம் புரிந்தது. லிசா பேசிய வார்த்தைகளை யார் அவளிடம் பேசியிருந்தாலும் அவந்திகா அப்படி தான் நடந்து கொள்வாள் என்-பதை அனுபவத்தில் இருமுறை கண்டவன் ராகவ். ஒரு சர்வென்ட்டை திட்டினான் என்று ராகவையே திட்டியவள் தான் அவள். அவளுக்கு இந்த லிசா எல்லாம் ஒரு பொருட்டே கிடையாது என்று நினைத்தவன் அவளை சமாதானப்படுத்தும் வழியறியாது திகைத்தான்.

3

அத்தியாயம்

வீட்டுக்கு வந்த அவந்திகா இன்னும் கோபமாக தான் இருந்தாள். அவளுடைய செய்கை வேண்டுமானால் தவறாக இருக்கலாம். ஆனால் பேசியதில் எந்த தவறும் இல்லை என்று நினைத்தவளிடம் ராகவ் ஒரே-யடியாக அவள் மேல் தான் தவறு என்று கூறியதை ஜீரணிக்க முடிய-வில்லை.

அமைதியாக ஹால் சோஃபாவில் அமர்ந்திருந்தவளை பார்த்த சுமித்ரா அவள் வழக்கமாக அப்படி உட்கார்ந்திருக்க மாட்டாளே என்று எண்ணி கொண்டு அவள் அருகில் அமர்ந்தார்.

" அவந்திகா! என்னாச்சுடா? ஏன் ஒரு மாதிரியா இருக்க? எதும் பிரச்சனையா?"

அவரிடம் பேசினால் தனக்கு மனநிம்மதி கிடைக்கும் என்று நினைத்-தவள் அவரது முகத்தை பார்த்து முறுவலித்தாள்.

" தாதி எனக்கு ஒரு கன்ஃப்யூசன்...கிளியர் பண்ணுவிங்களா?"

" ம்ம்..கேளு"

" உங்க முன்னாடி ஒருத்தன் தன்னோட சகமனுஷனை அவனோட தகுதியை காமிச்சு தரக்குறைவா பேசுனா நீங்க என்ன பண்ணுவிங்க? அப்போ உங்களுக்கு அவங்க மேல கோவம் வருமா வராதா? "

சுமித்ரா தன் பதிலுக்காக காத்திருக்கும் பேரன் மனைவியை பார்த்-தபடியே "ஒண்ணும் பண்ண மாட்டேன். நேரா அப்பிடி பேசுனவன் கன்-னத்துல ரெண்டு அறை குடுத்து இப்பிடி தான் உங்க வீட்டுல உன்னை வளத்தாங்களானு கேட்டு இன்னும் ரெண்டு அறை குடுப்பேன் " என்று

சொல்ல

அவரை கட்டி அணைத்துக் கொண்டவள் " தாதி நீங்க ரொம்ப ஸ்ட்ரெயிட் ஃபார்வேர்ட். அப்போ நானும் உங்கள மாதிரி நடந்துகிட்டா தப்பு இல்ல தானே" என்று கேட்டு அவரின் கன்னத்திலேயே முத்தமிட்டாள்.

" தப்பை புரியவைக்கிறதுக்கு வயசு வித்தியாசமே கெடயாதுடா" என்று அவரும் அவளை அணைத்து கொண்டார். இருவரும் கொஞ்சிக் கொண்டிருக்கும் போது வந்து சேர்ந்தான் வருண்.

அவனை பார்த்து மலர்ந்த அவந்திகாவின் முகம் அவன் பின்னே வந்தவனை கண்டதும் கூம்பி போனது. முகத்தில் ஒரு அலட்சியத்துடன் அவனை பார்த்தவள் பின்னர் மருந்துக்கு கூட அவனை கண்டுகொள்ளவில்லை. அவனுக்குமே வந்த உடனே சண்டை காட்சிக்கு தயாராகும் அளவுக்கு சக்தி இல்லை.

அமைதியாக சோஃபாவில் அமர்ந்தவன் அவன் அருகே அமர்ந்த ராதிகாவின் மடியில் தலை வைத்து படுத்து கொண்டான். அவர் அவனது தலையை தடவி கொடுத்தவாறு பேசவும் அவந்திகா தாதியின் காதில் " இப்போ எதுக்கு இந்த குட்டி பாப்பா அவங்க அம்மாவ கொஞ்சிட்டு இருக்கு தாதி?" என்று கேலி பேசினாள்.

" அவனுக்கு எப்போல்லாம் மனசுக்கு கஷ்டமா இருக்குனு நெனைக்கிறானோ அப்போல்லாம் ராதிகா மடில படுத்துப்பான்"

" ஓ! உங்க பேரனுக்கு மனசுல்லாம் வேற இருக்கா?" என்று சொல்லி வாயை சுழிக்கவும் தாதி சிரித்து கொண்டார்.

" என்ன பிரச்சனை உங்களுக்குள்ள?" என்று கேட்கவும் அவந்திகா தூக்கிவாரி போட்டுக் கொண்டு அமர்ந்தாள்.

" எப்பிடி கண்டுபிடிச்சிங்க?" என்று கண்ணை உருட்டி அவள் கேட்ட விதத்தில் இன்னும் சிரித்தவர் " நீ இங்க ஒரு மூலைல கன்னத்துல கை வச்சிட்டு உக்கார்ரதும் அவன் அம்மா மடில படுத்து கொஞ்சுறதும் பாத்தாலே தெரியுது" என்று சொல்லவும் அவரின் மூளையை நினைத்து அவளால் வியக்காமல் இருக்க முடியவில்லை.

" வாவ்! சுமி பேபி யூ ஆர் அ லெஜன்ட். பை தி வே இதுல தப்பு எதுவும் என் பேருல இல்ல " என்று முகத்தை திருப்பி கொண்டாள். திரும்பி அவனையே முறைக்கவும் அவள் கேட்ட கேள்விக்கும் இப்போது கூறியதற்கும் சம்மந்தம் இருப்பதாக நினைத்தார்.

" ராகவ் எதோ பண்ணிருக்கான்னு மட்டும் புரியுது. இதுல நான் உங்க ரெண்டு பேரையும் குறை சொல்ல போறது இல்ல. நீங்க சந்திச்ச விதமோ உங்க கல்யாணம் நடந்த விதமோ கொஞ்சம் கூட நார்மல் இல்ல. ஆனா உனக்கு ஒன்னு மட்டும் சொல்லுவேன். ராகவ் என்னைக்கும் அவனுக்கு சொந்தமானவங்க மனசை கஷ்டப்படுத்த மாட்டான். அப்பிடியே தெரியாம கஷ்டப்படுத்திட்டாலும் அவங்களை சமாதானப்படுத்துற வரைக்கும் ஓய மாட்டான்" என்று பேரனை பற்றி கூறி பெருமை பட்டு கொண்டார்.

" ஏதோ நீங்க சொல்றீங்க. பட் நான் பாத்த வரைக்கும் சில விஷயங்கள்ல அவன் இன்னும் பிடிவாதமா தான் இருக்கான். வெறும் பத்து நாள்ல ஒருத்தன் சேன்ஜ் ஆகுறதுங்கிறது மூவில மட்டும் தான் நடக்கும். பாப்போம் உங்க பேரன் எப்போ இந்த உண்மைய புரிஞ்சிப்பான்னு" என்று சொல்லிவிட்டு தாதியிடம் வேறு கதைகளை (வேற என்ன ! அந்த ஜூஸ் கொட்டுன கதை தான்) சொல்லி சிரித்து கொண்டிருந்தாள்.

அவளை விட்டு கொஞ்ச தள்ளியிருந்த சோஃபாவில் ராதிகாவின் மடியில் படுத்திருந்த ராகவ் அவளின் சிரிப்பு சத்தம் கேட்டதும் எழுந்து தனக்கு தலைவலிப்பதாக கூறி விட்டு தன் அறைக்கு சென்றான்.

சிறிது நேரத்தில் ராதிகா கையில் டீ கப்புடன் வந்தவர் அவந்திகாவிடம் " இந்த டீயை ராகவ்க்கு குடுத்துட்டு வாடா! தலைவலிக்குதுனு சொல்லிட்டு போனான்" என்று சொல்லவும் அவள் தலையசைப்புடன் வாங்கி கொண்டு படியேறினாள்.

உள்ளே சென்றவள் ராகவின் முன் கப்பை நீட்டினாள். அவன் ஏதும் சொல்லாமல் கப்பையும் வாங்காமல் இருக்க " உன்னோட மம்மி குடுக்க சொன்னாங்க" என்று சொல்லவும் அவன் பெரிதாக எதுவும் ரியாக்ட் செய்யாமல் அவனது சட்டையின் கை மடிப்பைக் கலைத்து கொண்டிருக்கவும் கடுப்பானவள் கப்பை அவன் அருகில் இருந்த டீபாயின் மீது வைத்துவிட்டு திரும்பவும் ராகவ் அந்த நாற்காலியிலிருந்து எழுந்தான்.

" அவந்திகா நான் உன் கிட்ட கொஞ்சம் பேசனும்"

" பேசு" என்று சொல்லிவிட்டு அவனுக்கு எதிர் நாற்காலியில் அமர்ந்தாள்.

" ஆக்சுவலி நீ போனதுக்கு அப்புறமா தான் லேரன் வந்து பிராப்ளம் என்னனு எனக்கு எக்ஸ்ப்ளைன் பண்ணா" என்றவனை அலட்சியமாக

பார்த்தவள் "ஓ....ம்ம்ம்...கண்டினியு" என்று கை காட்ட அவன் மேலே பேச தொடங்கினான்.

" தப்பு லிசா மேல தான்னு அப்போ தான் எனக்கு புரிஞ்சுது"

" அஹான்... இன்னும் உங்களுக்கு வேற என்னல்லாம் புரிஞ்சுது?"

" ஐ அக்ரீ அவ எர்ரென்ட் ஸ்டாஃப்ஸ இன்சல்ட் பண்ணிருக்க கூடாது" என்று சொல்லவும் அவந்திகாவுக்கு போன கோபம் திரும்பி வந்தது.

" வாவ்! இதுவே இப்போ தான் உங்களுக்கு ஒரைக்குதா ஆபிஸர்? இத தான நானும் கரடியா கத்துனேன். ஆனா நீங்க தான் அது எதை-யும் கேக்கிற நெலமைல இல்லயே" என்றாள் அவள் ஆதங்கத்துடன்.

அவன் சிகையை கோதிக் கொண்டவன் " அவந்திகா என்னை எப்-பிடி தான் ரியாக்ட் பண்ண சொல்லுற? " என்று புரியாமல் கேட்டான்.

" நீ எதுவும் பண்ன வேண்டாம் ராகவ். நான் சொல்ல வர்ரது ஒன்னு தான். வொர்க் பண்ணுற எடத்துல எல்லாரும் ஈக்வல் தான். தப்பு பண்ணா அத திருத்திக்க சான்ஸ் குடுக்கனுமே தவிர அவங்க லெவல சொல்லி காட்டி அவங்கள இன்சல்ட் பண்ண கூடாது..தட்ஸ் ஆல்" என்று சொல்லிவிட்டு கையை கட்டி அமர்ந்து கொண்டாள்.

"ஓகே இனிமே இப்பிடி நடக்காது. ஐ ப்ராமிஸ்" என்று சொல்லவும் சமாதானமானவள் " சரி டீய குடிச்சிட்டு கப்ப குடு. அங்க மதர் இந்-தியா வெயிட் பண்ணிடு இருப்பாங்க" என்று கூறினாள்.

" அப்போ டுமாரோ ஆபிஸ் வர்ரதுல உனக்கு எந்த பிரச்சனையும் இல்லை தானே" என்று சொல்லிவிட்டு டீயை குடிக்க தொடங்கினான் ராகவ்.

" நான் உன் கிட்ட அப்பிடி சொல்லலையே! நான் இனிமே அந்த ஆபிஸ் பக்கம் வர போறதே இல்ல " என்று தீர்மானமாக கூறினாள்.

பின்னர் " திரும்பவும் ஒரு இன்ஸிடென்ட் இதே மாதிரி நடந்தா நான் இப்பிடி தான் பிஹேவ் பண்ணுவேன் ராகவ். அப்புறம் உனக்கு தேவை இல்லாம கோவம் வரும்..எதுக்கு இதுல்லாம்? நீ உன்னோட ஆபிஸ்ல உன்னோட வொர்க்கை பாரு. நான் என்னோட ஆபிஸ்லயே இருந்துக்கிறேன். அது தான் நம்ம ரெண்டு பேருக்கும் நல்லது" என்று ஒரு லெக்சரே அடிக்க ராகவ் தான் அவளை சமாளிக்க முடியாமல் திணறிவிட்டான்.

" நான் தான் இனிமே இப்பிடி ஒரு இன்ஸிடென்ட் நடக்காதுனு சொல்றேன்ல, உனக்கு என் மேல நம்பிக்கை இல்லையா?" என்று கேட்க

அவந்திகா " கொஞ்சம் கூட இல்ல" என்று சாதாரணமாக சொல்லிவிட்டு அவன் கையிலிருந்த காலி கப்பை வாங்கி கொண்டு கீழே சென்றாள்.

கண்ணாடியை பார்த்தவன் " இதுல்லாம் உனக்கு தேவையா ராகவ்? இந்த ஜான்சி ராணிய உன்னால சமாளிக்க முடியாதுனு தெரிஞ்சும் நீ கொஞ்சம் ஓவரா தான் பேசிட்ட. என்ன பண்ணுறது?" என்று புலம்பியவன் அவள் பின்னேயே கீழே சென்றான்.

அங்கே அவள் பிந்துவிடம் லேப்டாப்பை காட்டி ஏதோ விளக்கி கொண்டிருக்க அவளின் எதிர்புறம் அமர்ந்தவன் யோசனையுடன் அவளையே பார்த்து கொண்டிருக்க அவன் அருகில் அமர்ந்தான் வருண்.

" அப்புறம் ராகவ் மன்னிப்புலாம் கேட்டு முடிச்சாச்சா?"

" பய்யா! ப்ளீஸ் கிவ் மீ அன் ஐடியா! நான் எவ்ளோவோ ட்ரை பண்ணியும் அவ ஆபிஸ்கு வர மட்டும் ஒத்துக்கவே இல்ல"

" அவ அவ்ளோ ஈஸியா ஒத்துக்க மாட்டா. எனக்கு அவந்திகாவ 4 இயர்ஸா தெரியும். ஷீ இஸ் சோ அடமெண்ட். பட் அவ பிடிவாதம் பிடிச்சா கரெக்டா தான் இருக்கும் " என்று வருண் அவந்திகாவை பற்றி சொல்ல

ராகவ் " வெயிட் அ மினிட்..இந்த ஜான்சி ராணிய உங்களுக்கு 4 இயர்ஸா தெரியுமா? ஏன் என் கிட்ட சொல்லவேயில்ல?" என்று அங்கலாய்த்தான்.

" கம் ஆன் ராகவ்! ஷீ இஸ் மை ஜூனியர் இன் காலேஜ். இதே பிடிவாதம், சுறுசுறுப்புலாம் அப்பவே உண்டு அவ கிட்ட. பட் என்ன கோவம் கொஞ்சம் அதிகமா வரும்.. மனசுல எதையும் வச்சிக்க மாட்டா" என்று வருண் அவளை பற்றி விவரித்தான்.

" அதான் உங்கள வருண்னு நேம் சொல்லி கூப்டுறாளா? அத விடுங்க.. என்னோட பிராப்ளம்க்கு ஒரு சொல்யூஷன் சொல்லுங்க" என்றான் ராகவ் காரியத்தில் கண்ணாக.

வருண் சில கணங்கள் அமைதியாக யோசித்தவன் " உனக்கு தெரிஞ்சு அவளுக்கு எதாச்சும் வீக்னெஸ் இருந்தா அத வச்சு ஓகே

சொல்ல வை" என்று சொல்ல

ராகவ் ஆர்வத்துடன் " வீக்னெஸ்? அவளுக்கு ரெண்டு விஷயத்துல அவ வீக் ஆயிடுவா. அதுல ஒன்னை ட்ரை பண்ணா போதும். தேங்க்யூ பய்யா...ஐ லவ் யூ" என்று சொல்லி அவனை கட்டி அணைத்தவன் வேகமாக படியேறினான்.

போகும் முன் அவந்திகாவின் புறம் திரும்பி சிரித்தவன் " நீ டுமாரோ எப்பிடி ஆபிஸ் வராம இருக்கன்னு நானும் பாக்கிறேன் ஜான்சி ராணி" என்று எண்ணி கொண்டே அவர்களின் அறைக்கு சென்றான்.

அவந்திகாவோ இது எதையும் அறியாமல் அவளது தம்பி அஜ்ஜூ நான் வெஜ் சாப்பிட ஆரம்பித்த விஷயத்தை உஷாவிடமும் நேஹாவி-டமும் சொல்லி கொண்டிருந்தாள்..

காலையில் டிரஸ்ஸிங் டேபிள் கண்ணாடியில் தன்னை பார்த்து கொண்ட அவந்திகா ராகவ் டையை கழுத்தில் மாட்டி கொண்டே தன்னை பார்த்து சிரிப்பதை பார்த்ததும் இவன் எதோ பிளான் பண்ணு-றான் என்று மனதில் கூறி கொண்டாள்.

" இப்போ நீ எதுக்கு மேன் இப்பிடி இடியட் மாதிரி சிரிக்கிற?" என்று கடுப்பாக கேட்டவளை பார்த்து " ஆபிஸ் வர மாட்டேனு யாரோ சொன்னாங்க...பட் எனக்கு முன்னாடி அவங்க ரெடியாயிட்டு இருக்-காங்க" என்று கேலி செய்தான் ராகவ்.

அவன் புறம் திரும்பி உதட்டை சுழித்தவள் " நான் ஆபிஸ் தான் போறேன்..பட் என்னோட ஆபிஸ்கு " என்று சொல்லிவிட்டு கூந்தலை சரி செய்து கொண்டாள்.

அவனை ஒரு பார்வை பார்த்துவிட்டு கீழே செல்ல இருந்தவளை அழைத்தவன் அவனுடன் அழைத்து சென்றான்.

கீழே சத்தமாக இருக்கவும் யாரோ வீட்டுக்கு கெஸ்ட் வந்திருக்காங்க போல என்று நினைத்து இறங்கிய அவந்திகா அங்கே ரகுவரன், கௌசல்யாவை பார்த்ததும் "சித்தி" என்ற சந்தோசக்கூவலுடன் ஓடி சென்று அணைத்து கொண்டாள்.

" சித்தப்பா" என்று ரகுவரனிடம் ஹைஃபை கொடுத்தவளை பார்த்-தவர் "குட்டிமா ஆபிஸ்க்கு ரெடியாயிட்ட போல" என்று கேட்டவருக்கு அவள் பதிலளிக்கும் முன்னர் முந்தி கொண்டான் ராகவ்.

" யெஸ் அங்கிள்! நாங்க ஆபிஸ்க்கு தான் போறோம்" என்று சொல்லி அவந்திகாவை ஒரு பார்வை பார்த்த படியே " கௌசிமா !

எங்க ஆபிஸ் கூட இவங்க ஒரு கான்ட்ராக்ட்ல சைன் பண்ணிருக்காங்க...சோ இவங்க மூனு பேரும் இப்போ எங்க ஆபிஸ்ல தான் இருக்காங்க" என்று அவர் கேட்காத விவரத்தையும் சேர்த்து கூற அவந்திகா அமைதியாக அனைத்தையும் வேடிக்கை மட்டும் பார்த்தாள்.

" என்னோட ஸ்டாஃப்ஸ் எல்லாரும் உங்க பொண்ணை எப்பிடி பாராட்டுறாங்க தெரியுமா? நீங்க எங்க ஆபிஸ்க்கு வந்து பாருங்க! அப்போ தான் உங்களுக்கு அந்த ஃபீல் புரியும்" என்று சொல்ல அவர்களும் கட்டாயம் வருவதாக கூற அவந்திகா மனதில் ஒரு குட்டி பூகம்பம் வந்து போனது.

இனி தான் விஹானுக்கு போகாமல் இருக்க இயலாது என்பதை புரிந்து கொண்டவள் ராகவ்வை பார்த்து முறைத்தவாறே " ராகவ்! கொஞ்சம் வாங்க. நான் உங்க கிட்ட கொஞ்சம் பேசனும்" என்று சிரித்து கொண்டே அவனது கையை பிடித்து இழுத்து கொண்டே தங்கள் அறைக்கு கூட்டி வந்தாள்.

உள்ளே வந்ததும் ராகவின் முகத்துக்கு நேராக விரலை நீட்டி " நீ சித்திய வச்சு என்னை உன்னோட ஆபிஸ்கு வர வைக்க பாக்கிறல்ல" என்று முகத்தை சுருக்கி கூறவும் அவளது விரலை பிடித்தான் ராகவ்.

" என் முன்னாடி விரல நீட்டி பேசாதனு எத்தனை தடவை சொல்லுறது ஜான்சி ராணி?"

" ஆவ்!! கைய விடுடா.. வலிக்குது" என்று அவனிடமிருந்து விரலை பிடுங்கியவள் அவனை பார்த்து முறைத்தாள்.

" நீ என்ன வேணா பண்ணிக்கோ. ஆனா நான் வர மாட்டேன்" என்று பிடிவாதம் பிடித்தவளை குறும்புடன் பார்த்து கொண்டே " இஸிண்ட்? அத நீ கௌசிமா கிட்டவே சொல்லிடுறியா?" என்று கேட்டபடி " கௌசிமா " என்று சத்தமாக அவரை அழைத்தான்.

அவன் இன்னொரு முறை அழைப்பதற்குள் தன் கையால் அவன் வாயை மூடியவள் " கத்தாத ! ப்ளீஸ். இப்போ என்ன நான் ஆபீஸ்கு வரணும் அவ்ளோ தான. வர்ரேன்" என்று சொல்லி தன் கையை எடுத்து கொண்டாள்.

அவள் கையை எடுத்ததும் சட்டையில் இல்லாத சுருக்கை எடுத்து விட்டு கொண்டவன் கண்ணாடியில் தன் டையை பார்த்துவிட்டு " அவந்திகா ! கொஞ்சம் இந்த டையை சரி பண்ணிவிடுறியா?" என்று கேட்கவும் அவள் கொதிநிலைக்கே சென்றாள்.

" நான் உனக்கு டையை சரி பண்ணனுமா? முடியாதுடா "

" இஸிண்ட்? ஓகே! அப்போ நான் கௌசிமா கிட்டயே பேசிக்கி-றேன்" என்று புருவம் உயர்த்தவும் வேகமாக அருகில் வந்தவள் நன்றாக கட்டியிருந்த டையில் என்ன சரி பண்ண என்று யோசிக்கவும் ராகவ் அதை கழட்டிவிட்டு " இப்போ கட்டிவிடு" என்று குறும்புடன் கூறினான்.

அவந்திகா " நீ நல்லா தானே கட்டிருந்த. தென் எதுக்கு அதை கழட்டிட்டு கட்ட சொல்லுற?" என்று புரியாமல் கேட்டாள்.

" நான் நல்லா தான் கட்டிருந்தேன் ஜான்சி ராணி...பட் என்ன தான் இருந்தாலும் என்னோட வைஃப் அன்போட கட்டிவிட்ட மாதிரி இருக்-குமா?" என்று கண் சிமிட்டினான்.

அதை கண்டு பல்லை கடித்தவள் " வாட் த ஹெல்? " என்று ஆரம்பிக்கவும் அவன் " கௌசிமா" என்று ஆரம்பித்தான்.

" ஐயோ சித்திக்கு ஆயிரம் வேலை இருக்கும் ராகவ். அவங்களை எதுக்கு அடிக்கடி கூப்டு டிஸ்டர்ப் பண்ணுற. இப்போ என்ன இந்த டையை கட்டனுமா? சொன்னா கட்டிவிடப் போறேன்" என்று சமாளித்த படியே கட்டி விட்டாள்.

அவளின் முகபாவங்களை பார்த்தவனுக்கு இப்படியே நின்று கொண்-டிருந்தால் கூட போதுமென்று தோன்றியது. அவளது முகத்தில் விழுந்த முடிக்கற்றையை ஒதுக்கி விட்டபடியே ஆழ்ந்த குரலில் " சாரி அவந்-திகா" என்று கூற டையை கட்டி கொண்டிருந்தவள் நிமிர்ந்து கண்ணை விரித்து அவனது முகத்தை பார்த்தாள்.

" நீ என் கிட்ட சாரி கேட்டியா?"

" இங்க நம்ம ரெண்டு பேர தவிர வேற யாராச்சும் உன் கண்ணுக்கு தெரியுறாங்களா?" என்று அவளிடம் கேட்க அவள் இல்லையென்று தலையாட்டினாள்.

" அப்போ என்ன ஜான்சி ராணி? நான் உன் கிட்ட தான் சாரி கேட்டுட்டு இருக்கேன்" என்று ராகவ் மெய்யான வருத்தத்துடன் சொல்-லவும் அவந்திகா முகத்தில் ஒளி பரவியது...

பின்னர் " சீரியஸ்லி?" என்று சந்தேகமாக அவள் கேட்கவும் அவன் அதற்கு அவனது சிரிப்பையே பதிலாக அளித்தான்.

அந்நேரத்தில் " பய்யா!" என்ற அமரின் குரல் அவன் அறைக்குள் வந்து கொண்டிருப்பதை தெரிவிக்க இருவரும் விலகி நின்றனர்.

அமர் அவந்திகாவிடம் வந்தவன் அவர்களின் ரிசப்ஷன் போட்டோவை கொடுத்துவிட்டு சென்றான்.

அதில் இருவரும் ஜோடியாக இருந்த பெரிய போட்டோவை அந்த அறையின் மையத்தில் சுவற்றில் மாட்டினான் ராகவ்.

அந்த போட்டோவில் தன்னையும் அவந்திகாவையும் பார்த்தவனின் உதடுகள் தானாகவே கூறியது.. " வாட் அ லவ்லி மொமண்ட்"

" என்ன கண்ணுடா" என்று சொல்லி தன் சிகையை கோதிக் கொண்டவன் தன்னையே குறுகுறுவென்று பார்த்த அவந்திகாவை என்னவென்று கண்ணாலே கேட்டான்.

" இப்போ நீ ஏதோ சொன்னியே?"

" நான் என்னை பாத்துட்டு இருந்தேன்மா. எவ்ளோ ஹாண்ட்ஸம்ல.." என்று சிலாகிக்க அவந்திகா உதட்டை சுழித்தாள்.

" நானும் இந்த போட்டோல இருக்கேன்..இன் ஃபாக்ட் உன்னை விட இதுல நான் தான் அழகா இருக்கேன்" என்று சொல்லவும் பக்கென்று அடக்க முடியாமல் சிரித்தான் ராகவ்..

"இப்போ எதுக்கு சிரிச்ச ? ஒழுங்கா சொல்லிடு"

" ஒன்னும் இல்லையே" என்று அவளிடமிருந்து தப்பித்து வேகமாக செல்லவும் அவந்திகா அவன் பின்னாலே " ஹேய்! நில்லு மேன். என்னோட கேள்விக்கு பதில் சொல்லிட்டு போ" என்று அவனை தொடர்ந்து ஓடினாள்..

அவர்களின் மனதை மற்றவர்களுக்கு தெரிவிக்க அந்த போட்டோ ஒன்றே போதும். எந்த கோபமோ வருத்தமோ இன்றி இருவரும் மனதார ஒருவரை ஒருவர் ஏற்றுக் கொண்ட அழகான தருணம் அது.

நாட்கள் வேகமாக ஓட ஈவன்ட்டிற்கான முக்கால் வாசி வேலைகள் முடிந்த நிலையில் அவந்திகாவும் ரித்திமாவும் மட்டும் தினமும் ராகவின் அலுவலகத்துக்கு சென்றனர்.

அங்கே இருந்த ஊழியர்கள் அவர்களுக்கு நன்கு பழக்கமானதால் லாராவை அவர்கள் எதற்கும் தொந்தரவு செய்யவில்லை. அவந்திகாவை பொறுத்தவரை வர்ஷாவும் மேடியும் அவளுடன் சேர்ந்து நன்றாகவே ஒத்துழைத்தனர்.

மேடி தான் அவள் செய்த சில காரியங்களை பார்த்து கொஞ்சம் பதற்றமாகி விடுவான். அவனுக்கு ராகவ் என்றால் எப்போதுமே தயக்கத்துடன் கூடிய ஒரு பயம் இருந்தது. அவந்திகாவும் வர்ஷாவும் அதை

சொல்லி காட்டியே அவனை ஒரு வழியாக்கியதால் அவன் அவ்வபோது ராகவின் முன்னிலையில் பதட்டமாகி விடுவான்.

ராகவ் அவர்களின் பணியில் தலையிடவில்லை. அவனுக்கு தேவை அவர்களின் கடின உழைப்பும் கிரியேட்டிவ் மைன்ட்டும் தான். அவர்களின் வேலை திருப்திகரமாக இருக்கவே இப்போதெல்லாம் வார இறுதி மீட்டிங்கிற்கு கூட அவர்களிடம் ரிப்போர்ட் கேட்பதில்லை அவன்...

லிசாவும் இப்போது யாரிடமும் பிரச்சனை செய்யாமல் வேலையை முடித்து கொடுத்துவிட்டு சென்று விட்டதால் அவந்திகாவுக்கு ராகவிடம் விவாதம் பண்ணுவதற்கான அவசியம் வரவில்லை.

ஆனால் அவன் எரிச்சலாக்கும் படி அவள் ஒரு காரியத்தை தவறாமல் செய்தாள்.. அதனால் நாளொரு சண்டையும் பொழுதொரு சமாதானமுமாக அவர்களின் வாழ்க்கையும் ஜெகஜோதியாக போய் கொண்டிருந்தது....

வேலையில் மூழ்கி விட்டால் அவந்திகா, மேடி, வர்ஷா மூவரும் சுற்றுபுறத்தையே மறந்து விடுவார்கள். இதனாலே அவர்கள் பெரும்பாலான நாட்கள் மதிய உணவை மறந்தனர். அவர்களுக்கு அது நியாபகம் வரும் போது மாலை தேநீர் நேரம் ஆகிவிடும். அப்புறம் என்ன ? டீயை குடித்துவிட்டு மீண்டும் வேலையை தொடர்வார்கள்.

இப்படியே அவர்களின் செய்கையை நீண்டநாட்கள் கவனித்த லாரா ஒரு நாள் கடுப்பில் ராகவிடம் கூறி விட்டாள். " லிசன் ராகவ் !! எங்க இருந்து இந்த சன் டியூ ஸ்டாஃபை பிடிச்ச? அவ கூட சேந்து மாதவ்வும், வர்ஷாவும் பண்ணுற கூத்துக்கு ஒரு அளவே இல்லாம போய்ட்டு இருக்கு" என்று புலம்பினாள்.

" என்னாச்சு லேரன்? வொர்க்ல எதும் பிரச்சனையா?"

" ஐயோ! நீ வேற. வொர்க் தான் இப்போ பிரச்சனையே...அந்த மூனு பேரும் எப்போ பாத்தாலும் அந்த கேபின்குள்ள ஏதாச்சும் ரைட் பண்ணிட்டு டிஸ்கஸ் பண்ணிட்டே சுத்துவாங்க. அப்புறம் திடீர்னு எங்கயாச்சும் போயிட்டு பேம்ப்ளட்ஸ், ஃப்ளாக்னு வாங்கிட்டு வருவாங்க. அதை டெமான்ஸ்ட்ரேட் பண்ணனும்னு சொல்லி நம்ம தேர்ட் ஃப்ளோர்ல இருக்க ஸ்டேஜை குப்பையாக்குவாங்க. இதுக்கு மத்தில லஞ்ச்னு ஒன்னு இருக்கிறதையே மறந்து போயிடுவாங்க.

இத நான் ஒன் வீக்கா நோட்டிஸ் பண்னிட்டுருக்கேன். இன்னைக்கு ஒன் ஓ க்ளாக் லன்ஸ்க்கு போங்கனு சொல்லிட்டு என்னோட லன்சை

முடிச்சிட்டு வந்து பாக்கிறென், அவங்க அங்க தான் இருக்காங்க. அகெய்ன் ரிமைன்ட் பண்ணி 2 ஹவர்ஸ் ஆகுது. இன்னும் சாப்டாம அப்பிடி என்ன தான் வொர்க் பாப்பாங்களோ?" என்று டென்சனில் புலம்பி தள்ளினாள்.

அவள் டென்சனாகி விட்டால் அவளை அமைதிபடுத்துவது கொஞ்சம் சிரமம். ராகவ் " ஓகே லேரன்! நீ டென்சன் ஆகாத! ... நான் பாத்துக்கிறேன்" என்று அவள் தோளில் தட்டிவிட்டு சென்றவன் நேரே சென்ற இடம் அவந்திகாவின் கேபின்.

அவன் உள்ளே நுழைந்ததை கூட கவனிக்காமல் தீவிரமாக மூவரும் லேப்டாப்பில் எதையொ பார்த்து டிஸ்கஸ் செய்து கொண்டு இருந்தனர்.

மேடி " இந்த கலர் ஃப்ளாக் தான் பெட்டர்" என்று சொல்லவும் அவந்திகாவும் வர்ஷாவும் அதற்கு ஒப்புதல் அளிக்கவே மூவரும் அப்போது தான் நேரத்தை பார்த்தனர்.

மேடி " லேரன் சொல்லிட்டு போய் இவ்ளோ நேரம் ஆயிடுச்சா? ஓகே! வாங்க பேன்ட்ரில எதாச்சும் சாப்பிட்டு வருவோம்" என்று சொல்லவும் வர்ஷா " இப்போ அங்க எதுவும் இருக்காதுடா" என்று சொல்லி அவந்திகாவை பார்த்தாள்.

அவளோ " சரி வாங்க! இன்னைக்கும் என் கையால தான் டீ குடிக்கனும்னு உங்க தலையெழுத்து" என்று இருவரின் தோளில் கை போட்டு எழும்பவும் ராகவ் அவர்களை முறைத்து கொண்டு நிற்கவும் சரியாக இருந்தது.

மேடிக்கு டென்சனில் நாக்கு குழற ஆரம்பித்தது. அவன் கையை பிடித்து ரிலாக்ஸ் என்ற அவந்திகா ராகவை பார்த்து " குட் ஆஃப்டர் நூன் சார்" என்று சிரித்தமுகமாக கூற மற்ற இருவரும் அவளை பின்பற்றி கூறினர்.

" நூனா? குட் ஈவ்னிங் " என்று சொல்லிவிட்டு மூவரையும் முறைத்தவன் "இன்னைக்கு தான் லாஸ்ட். இனிமே டைம்க்கு லன்ஸ்க்கு போகாம இருந்தா ஐ வில் ஃபயர் போத் ஆஃப் யூ" என்று மேடியையும் வர்ஷாவையும் எச்சரித்தான் அவன்.

பின்னர் அவந்திகாவை பார்த்து " அண்ட் யூ மிஸ்.அவந்திகா, கான்ட்ராக்ட் 75% கம்ப்ளீட் ஆனத மறந்துட்டிங்க போல. இப்போ கூட என்னால அதை கேன்சல் பண்ண முடியும்" என்று அவளுக்கும் நான்கு நல்ல வார்த்தைகளால் அர்ச்சனை செய்தான்.

பின்னர் " என்னோட முகத்தையே பாத்துட்டு இருக்காம கோ அண்ட் ஈட்" என்று பேன்ட்ரியை நோக்கி இருவருக்கும் கை காட்டவே அவர்கள் அவந்திகாவை பார்த்தனர்.

அவனோ அவளின் கையை பிடித்து வேகமாக தன்னுடைய கேபி-னுக்கு அழைத்து சென்றவன் வீட்டிலிருந்து பிரியா அப்போது தான் அனுப்பியிருந்த கேரியரை காட்ட அவந்திகா " அச்சோ ! இன்னைக்கு பெரிய மாமியார் கிட்ட நான் எப்பிடி சமாளிப்பேன்? டெய்லி இதே மாதிரி தான் பண்ணுறியானு கேப்பாங்களே?" என்று எண்ணியவளாய் சாப்பிட அமர்ந்தாள்.

ஆர்வத்துடன் கேரியரை திறந்தவளின் முகம் ஒவ்வொரு அடுக்கை-யும் ஆராயும் வரை நன்றாக தான் இருந்தது கடைசி அடுக்கில் இருந்த சப்பாத்தியை காணும் வரை!

அதை பார்த்த உடனே " அட சப்பாத்திக்கு பொறந்தவங்-களா?"என்று மானசீகமாக தலையில் அடித்து கொண்டவள் " இத சாப்டா தானே!" என்று அந்த அடுக்கை மட்டும் தள்ளி வைத்து விட்டு சாப்பிட தொடங்கினாள்.

அவள் சாப்பிட்டு முடிக்கும் வரை காத்திருந்தவன் அவள் கை கழுவி கேரியரை பூட்டி வைத்ததும் " அவந்திகா டெய்லி என்னால உன்னை இந்த மாதிரி வாட்ச் பண்ணிட்டே இருக்க முடியாது...சோ இனிமே ஒழுங்கா நேரத்துக்கு சாப்டு" என்று சொல்லவும் தலையாட்டி விட்டு சென்றாள்.

அப்போதைக்கு அவள் அந்த கேரியர் விஷயத்தை மறந்துவிட்டாள். ஆனால் மாலையில் வீடு திரும்பும் போது " இப்போ நான் எப்பிடி பிரி-யாம்மாவ சமாளிப்பேன்?" என்று புலம்பியபடியே வந்த அவந்திகாவை பொறுமையின்றி பார்த்தான்.

" இப்போ யோசிச்சி என்ன பண்றது? ஒழுங்கா வேலைக்கு சாப்-டுருந்தா இப்பிடி நடந்துருக்குமா?" என்று அவளை வெறுப்பேற்றி விட்டு சென்றவன் பின்னே ஓடியவள் அவன் பின்னால் ஒளிந்தே தன் அறைக்கு செல்ல முயற்சிக்க ராகவ் பிரியாவை பார்த்து " படிம்மா! அவந்திகா உங்க கிட்ட ஏதோ சொல்லனுமாம்" என்று சொல்லி தன் பின்னே ஒளிந்து நின்றவளை அவர் முன்னிலையில் நிறுத்திவிட்டு சென்றான்.

அவரிடம் விளக்கம் சொல்லி இனிமே இப்படி நடக்காது என்று கெஞ்சி கூத்தாடி அவரை சமாளித்தாள் அவள்.

பிரியா பாலாவை அழைத்தவர் ஏதோ சொல்ல அவன் ஒரு தட்டில் லட்டுகளுடன் வர அவந்திகாவின் கண்கள் ஆவலுடன் விரிந்தது.

" உங்க பாட்டி உனக்காக சித்தி கிட்ட செஞ்சு குடுத்து விட்டுருக்-காங்க" என்று சொல்லவும் அவள் " வாவ்! அம்புவோட லட்டு எவ்ளோ டேஸ்டா இருக்கும் தெரியுமா?" என்று சொல்லியபடியே அதை வாங்கிக் கொண்டவள் தட்டுடன் தங்கள் அறைக்கு சென்றாள்.

சோஃபாவில் அமர்ந்து லட்டுகளை உள்ளே தள்ளியவள் ராகவ் வருவதை பார்த்ததும் " உனக்கு லட்டு வேணுமா?" என்று கேட்கவும் அவன் "இதுல கலோரி நெறைய இருக்கும்" வேண்டாமென்று தலைய-சைத்து மறுத்தான்.

அதை கண்ட அவந்திகா ஒரு சின்ன உதட்டு சுழிப்புடன் " இவனும் அந்த லிசார்ட் கூட சேந்தவன்" என்று வாய்க்குள் முனுமுனுத்தவள் " கம் ஆன் ராகவ் ! இந்த வயசுல சாப்டாம தாத்தா ஆனதுக்கு அப்றமா சாப்ட போற? அப்போ உனக்கு சுகர் வந்துருக்கும்..நீயே நெனச்சாலும் உன்னால ஸ்வீட் சாப்பிட முடியாது " என்று அடுக்க ஆரம்பிக்க அவன் நிறுத்து என்று சைகை காட்டியவன் தட்டிலிருந்த ஒரு லட்டை எடுத்து கொண்டான்.

பாதி சாப்பிட்டவன் " போதும் " என்று அவந்திகாவிடம் மீதியை கொடுக்க அவளோ " எதுக்கு வேஸ்ட் பண்ணனும்?" என்று அதை சாப்பிட ஆரம்பித்தாள்.

சாப்பிட்டு கொண்டிருந்தவள் " இப்போ நான் என்ன பண்ணுனேன்? " என்று ஷாக்காகி யோசிக்க பக்கத்திலிருந்த ராகவ் அவளின் முகபா-வத்தை கவனித்தவன் மனதிற்குள் சிரித்து கொண்டான்.

அவளோ கடுப்பாகி " நான் மத்தவங்க குடிச்ச கிளாஸ்ல கூட தண்ணி குடிக்க மாட்டேன்.. இன்னைக்கு உன்னால நீ சாப்ட மிச்சத்த சாப்டுட்டேனே" என்று அழ ஆரம்பிக்க ராகவ் " ஒரு நல்ல வைஃப்க்கு அடையாளம் இது தான் ஜான்சி ராணி" என்று கண் சிமிட்டி அவளை இன்னும் கடுப்பாக்கி சந்தோசப்பட்டு கொண்டான் ...

மறுநாள் காலையில் வெள்ளை நிற ஸ்னீக்கர்ஸுடன் டெனிம் ஜீன்-ஸும் விண்ட்டேஜ் டிசர்ட்டுமாக வந்தவளை பார்த்தவன் புருவம் உயர்த்த அவந்திகாவோ " நான் எப்போவுமே காஸுவலா தானே ட்ரஸ் பண்-

ணுவேன். இன்னைக்கு மட்டும் இவன் ஏன் கண்ணாலேயே என்னை கொஸ்டீன் பண்றான்" என்று யோசித்தபடியே அவனை பார்த்தாள்.

பின்னர் " இன்னைக்கு ஹால்ல டெக்கரேஷன் இருக்கு ராகவ்..அதுக்கு இதான் ஃபிட்டா இருக்கும்" என்று சொல்லிவிட்டு காரில் ஏறினாள்.

அலுவலகத்திற்கு வரும்போதே அவளுக்காக காத்திருந்த மேடியிடம் போனில் தகவல்களை கூறியவள் நேரே வர்ஷாவிடம் சென்று ஹாலுக்கு செல்ல தயாராகும் படி கூறிவிட்டு லாராவை தேடி சென்றாள்.

ராகவ் டைரக்டரிடம் அட்வர்டைஸ்மென்ட் பற்றிய விவரங்களை கேட்டு கொண்டிருந்தவன் அங்கே தூரத்தில் தன்னை நோக்கி வந்து கொண்டிருந்தவனை பார்த்ததும் சந்தோசத்தில் அவனை அணைத்து கொண்டான்.

" ஆர்யா! எப்பிடி இருக்க மேன்?வாட் அ சர்ப்ரைஸ் விஸிட்" என்று அவன் தோளின் மீது கை போட்டு கொண்டே கேட்டவனை முறைத்தான் அந்த ஆர்யா..

" நானாச்சும் சர்ப்ரைஸா விஸிட் தான் பண்ணேன். ஆனா நீ சர்ப்ரைஸா கல்யாணம் பண்றவன். நீ பேசாத டா! யாருக்கும் சொல்லாம கல்யாணம் பண்ணிகிட்டவன் தானே நீ" என்று சொல்லி அவனை விலக்கிவிட்டான், விளையாட்டாக தான்!

" கம் ஆன்டா! எல்லாமே எதிர்பாக்காம நடந்தது..." என்று சொல்லி நடந்ததை விளக்கும் போதே லாரா வந்துவிட " லாரா!" என்று அவளை அணைக்க சென்றான்.

அவளோ " லாரா இல்ல, லேரன்" என்றூ திருத்த " நீ இன்னும் திருந்தலையா?" என்று சொல்லி அவளை அணைத்து கொண்டான்.

பின் ராகவை நோக்கி " வேர் இஸ் யுவர் வைஃப் மேன்? ஐயாம் ஈகர்லி வெயிட்டிங் டூ மீட் ஹெர்" என்று சொல்லவும் ராகவுக்கு அவந்திகா கூறியது நினைவுக்கு வந்தது..

" ராகவ் இந்த கான்ட்ராக்ட் முடியுற வரைக்கும் உன்னோட ஸ்டாஃப்ஸ் யாருக்கும் நம்ம ஹஸ்பண்ட் அண்ட் வைஃப்னு தெரிய வேண்டாம்! என்னோட முகத்தை டிவில பாத்திருப்பாங்க! பட் அவ்ளோ கிளியரா நியாபகம் இருக்காது. சோ நீயா எதும் சொல்லி என்னை இன்ட்ரோ குடுக்க வேண்டாம். நான் அவங்க கூட சேந்து ஒரு ஆர்டினரி ஈவன்ட் மேனேஜரா தான் வொர்க் பண்ண ஆசை படுறேன்"

அவளின் குரல் நினைவூட்ட ஆர்யாவிடம் " ஷீ இஸ் இன் சென்னை நவ்" என்று சொல்லி சமாளித்தான்.

பின்னர் மூவரும் அவர்களின் நண்பர்கள் பற்றி பேசிக் கொண்டிருக்-கையில் லிசாவை பற்றி லாரா கூற மூவரும் அதை நினைத்து சிரித்-தனர்.

லேரனை தேடி கொண்டிருந்த அவந்திகா அவள் ஹாலின் நடுவில் நின்று ராகவிடமும் இன்னொரு ஆடவனிடமும் பேசி கொண்டிருப்பதை பார்த்தவள் விறுவிறுவென்று அவர்கள் அருகில் சென்று " மேம் " என்று அழைக்க அவளது திடீர் குரலில் அந்த புதியவன் தடுமாறி விழப் போக ராகவ் அவனை நிறுத்துவதற்குள் அவனை தாங்கினாள் அவந்-திகா.

தன்னை கைகளில் தாங்கிய அந்த பெண்ணை அப்போது தான் கவனித்தான் ஆர்யா. அவளை பார்த்ததும் அவன் இதழ்களில் புன்-சிரிப்பு விரிய, இதை வேடிக்கை பார்த்த ராகவிற்கோ காதில் மூக்கில் எல்லாம் புகை வர ஆரம்பித்தது.

வேகமாக அவனது கையை பிடித்து அவந்திகாவின் கரங்களில் சாய்ந்திருந்தவனை இழுத்து நேராக நிறுத்தினான்.

அவந்திகாவோ அந்த புதியவனை வித்தியாசமாக ஒரு பார்வை பார்க்க அவன் அவளிடம் கை நீட்டி " ஹலோ ஐயாம் ஆர்யா" என்று ஆர்வத்துடன் பார்த்தான்.

அதை கவனிக்காத அவந்திகாவோ " என்ன சூரியாவா?" என்று கேட்க, ராகவ் பல்லை கடித்த படியே " சூர்யா இல்ல ஆர்யா" என்று சொல்ல அவள் தலையசைத்து விட்டு அவனுக்கு வணக்கம் சொன்-னாள்.

பின்னர் லாராவிடம் " மேம்! நாங்க மூனு பேரும் ஹாலுக்கு போறோம்..அதான் உங்க கிட்ட சொல்லிட்டு போக வந்தேன்" என்று கூறியவளை விழி எடுக்காமல் பார்த்த ஆர்யாவை பார்த்த ராகவிற்கு பற்றி கொண்டு வந்தது..

அவள் லாராவிடம் பேசிவிட்டு செல்லும் வரை பார்த்திருந்தவன் அவள் சென்ற பின் ராகவையும் லாராவையும் பார்த்து " வாட் அ கேர்ள்! என் மனசு என் கிட்ட இல்ல" என்று சிலாகித்தான்..

லாராவோ " இந்த டயலாக்க கேட்டு கேட்டு எங்க ரெண்டு பேரோட காதும் தீஞ்சி போச்சு! அட்லீஸ்ட் அத இப்போவாச்சும் சேன்ஜ் பண்-

ணுடா" என்று கலாய்த்தாள்.

ராகவோ அவந்திகாவை மனதிற்குள்ளேயே திட்டி கொண்டிருந்தவன் நினைவலைகளில் பயணிக்க தொடங்கினான். பொதுவாக அவள் தாலி அணிவதை விரும்புவது இல்லை. ஒரு நாள் இது குறித்து அவளிடம் கேட்டேவிட்டான் அவன்.

" ஜான்சி ராணி உன்னோட கழுத்து ஏன் வெறுமையா இருக்கு?" என்று கேட்டவனை கூரிய விழிகளால் பார்த்தவள் " ஏன்? கண்டிப்பா அந்த லைசென்ஸை போட்டே ஆகணுமா?" என்று கிண்டலடிக்க அன்றிலிருந்து அவன் அவந்திகாவை தாலியை அணிய சொல்லி வற்புறுத்துவது இல்லை.

அதை நினைத்து இப்போது நொந்து கொண்டான் ராகவ்.

ஆர்யாவிடம் " டேய் ரொம்ப உருகாத டா..ஷீ மே பி மேரிட்" என்று கேலி போல கூற அவனோ " பாத்தா அப்பிடி எதும் தெரியலயே டா" என்று இவன் கூறியதை காதிலேயே போட்டு கொள்ளவில்லை..

மாலை...

அந்த பெரிய ஹாலின் ஸ்டேஜ் நாளைய புரோகிராமிற்காக தயாராகி விட்டது. ஹாலின் சீட் அரேன்ஜ்மென்ட் யாரை எங்கே அமர வைக்க வேண்டும் போன்ற விவரங்களை அவந்திகா லேரனுடன் சேர்ந்து தீர்மானித்தாள். அவரவர் இருக்கையில் பெயர் ஒட்டப்பட்டு அவையும் தயார் நிலையிலிருக்க லாரா திருப்தியுடன் பார்த்துவிட்டு ராகவை அழைத்துவிட்டு அதை காண்பித்துவிட்டு அவள் அலுவலகம் சென்றாள்.

ராகவும் ஏற்பாடுகள் அருமையாக இருப்பதாக கூறி மேடியையும் , வர்ஷாவையும் பாராட்ட தவறவில்லை. அங்கே அவனது சர்வீஸ் டிப்பார்ட்மென்ட் ஊழியர்கள் மட்டும் சிறுசிறு மாற்றங்களை அவனது கட்டளையின் படி செய்து கொண்டிருந்தனர்.

ஸ்டேஜில் நின்று சவுண்ட் சர்வீஸ் செக் பண்ணி கொண்டிருந்த அவந்திகாவுக்கு ஒரு வினோதமான ஆசை எழுந்தது. உடனே கீழே நின்று கொண்டிருந்த உஷா,, ரித்திமா, மேடியை அழைத்து அதை கூற மேடிக்கு டென்சனில் மயக்கம் வரும் போல இருந்தது..

" இப்போ தான் இங்க யாரும் இல்ல தானே! எனக்கு இந்த பெரிய ஹால்ல நின்னுகிட்டு எல்லாரோட பேரையும் சத்தமா சொல்லிட்டு அதோட எகோவ கேக்கனும் போல இருக்கு" என்று கண்ணை உருட்டி அவள் ஆர்வத்துடன் சொல்ல அவன் மயக்க நிலைக்கு போனான்.

பின்னே ராகவ் மற்ற சர்வீஸ் டிப்பார்ட்மென்ட் ஊழியர்கள் எல்லாரும் இருக்கும் போது அவளுக்கு இப்படி ஒரு வினோதமான விபரீத ஆசை வந்தால் அவனுக்கு மயக்கம் வராதா?

அவர்கள் தடுக்க அதை கண்டு கொள்ளாமல் அந்த மேடையில் ஏறியவளின் கண்களுக்கு அந்த ஹாலின் கடைசி இருக்கை வரை தெரிந்தது. ஆனால் அங்கே நின்று கொண்டிருந்தவர்களின் முகம் தான் தெரியவில்லை.

மேடையின் நடுவில் நின்றவள் சத்தமாக " ஐ லவ் உஷா அண்ட் ரித்தி! " என்று கத்தவும் அது அந்த பிரம்மாண்டமான ஹாலின் சுவற்றில் பட்டு எதிரொலித்தது...

அதை கேட்டு சர்வீஸ் ஊழியர்கள் திரும்பி பார்க்க அவந்திகாவோ மேடையின் பக்கவாட்டு அறையில் இருந்த ராகவை கவனிக்கவில்லை.

அவளது இந்த வினோத விளையாட்டை கண்டு நகைத்தவனுக்கு திடீரென்று ஒரு நாள் அவள் கூறிய விஷயம் நியாபகம் வந்தது..

அன்று தாதியிடம் ஏதோ கேட்டு கொண்டிருந்தவள் அவர் சம்மதித்ததும் அவரை கட்டிபிடித்து " ஐ லவ் யூ தாதி" என்று சந்தோச மிகுதியில் உரைக்க அவரோ "இதை எல்லாம் போய் என் பேரன் கிட்ட சொன்னாலாச்சும் அவன் சந்தோசப்படுவான்" என்று கேலி செய்தார்.

அதற்கு உதட்டை சுழித்தவள் " நான் உங்க பேரன் கிட்ட சொல்லனுமா? தாதி ஐ லவ் யூங்கிறது ரொம்ப விலைமதிப்பில்லாத வார்த்தை. அதை எல்லாருக்கும் சொல்ல முடியாது" என்று சொல்லிவிட்டு சென்றாள்.

அது இப்போது நினைவுக்கு வரவும் அவந்திகாவை போல அவனுக்கும் ஒரு வினோதமான ஆசை வந்தது.

அவந்திகா உற்சாக மிகுதியில் மீண்டும் " ஐ லவ் வர்சு அண்ட் மேடி"என்று கத்த அது மீண்டும் எதிரொலிக்க கீழே டென்சனாக நின்ற மேடி இன்னும் சிறிது நேரத்தில் மயக்கநிலைக்கு சென்று விடுவான் போல..

ஏனெனில் மேடையில் அவந்திகாவின் பின்னே வந்து நின்ற ராகவை பார்த்துவிட்டான். இன்றோடு தங்கள் வேலை அவ்வளவு தான் என்று நினைத்தவனுக்கு கை கால்கள் அவனை அறியாமல் உதறலெடுக்க ஆரம்பித்தது.

அவந்திகாவின் பின்னே நின்ற ராகவ் அவளின் காதில் " ஐ லவ் ராகவ்" என்று சொல்ல அவளோ அந்த வார்த்தையின் வீரியத்தை உணராமல் வேகமாக "ஐ லவ் ராகவ்" என்று கத்த அதன் எதிரொலியை கேட்டு இப்போது மேடி நிஜமாகவே மயங்கி விழுந்தான்.

ராகவிற்கு அவளை சொல்ல வைத்துவிட்ட சந்தோசத்தில் அவன் மயங்கி விழுந்தது எல்லாம் கண்ணுக்கு தெரியவில்லை.

அவன் விழுந்ததை பார்த்ததும் தான் அவந்திகாவுக்கு அவள் சொன்ன வார்த்தை நினைவுக்கு வர திரும்பி பின்னே நின்ற ராகவை அதிர்ந்து பார்க்க அவனோ கேஷுவலாக ஷர்ட்டில் மாட்டியிருந்த க்ளாஸை எடுத்து கண்ணில் மாட்டி கொண்டு கிளம்பினான்.

4

அத்தியாயம்

" பயப்படுற மாதிரி ஒன்னும் இல்ல...ஜஸ்ட் பேனிக் அட்டாக் தான்...மைன்ட் ரிலாக்ஸா இருந்தா சரியா போயிடும்..இப்போ முழிச்சிடுவாரு..நீங்க கூட்டிட்டு போகலாம்" என்று சொல்லிவிட்டு நகர்ந்தார் டாக்டர்.

அவர் சென்றதும் லேரன் அவந்திகாவிடம் " பேனிக் அட்டாக் வர்ர அளவுக்கு என்ன நடந்துச்சு?" என்று கேட்க அவள் அப்பாவியாய் கண்ணை விரித்து தோளை குலுக்கினாள்.

" சரி...கொஞ்சம் மேடிய பக்கத்துல இருந்து பாத்துக்கோங்க...எமர்ஜென்சினா எனக்கு கால் பண்ணுங்க" என்று சொல்லிவிட்டு அங்கிருந்து அகன்றாள்.

அவள் சென்றதும் பெருமூச்சுவிட்ட வர்ஷா அவந்திகாவின் கையில் அடித்து "உன்னால தான் இது எல்லாமே" என்று சொல்லவும் அவந்திகா முகத்தை பாவம் போல வைத்து கொண்டாள்.

அந்நேரம் பார்த்து மேடிக்கு விழிப்பு வரவே கண்ணை திறந்தவன் அவந்திகாவை பார்த்ததும் " எனக்கு மட்டும் 30 வயசுக்கு மேல ப்ரஷர் வந்துச்சுனா அதுக்கு நீ மட்டும் தான் காரணமா இருப்ப" என்று சொல்ல வர்ஷா சிரித்தாள்.

" ஓ! சாரி மேடி" என்றாள் அவந்திகா அவசரமாக.

" என்ன பூரி மேடி? உனக்கு மட்டும் ஏன் இந்த மாதிரி விபரீதமான ஆசைல்லாம் வருது? " என்று அவன் கேட்க

அவந்திகா " கம் ஆன் மேடி! வாழ போற கொஞ்ச நாள்ல நமக்கு பிடிச்சத செஞ்சுட்டு சந்தோசமா செத்து போகனும்...இதான் லைஃப்" என்றாள் சாதாரணமாக.

"ஆமா ஆமா! நீ இப்பிடியே ராகவ் சார் முன்னாடி பண்ணிட்டே இரு...அத பாத்து டென்சனாகி டென்சனாகியே நான் வாழ போற நாள் கொறஞ்சு போயிடும்"

" நீ இருந்தாலும் ராகவ் சாருக்கு ரொம்ப தான் பயப்படுற மேடி" என்று சொல்லிவிட்டு அவனை முறைக்க

"அதே மாதிரி நீ ராகவ் சார் முன்னாடி என்னை ரொம்ப தான் டென்சன் ஆக்குர...இப்பிடியே பண்ணிட்டு இருந்தா ஒரு நாள் பேனிக் அட்டாக்குக்கு பதிலா ஹார்ட் அட்டாக் வந்து நான் போய் சேந்துடு-வேன் " என்றான் மேடி.

"சே சே! அப்பிடில்லாம் உன்னை சாக விட மாட்டோம்...நான் உன்னை ஹாஸ்பிட்டல்ல அட்மிட் பண்ணிடுவேன் மேடி" என்றாள் அவந்திகா அமர்த்தலாக.

மேடி திரும்பி வர்ஷாவை பார்த்தவன் " பாத்தியா அப்போ கூட நான் இனிமே இப்பிடி குறும்புத்தனம் பண்ணி உன் உயிரை வாங்க மாட்டேன்னு அவ வாயில வருதானு பாரு" என்று கூறினான்.

அவந்திகாவோ அவன் எழும்ப உதவி செய்தவள் " அந்த மாதிரி மோசமான வார்த்தைகள் எல்லாம் என் வாயிலிருந்து வராது மேடி" என்று சொல்லிக் கொண்டே அவனது டிஸ்சார்ஜுக்கு வேண்டிய ஃபார்-மாலிட்டிசை செய்ய சென்றாள்.

நர்சிடம் கையெழுத்து போட்டு மாதவ் இருக்கும் அறைக்கு வந்தவள் அதற்குள் வர்ஷாவுடன் தயாராகி நின்று கொண்டிருந்த மாதவை பார்த்து “ வீட்டுக்கு போலாமா?” என்று கேட்டபடி கால்டாக்சிக்கு போன் செய்தாள்.

பின்னர் மாதவை மருத்துவமனையிலிருந்து அழைத்து வந்து அவனது வீட்டில் விட்டுவிட்டு வர்ஷாவும் அவந்திகாவும் அவரவர் இல்-லம் திரும்பினர்.

அவந்திகா வீடு திரும்பியவள் " இன்னைக்கு அந்த மைதாமாவு செத்தான் என் கிட்ட. எவ்வளவு தைரியம் இருந்தா அவன் என்னையே ஐ லவ் யூ சொல்ல வச்சிருப்பான்?" என்று பேசி கொண்டே வீட்டினுள்

நுழைந்தவள் ஹால் சோஃபாவில் அமர்ந்திருந்த மூன்று பெண்மணிக-ளையும் பார்த்து விட்டு அங்கேயே அமர்ந்துவிட்டாள்.

" வேலை எல்லாம் முடிஞ்சுடுச்சாமா?" ராதிகா.

" ராதிம்மா! எல்லாம் பெஃபெக்டா கம்ப்ளீட் ஆயிடுச்சு...நாளைக்கு லான்ஸ் பத்தி நெனச்சா தான் கொஞ்சம் நெர்வஸா இருக்கு"

" அதுல்லாம் நல்லபடியா நடக்கும்...இந்த பத்து நாள்ல நீங்க எல்-லாரும் அவ்ளோ உழைச்சிருக்கிங்க..இது கண்டிப்பா சக்சஸ் ஆகும்" என்றார் பிரியா.

" ராகவ் இன்னைக்கு வீட்டுக்கு வர மாட்டேனு கால் பண்ணான்மா" என்று சுமித்ரா சொல்ல

" வாட்? என் கிட்ட சொல்லலயே தாதி" என்று அதிர்ந்தாள் அவந்-திகா.

" நீ அவன் கூட தான இருந்திருப்ப...சோ சொல்லிருக்க மாட்டான்" என்றார் அவர்.

அவர்களுடன் சிறிது நேரம் பேசிவிட்டு வந்தவள் தங்கள் அறைக்-குள் வந்தவள் அமைதியாக சோஃபாவில் சாய்ந்து கண்ணை மூடினாள்.

கண்ணை திறக்கும் போது எதிர்புற சுவரில் பெரிதாக தொங்கிய அவர்களின் ரிசப்ஷன் புகைப்படத்தை பார்த்தவள் அதன் அருகே சென்றாள்..

" ட்வென்டி டேய்ஸ்ல எவ்லோ விஷயங்கள் மாறிடுச்சு...இந்த கல்-யாணம், ரிசப்ஷன், இந்த வீடு எல்லாமே ஒரு செகன்ட், கனவு மாதிரி இருக்கு...நான் அதை கனவுனு நெனைக்கிற டைம்ல எல்லாம், நீ தான் அது எல்லாமே உண்மைனு எனக்கு ஒரைக்கிற மாதிரி புரிய வைக்-கிற...ஒரு போட்டோக்கு கூட இவ்ளோ பவர் இருக்குதே" என்று அந்த போட்டோவிடம் பேசியவள் பெருமூச்சு விட்டு கொண்டே ரெஃப்ரெஷ் ஆக சென்றாள்.

அன்று இரவு ராகவ் வரவேயில்லை. அவனுக்காக காத்திருந்தவள் அந்த சோஃபாவிலே உறங்கியும் போனாள்.

அந்த இருபத்தைந்து நாட்கள் மணவாழ்க்கையில் இருவரும் ஒரு-வரை ஒருவர் ஓரளவுக்கு நெருங்கியிருந்தனர். ராகவ் இன்னொரு முறை சிராஜினால் அவந்திகாவுக்கு ஏதும் ஆகி விடக் கூடாது என்ற எண்-ணத்தில் வீட்டுக்கு அவளை அழைத்து வந்தவன் இப்போது அவளை பார்க்காமல் இருந்தால் ஏதோ இழந்தது போல உணர்ந்தான். அதே

போல் அவந்திகாவும் முன்பு போல அவனை மூன்றாவது மனிதனாக எண்ணாமல் அவனிடம் சில விஷயங்களை தயக்கமின்றி பகிர தொடங்கியிருந்தாள்.

கணவன் மனைவி இருவரும் அடிக்கடி சண்டை போட்டு கொண்டாலும் யாராவது ஒருவர் வந்து சமாதானம் செய்து கொண்டனர். என்ன தான் வீட்டினருக்காக, சித்திக்காக என்று சமாளித்தாலும் உண்மையாகவே அவர்களுக்குள் ஒரு அழகிய உறவு மலரத் தொடங்கியிருந்தது.

மறுநாள் காலையில் தாமதமாக எழுந்து அரக்க பரக்க தயாரானாள் அவந்திகா. மனதிற்குள்ளே "சே! அந்த மைதாமாவு இருந்திருந்தா கரெக்ட் டைம்க்கு என்னை எழுப்பிருப்பான். இப்போ பாரு அவந்திகா நீ இன்னைக்கு லேட்டா போய் அவன் கிட்ட திட்டு தான் வாங்க போற போ" என்று புலம்பியபடியே தயாரானவள் காலையுணவை மறுத்துவிட்டு லான்ஸ் நடக்க இருக்கும் ஹாலுக்கு சென்றாள்.

எல்லாம் தயார் நிலையிலிருக்க அடுத்த ஒரு மணி நேரத்தில் விஹான் டெலிகாமின் 5th Generation Network அதாவது 5G லான்ஸ் செய்யப்பட்டது..(எனக்கு தெரிஞ்ச வரைக்கும் இந்தியால 4G தான்..It's just an imagination... 5Gக்கான வேலைகள் மட்டும் நடந்துட்டு இருக்கு..It will be launched in 2020 or later...)

நல்லபடியாக அந்த நிகழ்ச்சி முடிந்ததும் ராகவும் கிஷோரும் தங்கள் நிறுவன ஊழியர்கள் மற்றும் குடும்பத்தினருக்கு ஒரு பார்ட்டி கொடுப்பதாக தீர்மானித்தனர்.

அதை அறிவித்து விட்டு அவந்திகாவை தேடியவன் கண்ணில் அவள் ஆர்யாவுடன் பேசி கொண்டிருப்பது படவே கடுப்புடன் அவர்களை நோக்கி சென்றான்.

அவர்கள் அருகில் நெருங்கும் போது அவந்திகாவின் வார்த்தைகள் அவனின் காதில் விழுந்தது..

" நோ சார்...உங்களுக்கு ஏத்த மாதிரி வேற யாராச்சும் உங்க லைஃப்ல வருவாங்க" என்ற அவந்திகாவில் குரலில் ராகவ் வேகமாக அவர்களை நோக்கி சென்றான்.

" அது நீயா இருந்தா நல்லா இருக்கும்ங்கிறது என்னோட ஒபினியன்..ப்ளீஸ் அவந்திகா என்னோட ப்ரபோஸலை ரிஜெக்ட் பண்ணுரதுக்கு ஏதாச்சும் வேலிட் ரீசன் இருக்கா உன் கிட்ட?"

" இருக்கு" என்று சொல்லி கையை கட்டியபடி ஆர்யாவை கூரிய விழிகளால் பார்த்தாள்.

" ஐயாம் மேரிட்.. எனக்கு ஜஸ்ட் ட்வென்டி டேய்ஸ் முன்னாடி தான் மேரேஜ் ஆச்சு"

அவளின் பதிலில் ஆர்யா அதிர்ந்தான் என்றால் அதை கேட்டு கொண்டிருந்த ராகவிற்கோ காதில் தேன் வந்து பாய்ந்தது போன்று இருந்தது.

" வாட்? ரியல்லி?" என்று அதிர்ந்தவனை பார்த்தவள் " யெஸ்..சோ நீங்க தேவையில்லாம என் கிட்ட இனிமே இந்த மாதிரி பேசாம இருந்தா நல்லா இருக்கும்" என்று எச்சரிக்க அவளின் ஒரிஜினல் முகத்தை பார்த்ததும் தான் ஆர்யாவுக்கு அவள் சீரியசாக சொல்லுவது புரிந்தது.

ராகவோ மனதிற்குள்ளே " நாட் பேட் பார்பி டால்! கட் அண்ட் ரைட் இந்த வார்த்தைக்கு டிக்ஸ்னரில அவந்திகாங்கிற பேரையும் மீனிங்கா ஆட் பண்ணிடலாம்" என்று பெருமையாக சொல்லிக் கொண்டான்.

" தேங்க்யூ" என்று அவன் பேசவே இடமளிக்காமல் அவள் சொல்லிவிட்டு சென்று விட்டாள்.

வருத்தத்துடன் நின்ற ஆர்யாவை அணைத்த ராகவ் " என்னடா?" என்று கேட்க "நத்திங் டா ! இந்த ஜென்மத்துல எனக்கு ஜெனி தான் போல இருக்கு" என்று அவனது லண்டன் கேர்ள் ஃப்ரெண்டை குறிப்பிட்டு வருத்தப்பட ராகவ் " போதும்டா! முகத்தை அப்பிடி வச்சிக்காத" என்று சொல்லி அவனை சிரிக்க வைத்தான்.

இவ்வாறு திட்டமிட்டபடி நடந்த லான்சும் போனஸாக அவந்திகாவின் பேச்சும் ராகவின் உற்சாகத்தை வழக்கத்துக்கு மாறாக கொஞ்சம் அதிகரித்திருந்தது. அதனால் அவன் மிகவும் சந்தோசமாகவே பார்ட்டிக்கு தயாரானான்.

ஈவ்னிங் பார்ட்டிக்கு குடும்பமே குதூகலமாக தயாராக அவந்திகாவோ அமைதியாக உட்கார்ந்திருந்தாள் .

வெயிஸ்ட் கோட்டை மாட்டியபடியெ ராகவ் அவளை தான் கண்ணாடியில் பார்த்து கொண்டிருந்தான்.

" என்ன ஜான்சி ராணி, ரொம்ப டயர்டா இருக்க போல"

" யெஸ் ராகவ்..இன்னைக்கு பார்ட்டிக்கு நான் கண்டிப்பா வரணுமா?"

" வந்தா நல்லா இருக்கும்...பை தி வே நீ வர மாட்டேனு வேற சொல்லுவியா?" என்று அவன் புருவத்தை உயர்த்த

" சொல்லுவேன் மேன். நான் இன்னைக்கு பார்ட்டிக்கு வர மாட்-டேன்..வர மாட்டேன்..டூ டைம்ஸ் சொல்லிட்டேன்...போதுமா" என்றாள் அவள் பதிலுக்கு.

இவர்களின் விவாதம் நடக்கும் போதே வெளியே உஷாவின் குரல் கேட்டது..

" ஹனிபி! மே ஐ கம் இன்?" என்று கேட்கவும் அவந்திகா ஓடி போய் பார்த்தாள்.வெளியே நின்று கொண்டிருந்த உஷாவின் கையில் இருந்த அந்த கிரீம் கலர் பார்ட்டி கவுனை பார்த்ததும் அவளுக்கு விஷ-யம் புரிந்து மறுப்பதற்கு வாயெடுத்தாள்.

அதற்குள் உஷா அவளது எண்ணம் புரிந்தவளாக " அவந்திகா! நீ வரலனா நானும் போக மாட்டேன். சீக்கிரம் ரெடியாகி ராகவ் கூட ஹோட்டலுக்கு வரணும். நாங்க எல்லாரும் வெயிட் பண்ணிட்டு இருப்-போம்" என்று கண்டிப்பான குரலில் சொல்லிவிட்டு சென்றாள்.

கவுனை கையில் ஏந்தியவள் " வர வர உஷா கூட இந்த ஃபேமிலி மெம்பர்ஸ் மாதிரியே ஆர்டர் போட ஆரம்பிச்சிட்டா" என்று புலம்பியப-டியே அவர்களின் அறைக்கு வர அங்கே ராகவ் தயாராகி அவளுக்காக காத்திருந்தான்.

அவனை பார்த்த படியே கவுனையும் பார்க்க அவன் எழுந்து அடுத்து இருந்த ஆபிஸ் ரூம்க்கு சென்றான்.

உடையை மாற்றீயவள் கண்ணாடியில் தன்னை பார்த்து திருப்திபட்டு கொண்டாள். அவள் பின்னே ராகவின் பிம்பம் தெரிய திரும்பி பார்த்த-வள் " ஐயாம் ரெடி..போலாமா?" என்று கேட்க அவன் இல்லை என்று மறுத்து தலையசைத்தான்.

இடுப்பில் கை வைத்து அவனை முறைக்கவும் ராகவ் " கஹான் தேரி மங்கள்சூத்ர்? (உன்னோட தாலி எங்கே?) " என்று கேட்க அவள் டிரஸ்ஸிங் டேபிளை கைகாட்டவும் அதிலிருந்த சிறிய பாக்ஸில் வைக்க பட்டிருந்த அந்த கருகமணியை எடுத்தவன் " வியர் இட்" என்று சொல்லவும் அவந்திகாவுக்கு இவனை என்ன செய்ய என்று தோன்றி-யது.

" இந்த கவுனுக்கும் இதுக்கும் கொஞ்சம் கூட ஸூட் ஆகாது ராகவ்" என்று மறுத்தவள் அவனது கண்டிப்பான பார்வையில் அதை எடுத்து

கழுத்தில் அணிந்து கொண்டாள்.

ராகவ் அதை தொடர்ந்து " நீ என்னை மேள் சாவ்னிஸ்ட்னு கூட நெனச்சுக்கோ. பட் இனிமே இது உன் கழுத்தை விட்டு வேற எங்கயும் போக கூடாது.." என்று கட்டளையிட

" அஹான்...நான் மட்டும் மேரேஜூக்கான லைசென்ஸை என் கழுத்திலேயே மாட்டிக்கனும். நீ ஃப்ரீயா சுத்துவியா?" என்று அவள் வாதிட்டாள்.

" நான் வேணா ' ஐயாம் அவந்திகா'ஸ் ஹஸ்பென்ட்னு நெத்தில டாட்டு போட்டுக்கவா?" என்று அவன் கடுப்பாகி விட அவந்திகா அமைதியானாள் அவன் நெற்றியை பார்த்தபடியே.

சில கணம் கழித்து " உன் நெத்தில அவ்ளோ பெரிய சென்டென்ஸ் எழுதுறதுக்கு எடமும் இல்ல...இட்ஸ் ஓகே ..நான் இதை அட்ஜெஸ்ட் பண்ணிக்கிறேன் " என்று சொல்லிவிட்டு கண்ணாடியை பார்த்து கொண்டே தலைவகிட்டில் குங்குமமிட ராகவ் " இது எதுக்கு?" என்று ஏதோ சொல்லவர அவனை தடுத்தாள்.

" இத மட்டும் ஏன் மிச்சம் வைக்கனும்?" என்று கேட்டபடியே அவனை பார்க்க அவன் திரும்பி நின்று சிரித்தான்.

பின்னர் " லெட்ஸ் கோ" என்று அவளின் கையை பிடித்தபடி செல்ல ஆரம்பித்தான். காரில் அவந்திகாவுடன் ஏறியவன் பார்ட்டி நடக்கும் ஹோட்டலை நோக்கி காரை செலுத்தினான்.

அரைமணி நேரத்தில் ஹோட்டல் வாசலில் கார் நிற்கவும் அதில் இருந்து இறங்கிய அவந்திகா ரிப்போட்டர்ஸ் கூட்டத்தையும், கேமிரா ஃப்ளாஸையும் பார்த்து மிரண்டவளாய் ராகவின் புஜத்தை பிடித்து கொண்டு அவன் பின்னே சென்றாள்..

அவன் வழி விடுமாறு அவர்களை விலக்கியபடி அவளை அணைத்து கொண்டு உள்ளே சென்றான்..

இருவரையும் முதலில் பார்த்தவன் மேடி தான். அவர்களின் நெருக்கத்தை பார்த்ததும் மீண்டும் அவந்திகா ஏதோ செய்து விடுவாளோ என்ற பயத்தில் அவனுக்கு நாக்கு உளர்ந்தது...

விறுவிறென்று அங்கிருந்த ஆரஞ்ச் ஜூஸை குடித்தவன் வர்ஷா-விடம் அவர்கள் இருவரையும் காண்பிக்க அவளும் அதே ரியாக்சனை கொடுத்தாள்.

அதற்குள் ராகவ் நேனாவிடம் அவந்திகாவை அறிமுகப்படுத்திக் கொண்டிருக்க வர்ஷா அங்கே வந்தவள் அவர்களிடம் அனுமதி பெற்று அவந்திகாவை தன்னுடன் அழைத்து சென்று இதை பற்றி கேட்டாள்.

அவள் சொல்ல வருவதற்குள் முந்தி கொண்ட மேடி டென்சனில் வியர்க்க வழிய ஆரம்பித்தான். அட கடவுளே என்று தலையில் அடித்து கொண்டாள் அவந்திகா அவனது கோலத்தை பார்த்து.

அதற்குள் கிஷோர் மேடையில் ஏறியவன் தன் முதல் பயணம் இன்றிலிருந்து ஆரம்பிப்பதாக கூறி அதற்கு ராகவிற்கும் வருணுக்கு நன்றி தெரிவித்தான்.

பின்னர் இந்த லான்சை சிறப்பாக நடத்த உதவி செய்த அண்ணிகளுக்கும் நன்றி தெரிவிக்க அங்கிருந்த ஊழியர்கள் குழம்பிவிட்டனர்..

அவன் மைக்கில் " கம் ஆன் மை டியர் பாபிஸ்... பய்யா போத் ஆஃப் யூ டூ" என்று சொல்ல வருண் உஷாவின் கையை பிடித்து அங்கே அழைத்து வர ராகவ் அவந்திகாவை அழைத்தான்.

அவன் அவளை அழைக்கவும் ஊழியர்கள் மத்தியில் சலசலப்பு. இவ்வளவு நாள் ஈவண்ட் மேனேஜராக இருந்தவள் ராகவ் கபூரின் மனைவியா என்று அனைவரும் மலைத்து போயினர்.

" அவந்திகா ராகவ் சாரோட வைஃபா? " என்று ஷாக்கானான் மேடி.

" எனக்கும் இது ஷாக்கா தான் இருக்கு மேடி" என்றாள் வர்ஷா.

கிஷோர் மேடையில் " இன்னொரு இம்ப்பார்டென்ட் பெர்ஷனை மறந்துட்டேனே...தி கியூட் அன்ட் கார்ஜியஸ் ரித்திமா...கம் ஆன் ஸ்வீட் ஹார்ட்" என்று அவளை அழைக்க அவள் பார்வையால் அவனை வறுத்தெடுத்து கொண்டே மேடையில் ஏறினாள்.

அவந்திகா கிஷோர் கையிலிருந்த மைக்கை வாங்கி " வர்ஷா அண்ட் மேடி.. நீங்களும் தான். கம் ஹியர். தென் லேரன் மேம். நாங்க பண்ணுன எல்லா தொல்லைகளையும் பொறுத்துட்டு எங்களுக்கு சப்போர்ட் பண்னதுக்கு தேங்க்யூ" என்று அவள் பங்கிற்கு நன்றி நவிழ்ந்தாள்.

இந்த அலப்பறைகளுக்கு பிறகு மேடியிடமும் வர்ஷாவிடமும் கதை அளந்து கொண்டிருந்தவளிடம் பேச வந்தவனை அவள் சிறிதும் எதிர்பார்க்கவில்லை..

சுதாரித்து கொண்டவளாய் " வெல்கம் மிஸ்டர் சிராஜ் மெஹ்ரா" என்று அவனை வரவேற்க அவனோ " நாட் பேட் மிசஸ் கபூர்...நீங்க இன்னும் என்னை மறக்கலை போல" என்று சொல்லியபடியே கை குலுக்கினான்.

" மறக்கிற மாதிரியா நீங்க எனக்கு பண்ணிருக்கிங்க?" என்றாள் அவந்திகா கிண்டலாக.

அவளது கேலியை புரிந்து கொண்டவன் " ஓ! ராகவ் எல்லா விஷயத்தையும் சொல்லிட்டான் போல. எப்பிடியோ இன்னைக்கு நீங்க ரெண்டு பேரும் ஒன்னா இருக்கிறதுக்கு நான் தான் காரணம்கிறத மறந்துடாம இருந்தா சரி" என்றான் ஒரு கர்வமான குரலில்.

அவன் செய்த காரியத்தால் தானும் ராகவும் அடைந்த மனவருத்தத்தை நினைத்து பார்த்த அவந்திகா " சில கேவலமான ஜென்மங்கள் அவங்க பண்ணுன கேடு கெட்ட வேலைக்கு கிரெடிட் கேக்குதுங்க. அதுக்கென்ன? குடுத்துட்டா போச்சு" என்று நக்கலாக பேச கடுப்பானான் சிராஜ்.

அவளை நோக்கி கோபத்துடன் எட்டுகளை எடுத்து வைத்தவன் சட்டென்று சுவிட்ச் போட்டாற்போல் நின்றான்.

தன் இடையின் ஒரு கை படவும் அவந்திகா திரும்பி பார்த்தாள்...

புன்சிரிப்புடன் நின்றவன் ராகவ். அதே சிரிப்புடன் சிராஜை பார்த்தவன் " எத்தனை தடவை உனக்கு வார்ன் பண்றது? என்னோட வைஃபை டிஸ்டர்ப் பண்ணாதனு. உனக்கு நான் பேசுற லாங்வேஜ் புரியலைனா சொல்லு.. " என்று கேலி செய்தான்.

சிராஜ் ஒரு வன்மத்துடன் சிரித்தவன் அவனை விடுத்து அவந்திகாவை கிண்டலாக பார்த்தபடியே " அவந்திகா ! உங்களை பாத்தா பாவமா இருக்கு...ஏன் நான் உங்களுக்கும் அந்த கான்ட்ராக்டை குடுத்தேன் தெரியுமா? ஐ லைக் யுவர் கான்ஃபிடென்ஸ். பெரிய ஃபேமிலி பேக்ரவுண்ட் எதுவும் இல்லாம தானே முன்னேற நெனைச்ச அந்த ஃபயர். இது தான் காரணம். பட் அது இனிமே உங்க கிட்ட மிஸ் ஆயிடும்'' என்று சொல்லவும் அவள் திகைத்தாள்

அவன் அவளது திகைத்த தோற்றத்தை கண்டு நகைத்து " என்ன பாக்கிறிங்க ? எப்பிடி பாத்தாலும் ஹஸ்பெண்ட் கூட தான் உங்க ஃப்யூச்சர் கான்ட்ராக்ட் சைன் ஆயிருக்கும். சோ இனிமே ஹார்ட் வொர்க்-

குக்கோ அந்த செல்ஃப் கான்பிடென்ஸுக்கோ எந்த அவசியமும் இருக்-காது. அவன் தான் உங்களை ஈஸியா ஜெயிக்க வச்சிருவானே" என்று சொல்லிவிட்டு இருவரிடமும் விடை பெற்றான்.

அவன் சொன்னதை ராகவ் பெரிதாக எடுத்து கொள்ள-வில்லை...ஆனால் அவந்திகா அதிலிருக்கும் உண்மையை புரிந்து கொண்டாள். அவர்கள் மூவரும் சன் டியூவை ஆரம்பித்த காலத்-திலிருந்து அவரவர் வீட்டினரிடம் கூட நிதியுதவி கேட்டு நின்றது இல்லை. அதை தொடங்க முதல் போட்டது கூட வங்கிக்கடன் வாங்கி தான். எங்கே வீட்டினரிடம் வாங்கி தொழில் தொடங்கினால் தங்களின் சொந்த முயற்சி என்ற வார்த்தையின் அர்த்தம் அடிபட்டுவிடுமோ என்று கவனத்துடன் இருந்தனர் அவர்கள் மூவரும்.

அப்படி இருக்க இனியும் விஹானுடன் அவர்களின் ஒப்பந்தம் தொடர்ந்தால் தங்களுக்கென்று மூவரும் உருவாக்க நினைத்த அடை-யாளம் கனவாகவே போய் விடும் என்பதை உணர்ந்தவள் ராகவிடம் சென்றாள்.

அவனை நேருக்கு நேராக பார்த்து " ராகவ்! நம்ம கான்ட்ராக்டை கேன்சல் பண்ணிடலாம்" என்று சொன்னவளை நம்ப முடியாமல் பார்த்-தான் ராகவ்.

அவளை பைத்தியமா என்பது போல பார்த்தவன் " ஆர் யூ மேட்?" என்று கேட்டும் விட்டான். உஷா ரித்திமாவுக்கோ அவள் கூறிய சிரா-ஜின் வார்த்தைகளை கேட்டபிறகு அவந்திகாவின் முடிவு சரி தான் என்று தோன்ற அமைதி காத்தனர்.

" யெஸ்..ஐ ஹேவ் டிஸைடட். வீ வில் டெர்மினேட் அவர் கான்-ராக்ட். அன்ட் ஐ வோண்ட் சேன்ஞ் திஸ் அட் எனி காஸ்ட் " என்ற அவளின் பிடிவாத குரலில் கோபம் கொண்டவன் கையிலிருந்த கண்-ணாடி கிளாஸை கீழே எறிந்து விட்டு பார்ட்டி ஹாலை விட்டு வெளியே ஆரம்பித்தான்.

" யூ கேரி ஆன் கய்ஸ் " என்று அவர்களிடம் கூறிவிட்டு அவந்-திகாவும் அவன் பின்னே வேகமாக சென்றாள்.

கோபத்துடன் பார்க்கிங்கிற்கு சென்றவன் காரை எடுக்கவும் அங்கே வந்த அவந்திகா அவளும் ஓடி சென்று காரில் அவனுடன் அமர்ந்தாள்.

அவன் இறுக்கமான முகத்துடன் காரை ஸ்டார்ட் செய்ய அது சீறி பாய ஆரம்பித்தது...

இறுக்கமான முகத்துடன் சாலையை வெறித்தபடி காரை ஓட்டி கொண்டிருந்தவனிடம் எப்படி பேசி புரிய வைப்பது என்று தெரியாமல் அவந்திகா குழம்பி போனாள்.

ராகவிற்கோ போயும் போயும் சிராஜின் பேச்சை கேட்டு இந்த கான்ட்ராக்டை அவள் இடையிலேயே முறிப்பதா என்ற கோபம் அவனது கண்ணை மறைக்க சாலையில் வரும் வாகனங்கள் கூட அவன் கருத்தில் படவில்லை.

வேகமாக ஓட்டி சென்றவன் எதிரில் வந்த லாரியை கடைசி நிமிடத்தில் பார்த்து ஸ்டியரிங் வீலை வளைத்து காரை சாலையிலிருந்து திருப்ப அது சாலையோர பாதையிலிருந்த மரத்தில் முட்டி நின்றது.

அந்த வேகத்தில் ஸ்டீயரிங் வீலில் முட்டி கொண்டவனின் நெற்றியில் இரத்தம் கசிய ஆரம்பித்ததை அவன் உணரவில்லை. அவந்திகாவுக்கோ பெரிய விபத்திலிருந்து தப்பித்த அதிர்ச்சியில் பேச்சு வரவில்லை.

மூச்சை இழுத்துவிட்டு தன்னை அமைதிபடுத்தி கொண்டவன் காரை எடுத்து வேறு எந்த விபத்தும் நேரும் முன் வீடு வந்து சேர்ந்தான். காரை பார்க்கிங்கில்விட்டுவிட்டு வேகமாக உள்ளே வந்தவன் அவன் பின்னே ராகவ் என்று அழைத்தபடியே வந்த அவந்திகாவை கண்டுகொள்ளவே இல்லை.

காரின் சாவியை பெட்டில் வீசியவன் அறையில் குறுக்கும் நெடுக்குமாக நடை போட அங்கே வந்த அவந்திகா " ராகவ்! நான் சொல்ல போறத கொஞ்சம் பொறுமையா கேளு" என்று அவன் அருகில் வந்து அவனது கையை பிடிக்க அவனோ ஆத்திரத்துடன் அவளது கையை உதறிவிட்டு அங்கிருந்து நகர்ந்து சோஃபாவை நோக்கி சென்றான்.

அவன் அவளது கையை உதறிய அந்நொடி அவந்திகாவின் நெஞ்சில் முனுக்கென்று ஒரு சிறிய வலி பரவ கண்ணில் நீர் திரையிட ஆரம்பித்தது. அதை விழுங்கியபடியே அவனிடம் சென்றவள் " ஓகே! உன்னோட இஷ்டம் போல நீ கோவப்பட்டுக்கோ. பட் உனக்கு நெத்தில அடி பட்டுருக்கு. அத ஃபர்ஸ்ட் பாரு" என்று அமைதியாக கூற அவனோ அதை கண்டுகொள்ளும் மனநிலையில் இல்லை.

அவந்திகா தானே சென்று ஃபர்ஸ்ட் எய்ட் பாக்ஸை எடுத்து வந்து அவனிடம் கொடுக்க அவன் அதை வாங்கினால் தானே!

பின்னர் அவளே பஞ்சை எடுத்து இரத்தத்தை துடைக்க போக அதை தடுத்தவனின் கண்ணில் நூறு சதவீத கோபத்தை அன்று தான்

பார்த்தாள் அவந்திகா... ஆனாலும் அதை பொருட்படுத்தாது காயத்துக்கு மருந்து போட்டு விட்டு தான் அவள் நகர்ந்தாள்.

" ராகவ்! கொஞ்சம் பொறுமையா என்னோட பக்கத்து நியாயத்தையும் கேளு! ப்ளீஸ்" என்று கெஞ்சினாள் அவந்திகா அவள் இயல்புக்கு மாறாக.

கடினமான ஒரு பார்வையை அவளை நோக்கி வீசியவன் அவளையே பார்த்தபட "நான் எதுக்கு பொறுமையா இருக்கனும்? எவனோ ஒருத்தன் முட்டாள்தனமா ஏதோ ஒலறிட்டு போவான். அதை கேட்டுட்டு நீயும் டிஸிசன் எடுப்ப. இதல்லாம் பாத்துட்டு நான் பொறுமையா இருக்கனுமா?" என்று வார்த்தைகளை கடித்து துப்பினான்.

" உனக்கு புரியல ராகவ். இன்னைக்கு அவன் சொல்லுறான், ஆனா நாளைக்கு எல்லாருமே சொல்லுவாங்க. உன்னோட சப்போர்ட்ல தான் நாங்க கன்சர்ன் ரன் பண்றோம்னு தேவையில்லாம பேசுவாங்க" என்று அவள் தங்கள் பக்க நியாயத்தை விளக்கினாள்.

" மத்தவங்க என்ன பேசுவாங்கனுல்லாம் எனக்கு கவலை கெடயாது" என்று சொன்னவனை இறுக்கமான முகத்துடன் பார்த்தாள் அவந்திகா.

"மத்தவங்கள பத்தி கவலை இல்லனு நீயா பேசுற ராகவ்? மத்தவங்க என் பொண்ணை பத்தி என்ன நெனைப்பாங்கன்னு என்னோட சித்தி கேட்ட ஒரு கேள்விக்காக தான் நீ என்னை கல்யாணம் பண்ணிகிட்டங்கிறத மறந்துடாத ராகவ்" என்ற அவளின் பதிலில் அவன் தான் வாயடைத்து போனான்.

உண்மையும் அது தானே. அன்று கௌசல்யா தன்னுடைய பெண்ணை பற்றி சமுதாயம் என்ன பேசும் என்று கேட்ட ஒரு கேள்விக்காக தானே அவன் அவளை எதிர்பாராமல் மணந்ததே!!

ஒன்றும் சொல்லாமல் சிகையை கோதி கொண்டவனை கனிவுடன் பார்த்தவள் " எனக்கு உன் கூட சேந்து வொர்க் பண்ணுரதுல பெர்சனலா எந்த பிரச்சனையும் கெடயாது ராகவ். நீயோ உன்னோட ஸ்டாஃப்ஸோ இது வரைக்கும் எங்களை மரியாதை குறைவா நடத்துனதே இல்ல. பட் கொஞ்சம் யோசிச்சு பாரு. உன் கூட தானே வொர்க் பண்ண போறோம்கிற அலட்சியம் இன்னைக்கு இல்லைனாலும் என்னைக்காச்சும் எனக்கு வரலாம். அதால நம்ம வொர்க் கூட பாதிக்கப்படலாம். இது எல்லாத்தையும் யோசிச்சு பாத்து தான் நான் கான்ட்ராக்ட டெர்மினேட் பண்ணிடலாம்னு சொன்னேன்" என்று பொறுமையாக நிதர்-

சணத்தை புரியவைத்தாள்.

அதை கேட்டதும் ராகவிற்கும் அவளை வற்புறுத்தவோ அவளிடம் கோபப்படவோ தோன்றவில்லை..மௌனமாக அவளது கருத்தை ஒரு தலையசைப்புடன் ஏற்று கொண்டான்.

ஆனால் அவன் முகம் இன்னும் தெளியாததை கண்ட அவந்திகாவுக்கு மனதுக்கு ஏனோ பாரமாகவே இருந்தது. எப்படி அவனது ஒரு புன்சிரிப்பு அவளை பாதிக்குமோ அதே போல அவனது கோபமும் வருத்தமும் கூட அவளை தீவிரமாக பாதிக்கவே அவனது கையை பிடித்து கண்ணாலேயே மன்னிப்பு வேண்ட ராகவ் பெரிதாக ரியாக்ட் செய்யவில்லை.

" நீ இப்பிடி வருத்தமா இருக்காத ராகவ். என்னால அதை பாக்க முடியல" என்று சொல்லிக் கொண்டே அவனை கட்டி கொள்ள அவளது இந்த திடீர் அணைப்பில் ராகவ் தான் திகைத்து போனான்.

மெதுவாக அவனது கோபம் அவனறியாமல் தூரம் செல்ல அவனது கரங்களும் அவளை அணைத்து கொண்டது.

அவளது கூந்தலை நீவியபடியே தன் நெஞ்சிலேயே முகம் மறைத்து புதைந்திருந்தவளை ஒரு புன்னகையுடன் பார்த்தவன் ஆழ்ந்த குரலில் "அவந்திகா! கொஞ்சம் என்னை பாரு" என்று சொல்ல அவளோ தலையை ஆட்டி மறுத்தாள்.

" ஹேய்! நான் கோவமா இல்லம்மா! நெஜமா " என்று சொன்னதும் தலையை மட்டும் தூக்கி அவனை பார்த்தவள் " உன்னை நம்பலாமா? " என்று கேட்க அவள் கேட்ட விதத்தில் சிரித்தான் ராகவ்.

"உன் மேல யாராலயும் ரொம்ப நேரத்துக்கு கோவமா இருக்க முடியாது ஜான்சி ராணி" என்று சொல்லி அவளது முடியை கலைத்து விட்டான் ராகவ்.

முடி கலைந்த கோபத்தில் அவனிடமிருந்து விலகியவள் " ஏன்டா என் ஹேர்ஸ்டைல கலைச்சு விட்ட? " என்று கடுப்புடன் கேட்டாள்..

" இப்போ தான் நீ பாக்க அழகா இருக்க ஜான்சி ராணி" என்று சொல்லி அவள் கையை பிடித்து கண்ணாடி முன் நிறுத்தி அவளது கோலத்தை காண்பிக்க கடுப்பானவள் அங்கிருந்த தலையணையால் அவனை தாக்க தொடங்கினாள்.

" எனக்கு இதுல்லாம் வலிக்காது ஜான்சி ராணி..நீ உன்னோட எனர்ஜிய வேஸ்ட் பண்ணாத"

" நீ இப்பிடி பொய் சொன்னா நான் அத நம்பிட்டு அடிக்குறத நிறுத்திடுவேனு நெனைக்கியா ? நோ வே" என்று வேகமாக அடித்தாள்.

அவன் கூறியது உண்மை தான் போல !!! அவனுக்கு வலித்த மாதிரியே அவன் முகத்தில் எந்த உணர்ச்சியும் வராததால் அடிப்பதை நிறுத்தியவள் " அது சரி! இப்பிடி பாறை மாதிரி இருந்தா கல்லை தூக்கி போட்டா கூட தான் வலிக்காது " என்று சொல்லிவிட்டு சென்றவளை அவன் இழுத்து அணைக்கவும் அவந்திகாவுக்கு அதிர்ச்சியானது..

" எக்ஸ்யூஸ் மீ! இப்போ எதுக்கு மேன் என்னை ஹக் பண்ணுன? சோடோ முஜே(விடு என்னை) " என்று அவள் அணைப்பிலிருந்து விடுபட முயல

அவனோ " நீ என்னை ஹக் பண்ணதுக்கு நான் உன்னை ஏதாச்சும் சொன்னேனா?" என்று கேட்டபடி அணைப்பை இன்னும் இறுக்கினான்.

அவனுக்கு " இல்ல" என்று அவள் பதிலளிக்க

ராகவ் " அதே மாதிரி நீயும் சைலன்டா இரு" என்று சொல்லவும்

அவந்திகா " நீ ஏதோ வருத்தமா இருந்தன்னு ஹக் பண்ணேன். இப்போ நீ நல்லா தானே இருக்க " என்று அவன் கையை அகற்ற தீவிரமாக முயற்சித்தவளை பார்த்து அவனுக்கு காமெடியாக இருந்தது.

"உஸ்...அமைதியா என்னை ஹக் பண்ண விடு " என்று அவன் சொல்ல அவள் அவனை விசித்திரமாக பார்த்துவைத்தாள்.

" என்னது ? ஹக் பண்ண விடனுமா? போடா....இப்போ நீ மட்டும் என்னை விடலன்னு வச்சுக்கோ..அப்புறம் ரொம்ப வருத்தபடுவ " என்று அவள் சண்டையிட

" ஏன் உனக்கு மட்டும் தான் ஹக் பண்ண ரைட்ஸ் இருக்கா ஜான்சி ராணி? ஜஸ்ட் ஒரு ஹக்ல நீ ஒன்னும் கரைஞ்சு போயிட மாட்ட" என்றான் அவனும் சளைக்காமல்.

அவந்திகா அவனுடன் போராடி பார்த்து விட்டு" பெருமாளே! இந்த மைதாமாவுக்கு கொஞ்சமாச்சும் அறிவை குடு" என்று தமிழில் கத்தியவள் " இப்போ உனக்கு இத டிரான்ஸ்லேட் பண்ணனும்னா நீ என்னை விடு " என்று சொல்ல ராகவும் தன் அணைப்பை விலக்கினான்.

அவந்திகாவோ கவுனை நீவி விட்டபடி அவனை மேலும் கீழுமாக கேலி பார்வை பார்த்தவள் " நான் டிரான்ஸ்லேட் பண்ணா மட்டும் நீ அப்பிடியே தமிழ்ல பேசி அசத்திடுவ பாரு! உனக்கு தமிழ்ங்கிற வார்த்தையே வாய்ல நுழையாம தமில் தமில்னு சொல்லி கொன்னுட்டிருக்க.

இந்த லெட்சனத்துல உனக்கு டிரான்ஸ்லேசன் மட்டும் தான் கொறச்சல்! போடா " என்று கிண்டலாக சொல்லிவிட்டு உடையை மாற்ற சென்றுவிட்டாள்.

ராகவோ " போ ஜான்சி ராணி...திரும்பி இங்க தானே வரணும்" என்று மனதில் கருவிக் கொண்டான்.

சிறிது நேரத்தில் மொத்த குடும்பமும் வீட்டுக்கு வர அங்கே அவர்கள் கண்டது இது தான்...

ஹாலில் அவந்திகாவும் ராகவும் ஒருவரோடு ஒருவர் பேசி சிரித்து கொண்டு டிவியை பார்த்து கொண்டிருந்தனர். சுமித்ரா ஒரு படி மேலே போய் தன்னை கிள்ளி பார்த்து கொண்டார்..

அனைவரும் திரும்பி வந்ததை பார்த்ததும் அவந்திகா எழுந்து கொண்டாள். உஷாவிடம் சென்று விவரத்தை அவள் பிரச்சனை முடிந்த நிம்மதியில் பெருமூச்சு விட்டாள்.

டின்னருக்கு பிறகு அனைவரும் உறங்க செல்ல அன்றைய நாள் அமைதியுடன் முடிந்தது.

காலையில் அலாரம் சத்தத்தில் விழித்து கொண்ட அவந்திகா எழுந்து பார்க்கும் போது ராகவ் இன்னும் எழும்பாமல் உறங்கி கொண்டிருந்தான்.

டயர்டா இருப்பான் போல என்று நினைத்து கொண்டு அவந்திகா சோம்பல் முறித்து விட்டு வழக்கம் போல மொபைலை எடுத்து நோண்ட ஆரம்பித்தாள்.

சிறிது நேரத்தில் நன்கு விடிந்துவிட எழுந்து குளிக்க சென்றாள். குளித்துவிட்டு வந்தவள் அவன் எழும்பாததை பார்த்தபடியே உடை மாற்றிவிட்டு கீழே சென்றாள்.

அங்கே செஃப் காலையில் கிச்சனில் பரபரப்பாக வேலை செய்து கொண்டிருக்க அவர் அருகில் சென்றவள் அவர் காலை உணவு தயாரிப்பில் பிஸியாக இருப்பதை பார்த்து விட்டு அவரிடம் தானே இன்று காபி போடுவதாக சொல்லிவிட்டு காபிபவுடரை தேட ஆரம்பித்தாள்.

காலையில் ராதிகா எழுந்து கிச்சனுக்குள் வந்தவர் அங்கே பாத்திரங்களை உருட்டி கொண்டிருந்த அவந்திகாவை கண் காட்டி செஃபிடம் கேட்க அவரோ "சின்ன மேடம் எல்லாருக்கும் காபி போடுறேனு சொன்னாங்க" என்று சொல்லவும் தலையசைத்தவர் பின்னர் வெளியே சென்று ஹாலில் அமர்ந்து நியூஸ் பேப்பரை படிக்க தொடங்கினார்.

சிறிது நேரத்தில் தட்டில் காபி கோப்பைகளுடன் அவந்திகா வரவும் அதை எடுத்து கொண்டவர் அவள் அலுவலகம் செல்லவில்லையா என்று கேட்க அவந்திகா இன்னும் ஒரு 10 நாட்களுக்கு தனக்கு லீவ் என்று சொல்லிவிட்டு சென்றாள்.

தோட்டத்தில் யோகா செய்து கொண்டிருந்த மாமனார்களுக்கு காபி கொடுத்துவிட்டு வந்தவள் வருணும் உஷாவும் ஹாலில் இருப்பதை பார்த்து அவர்களுக்கும் கொடுத்தாள்.

வருண் " என்னாச்சு? அவந்திகா திடீர்னு ஒரு குடும்ப பெண்மணியா மாறிருக்கா? ஏதோ சரி இல்லையே " என்று அவளை கேலி செய்தான்.

" வருண் நாளைக்கும் நான் தான் காபி போடுவேன்...நீ இப்பிடியே கேலி பண்ணுனனு வை..உன்னோட காபில உப்ப அள்ளி போட்டுருவேன்..பீ கேர்ஃபுல்" என்று மிரட்டிவிட்டு அவளது அறைக்கு காபியை கொண்டு சென்றாள்.

இன்னும் ராகவ் எழுந்திருக்காததை கண்டவள் " விடிஞ்சு எவ்ளோ நேரம் ஆகுது? இன்னும் என்ன தூக்கம் இந்த மைதாமாவுக்கு?" என்று சொல்லிக் கொண்டே "ராகவ்! எழுந்திரி மேன்" என்று அவனை எழுப்ப அவன் அவளது கையை தட்டிவிட்டு மீண்டும் தூங்க ஆரம்பித்தான்.

ஒன்னு அதிகாலைலயே எழுந்திரிச்சு உசுர வாங்க வேண்டியது, இல்லைனா இப்பிடி கும்பகர்ணன் மாதிரி விடிஞ்சது கூட தெரியாம தூங்க வேண்டியது என்று எண்ணியவளின் கண்ணில் சிக்கியது தண்ணீர் வைத்திருந்த ஜக்!

அதை பார்த்ததும் " அடேய்! என்னை மட்டும் எப்பிடி தண்ணி ஊத்தி எழுப்புன! இன்னைக்கு நீயும் அனுபவி தம்பி" என்று அதை கையில் எடுத்தாள்.

மெதுவாக அவன் அருகில் அமர்ந்தவள் அவன் காதருகில் சென்று " ராகவ்! மேரி பதி பரமேஸ்வர்! உதோ (எழுந்திரு) " என்று கேலியாக சொல்ல அவளின் குரலில் அவன் புரண்டு படுத்தான்.

இது தான் சமயமென்று ஜக்கிலிருந்த தண்ணீரை அவன் முகத்தில் ஊற்ற அவனோ திடுக்கிட்டு விழித்தான்.

கோபத்துடன் பார்த்தவனின் எதிரில் கையில் ஜக்குடன் இடுப்பில் கை வைத்தபடி அவனை நக்கலாக பார்த்து கொண்டிருந்த அவந்திகா பட "வாட் இஸ் திஸ் ? இப்பிடியா தூங்குறவங்க மேல தண்ணிய ஊத்-

துவ நீ ?" என்று எரிச்சலுடன் சொல்லிக் கொண்டே தலையை உலுக்க தண்ணீர்துளிகள் தெறித்தது..

அவந்திகா வாய் விட்டு சிரித்தவள் " அஹான்! இப்பிடி தானே அன்னைக்கு எனக்கும் இருந்திருக்கும்! நல்லா என்ஜாய் பண்ணு ராகவ் " என்று கிண்டலடித்தாள்.

எழுந்து தன்னுடைய ஈரமான டிஷர்ட்டை உதறிக் கொண்டவன் " அதுக்கு தான் நீ என்னை அப்போவே பனிஷ் பண்ணிட்டியே! இப்போ " என்று நிறுத்திவிட்டு அவளை கூர்ந்து பார்க்க அவந்திகாவின் மூளை-யில் அவள் பலிவாங்கிய விதம் படமாக ஓட துவங்கியது.

அவளது முகபாவங்களை பார்த்தவன் என் மேலயா தண்ணிய ஊத்-துற..இன்னைக்கு நீ காலி என்று மனதில் எண்ணி கொண்டே " சோ இட்ஸ் மை டர்ன் நவ் " என்று குறும்புடன் நெருங்கவும் அவந்திகா-வுக்கு அவன் என்ன செய்ய போகிறான் என்பது விளங்கிவிட்டது.

" ஏய்! மைதாமாவு! அதுவும் இதுவும் ஒன்னா? நீ என்னை ஏர்லி மார்னிங் ஏ.ஸி குளிர்ல எழுப்புன. இப்போ டைம் என்னனு பாரு? இப்போ குளிர கூட இல்லை. சோ சேன்ஜ் யுவர் ப்ளான் " என்று பின்னே நகர்ந்தாள்.

" நெவர் மைண்ட். பனிஷ்மென்ட் இஸ் பனிஷ்மென்ட். ஓடாத ...நில்லு" என்று அவளை துரத்த அவளோ அவன் கையில் சிக்காமல் சோஃபா, பெட் என்று அனைத்தின் மீதும் ஏறி ஓடத் துவங்கினாள்.

" இங்க பாரு ராகவ்.. அன்னைக்கு நீ குளிக்கல...சோ நோ பிராப்-ளம்...ஆனா நான் குளிச்சு ரெடியாயிட்டேன் மேன். இப்போ மட்டும் என் டிரஸ் ஈரமாச்சுனா... " என்று சொல்ல

" சோ வாட் ஜான்சிராணி? மறுபடியும் குளிச்சுக்கோ " என்று சொல்லி அவளை நெருங்கி இழுத்து அணைத்து கொண்டான்.

அவளது முகத்துக்கு நேராக தனது தலையை உலுக்க அதிலிருந்து நீர்த்துளிகள் அவளின் முகத்தில் தெறிக்க அவந்திகா கண்களை மூடிக் கொண்டாள். அவள் கோபத்தில் பல்லை கடிக்கும் சத்தம் அவன் காதில் கீதம் போல் பாய அவளை விடுவித்தான்.

ஈரமான டாப்பை உதறியபடி அவனை கண்ணாலே எறித்தவளை குறும்புடன் பார்த்தவன் " அச்சச்சோ! உன்னோட டாப் இவ்ளோ ஈரமா-யிடுச்சே! ஒன்னு பண்ணலாமா? எப்பிடியும் நீ டிரஸ் சேன்ஜ் பண்ண தான போற...இப்போ நானும் குளிக்க போறேன்..வொய் டோண்ட் வீ

கோ டுகெதர்?" என்று கேட்க

அவந்திகா பதறி போய் சில அடிகள் நகர்ந்தவள் " அங்கேயே நில்லு... காலைலயே என்னை இரிட்டேட் பண்ணாத ஓகே " என்று கண்ணை விரித்து அவனை எச்சரித்து விட்டு சென்றாள்.

அவளின் செய்கையில் வாய்விட்டு சிரித்தவன் பாலாவை அழைத்து விரிப்பை மாற்ற சொல்லிவிட்டு குளிக்க சென்றான்..

5

அத்தியாயம்

அவந்திகா சன் டியூ அலுவலகம் செல்வதை பத்து நாட்களிலிருந்து ஒரு மாதமாக தள்ளி போட்டாள்.. ராகவ் கேட்டதற்கு " உன்னோட கன்சர்ன்க்கு டென் டேய்ஸ் வொர்க் பண்ணுனது எனக்கு என்னவோ ஒன் இயர் வொர்க் பண்ணுன ஃபீல் வருது. ஐ வான்ட் மோர் ரெஸ்ட் " என்று சொல்லி தோளை குலுக்கிவிட்டு சென்றாள்..

ஆனால் இது எல்லாவற்றிற்கும் காரணம் கௌசல்யாவின் அறிவுரை என்பது அவர்கள் யாரும் அறியாத விஷயம்...

பத்து நாட்கள் விடுமுறைக்கு பிறகு அலுவலகம் செல்ல தயாரானவள் சித்தியின் அழைப்பிற்கு இணங்கி அவர்களின் வீட்டுக்கு சென்றாள். நீண்ட நாளுக்கு பின் அங்கே வந்தவளை ரகுவரன் அன்பால் திக்குமுக்காட செய்ய கௌசல்யாவோ யோசனையுடனே வலம் வந்தார்.

ரகுவரன் அலுவலகம் கிளம்பி சென்றதும் அவந்திகாவை அழைத்து தன் அருகில் அமர்த்தி கொண்டு கேள்விக்கணைகளை அவளை நோக்கி வீச அவந்திகா தான் பதில் சொல்ல தெரியாமல் விழித்தாள்.

" நீ உன்னோட வாழ்க்கையை பத்தி என்ன முடிவு பண்ணிருக்க அவந்திகா?"

" சித்தி நீங்க கேக்கிற விஷயம் எனக்கு புரியல!" என்று குழப்பத்துடன் பதிலளித்தவளை பார்த்து மென்மையாக புன்னகைத்தார் கௌசல்யா..

" ரகுவை தான் நான் கல்யாணம் பண்ணிக்கனும்னு நீ அடம்பிடிச்சப்ப உனக்கு வயசு என்ன தெரியுமா? பதினஞ்சு..அதுக்கு அப்புறம்

சித்தி உங்களுக்குனு ஒரு லைஃப் இருக்கு, ப்ளிஸ் எனக்கு ஒரு தம்பி பாப்பா வேணும்னு நீ கேட்டப்போ நீ ஒரு பதினெட்டு வயசு பொண்ணு. அப்போல்லாம் புரிஞ்ச விஷயம் இப்போ நான் கேக்கிறப்போ உனக்கு புரியலையா?" என்று சாதாரணமான ஆனால் மறுக்க முடியாத குரலில் கேட்டவரை அவளால் எதிர்கொள்ள இயலவில்லை..

மற்றவர்களின் பேச்சை அலட்சியம் செய்வது போல அவரது பேச்சை அவளால் அலட்சியம் செய்ய முடியாது என்பது கௌசல்யாவும் அறிந்த உண்மையே! இருந்தும் அக்கா மகளின் வாயிலிருந்து வரும் வார்த்தைகளுக்காக காத்திருந்தார்.

" சித்தி! உங்க விஷயம் வேற இது வேற" என்று அவள் தயக்கத்துடன் சொல்ல

" எப்பிடினு சொன்னா நானும் புரிஞ்சுக்க வசதியா இருக்கும் " என்று சொல்லிவிட்டு அவளையே பார்த்தவரை உணர்ச்சியற்ற முகத்துடன் பார்த்துவிட்டு தொடர்ந்தாள்.

" சித்தி! நீங்க சொன்னது எல்லாமே சரி தான்... ரகு அண்ணா ப்ச் சித்தப்பா உங்களை லவ் பண்றதை நான் எப்பிடி கண்டுபிடிச்சேன் தெரியுமா? அம்மாவ பாக்குறப்போ அப்பா கண்ணுல ஒரு விவரிக்க முடியாத ஆர்வம் இருக்கும்..அதுக்கு பேரு எனக்கு அப்போ தெரியாது..அதே விஷயத்தை நான் சித்தப்பா கண்ணுல உங்களுக்காக பாத்தேன்...அவரு உங்களை ரொம்பவே காதலிச்சாரு....அன்ட் காதலிக்கிறாரு...

அப்புறம் தம்பி பாப்பா நான் கேட்டதுக்கும் சித்தப்பாவோட காதல் தான் காரணம்...அவரு உங்க மேல வச்சிருக்கிற காதலுக்கு அடையாளமா ஒரு அழகான குழந்தை இருந்தா நல்லா இருக்கும்னு எனக்கு அப்போ தோணுச்சு. அதான் நான் கேட்டேன்..." என்று சொல்லிவிட்டு நிறுத்தியவள் சித்தியை பார்க்க அவரோ அவளது முழுமையான பதிலுக்காக காத்திருந்தார்.

எச்சிலை விழுங்கிவிட்டு தொடர்ந்தாள் அவள்..

" நானும் ராகவும் அப்பிடி இல்லையே சித்தி.. அவனுக்கு அன்னைக்கு வேற ஆப்சன் இல்லை.. அதனால என்னை கல்யாணம் பண்ணிகிட்டான்..அவ்ளோ தான்.. இதுல எந்த ஃபீலிங்குக்கும் இடம் கெடயாது... எனக்கும் என்னோட லைஃப் பத்தி நெறையா கனவு இருந்துச்சு சித்தி... அது எல்லாமே அன்னைக்கு அந்த கல்யாணத்தோட போச்சு... இனிமே அந்த கனவுகளை என்னால ராகவ் மேல திணிக்க முடியாது..

அவனோட உலகம் வேற.. என்னோடது வேற.. இந்த சூழ்நிலைல என்னால எந்த முடிவும் எடுக்க முடியல சித்தி... எங்க ரெண்டு பேருக்கும் நல்லாவே தெரியும் நாங்க ஹஸ்பெண்ட் அண்ட் வைஃப்னு... பட் எங்களால என்னைக்குமே ஒரு நார்மல் ஹஸ்பெண்ட் அண்ட் வைஃபா வாழ முடியும்னு எனக்கு நம்பிக்கை இல்ல " என்று சொல்லவும் கௌசல்யா திகைத்தார்.

" கல்யாணம் முடிஞ்சு இன்னியோட முப்பத்தஞ்சு நாள் கழிஞ்சு போச்சு..இன்னும் நீ இதே மாதிரி பேசுனா என்ன அர்த்தம்? ராகவ் கிட்ட அப்பிடி என்ன தான் உனக்கு பிரச்சனை?" என்று அவர் குழப்பத்துடனே கேட்க

" சித்தி! அவன் எப்போவுமே இந்த ஸ்டேட்டஸ், க்ளாஸ்ஸுக்கு ரொம்ப இம்பார்டென்ஸ் குடுப்பான்.... அவன் சத்தியமா முழு மனசோட எனக்கு தாலி கட்டிருக்க மாட்டான்... இன்னும் அவன் மனசுல ஏதோ ஒரு மூலைல இந்த கல்யாணம் நடக்காம இருந்திருந்தா நல்லா இருக்கும்ங்கிற எண்ணம் கண்டிப்பா இருக்கும்'' என்று அவந்திகா சொல்ல கௌசல்யா அதை கேட்டு கொண்டே அவளை எவ்வாறு சமாளிப்பது என்று யோசித்தார்..

அவந்திகா அவரை பார்த்து தொடர்ந்தவள் “ அவன் ஸ்டேட்டஸுக்கு நான் அவன் கிட்ட பேச கூட தகுதி இல்லங்கிறது தான் அவன் என் கிட்ட பேசுன முதல் வார்த்தையே! இப்பிடி இருக்கிறப்போ எங்களால ஒரு நல்ல கணவன் மனைவியா வாழ்க்கைய ஆரம்பிக்க முடியும்? என்னை துளி கூட காதலிக்காத ஒருத்தன் கூட நான் இவ்ளோ நாள் இருக்கிறதே பெரிய விஷயம்..இதுல நீங்க நெனைக்கீறது எல்லாம் இந்த ஜென்மத்துல நடக்க வாய்ப்பே கெடயாது" என்றாள் உறுதியாக.

அவள் பேசி முடித்ததும் அவளை கண்டிப்பான முகபாவத்துடன் பார்த்தவர் "இதை பத்தி என்னிக்காச்சும் நீயோ ராகவோ பேசிருக்கிங்களா?" என்று கேட்க அவள் இல்லையென்று தலையாட்ட கௌசல்யாவுக்கு அய்யோவென்று இருந்தது..

" ராகவ் பேசாமலே அவர் மனசுல இருக்கிறத நீ கண்டுபிடிச்சிட்டியா? என்ன பொண்ணு நீ? மத்த வாய்லாம் பேசுற..சொந்த புருஷன் கிட்ட பேச உனக்கு என்ன தயக்கம்?"

" சித்தி! எனக்கு பேச ஒரு மாதிரி அன்கம்ஃபர்டபிளா இருக்கு.. அவனை, அவனோட சிரிப்பை பாத்ததும் எனக்கு எல்லாமே மறந்து போயிடுது சித்தி.." என்று அவள் குழப்பத்துடன் கூற இதையாச்சும் நீ ஃபீல் பண்ணுணியே என்று கொஞ்சம் சந்தோசப்பட்டு கொண்டார்.

" நான் சொல்ல வர்ர விஷயத்தை கவனமா கேளு.. இன்னும் ஒரு மாசத்துக்கு எந்த வேலையையும் இழுத்து போட்டுக்காம வீட்டுல இருந்து ராகவுக்கு என்ன பிடிக்கும்னு எல்லா விஷயத்தையும் தெரிஞ்சுக்கோ " என்று சொல்லும் போதே அவள் ஏதோ கூற வர அவளை நோக்கி நிறுத்துமாறு சைகை காட்டிவிட்டு முறைத்தார்.

" உன்னொட விமன் எம்பவர்மென்ட் பத்திலாம் என் கிட்ட பேச டிரை பண்ணாத. அத உனக்கு சொல்லி குடுத்ததே நான் தான். ஹஸ்-பென்ட் அண்ட் வைஃப்குள்ள ரெண்டு பேரும் ஈக்வல் தான். உங்க உறவுக்காக ராகவ் ஒரு அடி எடுத்து முன்னாடி வந்தா நீயும் அதை ஏத்துக்கனுமே தவிர பிடிவாதம் பிடிச்சிட்டு விட்ட எடத்துலேயெ பிடி-வாதமா நிக்க கூடாது. என்னை பொறுத்தவரைக்கும் இதை பத்தி நீ ராகவ் கிட்ட பேசுனா அவர் கண்டிப்பா புரிஞ்சுப்பாரு. பிகாஸ் ஹீ மே பி அடமண்ட். பட் ஹீ கேன் அன்டர்ஸ்டாண்ட் திஸ் பெட்டர் தன் யூ " என்று முடித்து விட்டு அவளுக்கு பிடித்த பிஸிபேளாபாத் தயார் செய்ய சென்றுவிட்டார்..

ஆனால் அவர் சொல்லி மூன்று நாட்கள் ஆகியும் அவந்திகாவுக்கு ராகவிடம் தங்கள் வருங்காலம் பற்றி பேச தைரியம் வரவில்லை..

அன்றும் அதே யோசனையுடன் நாற்காலியின் குறுக்கே அமர்ந்து ஒரு கைப்பிடியில் முதுகை சாய்த்து மறுகைப்பிடியில் கால்களை தொங்-கவிட்டு அமர்ந்திருந்தவளை அலுவலகத்திலிருந்து திரும்பிய ராகவ் ஒரு மாதிரி பார்த்துவிட்டு அவளின் கால்களை சுட்டிகாட்ட அவந்திகாவோ சலிப்புடன் திரும்பி கொண்டாள்.

அவளின் செய்கையை பார்த்து நெற்றியை சுருக்கியவன் உடை மாற்றிவிட்டு கீழே சென்றான். அவன் சென்றதும் சிறிது நேரத்தில் அவன் பின்னேயே வந்தவள் அனைவருடனும் சேர்ந்து டின்னரை முடித்துவிட்டு மொபைல் ஹெட்போன் சகிதம் தோட்டத்திற்கு சென்று ஊஞ்சலில் முழங்கால்களை மடித்து அதில் முகத்தை தாங்கிய வண்ணம் அமர்ந்திருந்தாள்.

மூன்று நாட்களாக அவளது செய்கையில் வித்தியாசத்தை உணர்ந்-தான் ராகவ். அவன் என்ன கேலி செய்தாலும் அதற்கு உடனுக்குடன் பதிலடி கொடுப்பவள் மூன்று நாட்களாக யோசனையுடன் திரிவதை கண்டு அவளுடன் பேச முடிவெடுத்தான். ஆனால் அதற்கு நேரம் வாய்க்காமல் போகவே அவனும் அதை தள்ளி போட்டு வந்தான்.

நாளை ஞாயிறு என்பதால் இன்று அவன் ஃப்ரீயாக இருக்க தோட்-டத்தில் அமர்ந்திருந்தவளை நோக்கி இரண்டில் ஒன்றை கேட்டுவிடும் எண்ணத்துடன் அங்கே வந்தான்.

அவள் ஊஞ்சலில் அமர்ந்திருப்பதை பார்த்தவன் அவள் அருகே சென்று அமர்ந்தான்.

" மூன் கிட்ட சண்டை போட்டுட்டு இருக்கியா ஜான்சி ராணி? "

திரும்பி அவனை பார்த்தவள் " வெரி ஃபன்னி" என்று பதிலளித்-துவிட்டு மீண்டும் யோசனையை தொடர அவன் அவளது காதிலிருந்து ஹெட்போனையும் அருகிலிருந்த மொபைலையும் பிடுங்கியவன் அதை தன் பாக்கெட்டில் போட்டு கொண்டான்.

எப்போதும் போல அவளால் தடுக்க முடியவில்லை.

அதனால் திரும்பவும் முழங்காலை கட்டியபடி அமரவும் ராகவுக்கு ஆச்சரியமாக இருந்தது..இந்நேரம் அவள் மொபைல் போனை பிடுங்-கியதற்காக மூன்றாம் உலகபோர் தொடங்கியிருக்க வேண்டும். ஆனால் அவள் அமைதி காக்கவும் அவனுக்கே போர் அடித்தது..

அவந்திகா மெதுவாக பேச்சை ஆரம்பித்தாள்..

" ராகவ்! சித்தி நம்ம லைஃப் பத்தி நம்ம என்ன டிசைட் பண்ணி-ருக்கோம்னு கேட்டாங்க "

" அஹான்... நீ அதுக்கு என்ன பதில் சொன்ன ஜான்சி ராணி?" என்று அவளையே குறுகுறுவென்று பார்க்க அவளுக்கு தான் பதில் சொல்லும் தைரியமே வரவில்லை.

இருந்தாலும் சமாளித்து கொண்டு " நான் எனக்கு குழப்பமா இருக்-குனு சொன்னேன்" என்று சொல்லவும் ராகவ் அவளை உதட்டில் ஒரு வளைவுடன் பார்த்தான்.

" என்ன குழப்பம் உனக்கு ?"

" இந்த மேரேஜ், நம்ம ரிலேஷன்ஷிப் அப்புறம் நம்ம ஃப்யூச்சர், இத பத்தி எனக்கு ரொம்ப குழப்பமா இருக்கு"

" இதுல உனக்கு என்ன குழப்பம்? நான் உன்னோட ஹஸ்பென்ட் அண்ட் யூ ஆர் மை வைஃப். நம்ம மேரேஜ் கூட முறைப்படி நடந்து முடிஞ்சாச்சு. இதுல உனக்கு இப்போ எதுக்கு தேவையில்லாம குழப்பம்?"

" அது இந்த மேரேஜ் நடந்த சிச்சுவேஷன், அப்புறம் நீ கூட வேற வழி இல்லாம தான் என்னை கல்யாணம் பண்ணிகிட்டனு எனக்கு நல்லாவே தெரிஞ்சும் நான் எப்படி.... " என்று தயங்கியவள் " நாம எப்படி நம்ம லைஃப அடுத்த கட்டத்துக்கு கொண்டு போக முடியும்?" என்று கூறி தர்மசங்கடத்துடன் அவனை பார்த்தாள்.

அவனுக்கு அப்படி எதுவும் தோன்றவில்லை போலும்...அவன் சாதாரணமாக தான் இருந்தான்..

பின்னர் குனிந்து அமர்ந்திருந்த அவளது முகத்தை பார்த்து விட்டு " பட் எனக்கு அதுல எந்த பிரச்சனையும் இல்ல " என்று கூலாக சொல்லவும் அதிர்ச்சியடைந்தவள் அவள் தான்..

பின்னர் சுதாரித்து " உன்னால எப்பிடி ? நோ நோ...நீ சீரியஸ்னெஸ் புரியாம பேசுற " என்று படபடப்பாக கூறிவிட்டு அவனது பார்வையை தவிர்த்தாள்.

அவனோ ரிலாக்சாக அவளை தன் கரங்களால் சுத்தி வளைத்து அணைத்தவன் அவளை பார்த்து சிரித்துவிட்டு " அச்சோ கொழந்தைக்கு ஏன் இவ்ளொ டென்சன்? " என்று சொல்லி அவள் மூக்குடன் தன் மூக்கை உரச அவந்திகாவின் இதயம் தாறுமாறாக துடிக்க ஆரம்பித்தது.

அவனது கரங்களை அவளால் விலக்க இயலாதவாறு அவன் இறுக்கமாக அணைத்திருக்க அவந்திகா தான் பரிதாபமாக விழித்தாள்.

அவன் அதே நெருக்கத்துடன் " லுக்! நான் உன்னை எல்லார் முன்னாடியும் அக்னி சாட்சியா என்னோட மனைவியா ஏத்துக்கிட்டேன். அன்னைக்கு நான் குடுத்த அந்த ஏழு வாக்கையும் என்னோட உடம்புல உயிர் இருக்கிற வரைக்கும் நான் காப்பாத்துவேன். இந்த ஜென்மத்துல உனக்கு நான், எனக்கு நீ! இதுல வேற யாரும் இடைல வரவோ இல்ல நம்ம பிரிஞ்சு போகவோ எடமே கெடயாது. உன்னோட மூளைல இது பதியுறது கொஞ்சம் கஷ்டம் தான். பிகாஸ் மேரேஜ்ல உன்னோட மூனு அடியையும் நான் தானே நடந்து வாக்கு குடுத்தேன். சோ ரொம்ப யோசிக்காத ஓகே " என்று சொல்லவும் அவந்திகா புரிந்தது போல்

மண்டையை ஆட்டி வைத்தாள்.

பின்னர் திடீரென்று " ராகவ்! நீ லவ் பத்தி என்ன நெனைக்கிற?" என்று ஆர்வமாக கேட்க

அவனோ சாதாரணமாக " அத பத்தி நெனைக்கிறதுக்கு பெருசா எதுவும் இல்ல...என்னை பொறுத்தவரைக்கும் முட்டாள் மனுஷங்க தங்களோட முட்டாள் தனமான இமேஜினேஷனுக்கு வச்ச பேர் தான் லவ்... நான் முட்டாள் இல்ல " என்று சொல்லி தீர்க்கமாக பார்க்கவும் அவந்திகாவுக்கு இது மிகப் பெரிய அதிர்ச்சி..

வேகமாக அவனது கைகளை விலக்கியவள் " அப்புறம் எதுக்கு மேன் இந்த ஜென்மத்துல உனக்கு நான் எனக்கு நீனு டயலாக் பேசுன நீ?" என்று மூச்சுவாங்க கேட்டவளை பார்த்து சிரித்தான் ராகவ்..

" பிகாஸ் நான் நம்ம கணவன் மனைவிங்கிற உறவை மதிக்கிறேன்"

" இந்த உலகத்துல லவ் இல்லாம எந்த கணவன் மனைவி உறவும் ரொம்ப நாள் நீடிக்காது ராகவ் " என்று அவள் பிடிவாதமாக கூறினாள்.

" லவ் இல்லாம கணவன் மனைவி உறவு நீடிக்காதுங்கிறது உண்மையா இருந்தா இன்னைக்கு உலகத்துல முக்கால்வாசி பேர் கல்யாணம் ஆகாம இல்ல டிவோர்ஸியா தான் சுத்திட்டு இருப்பாங்க ஜான்சி ராணி "

" என்னை பொறுத்தவரைக்கும் லவ் இல்லாத ரிலேசன்சிப்பை என்னால எப்போவுமே ஏத்துக்க முடியாது" என்று அவள் தீர்மானமாக உரைக்க அவளை புருவம் உயர்த்தி ஆச்சரியத்துடன் பார்த்தான் ராகவ்.

பின்னர் " ஃபைனலி கொழந்தை வளந்துடுச்சு போல "என்று அவளை கேலி செய்தவன் அவளை உறுதியுடன் பார்த்து " நான் ஆல்ரெடி சொல்லிட்டேன்..லவ்லாம் முட்டாளோட கற்பனைனு...நான் முட்டாள் இல்ல..எப்போவும் முட்டாளாகவும் மாட்டேன் " என்று சொல்லிவிட்டு திரும்பி வீட்டுற்குள் செல்ல ஆரம்பித்தான் .

அவள் வராததை கண்டவன் திரும்பி பார்த்து " ரொம்ப நேரம் முழிச்சிருக்காத ஜான்சி ராணி. பனி விழுற மாதிரி இருக்கு. சோ உள்ளே வா" என்று சொல்லிவிட்டு செல்ல அவந்திகா " இதுக்கும் ஒன்னும் கொறை இல்ல " என்று நொடித்துவிட்டு அவனை பின் தொடர்ந்தாள்.

அதே நேரம் உஷாவும் அவந்திகாவும் அலுவலகம் செல்வதற்கு சிறிது இடைவெளி விட்டதால் ரித்திமா தான் மிகவும் சிரமப்பட்-

டாள்..எப்போதும் மூவரும் சேர்ந்தே இருந்ததால் திடீரென்று அவர்கள் இல்லாமல் அவளுக்கு கை ஒடிந்தது போல இருந்தது...

அதனால் உஷா அவளை தங்கள் வீட்டிற்கே வர சொல்லிவிட மூவரும் அங்கே அவர்களின் வழக்கமான குட்டி கலாட்டாக்களை செய்து சந்தோசப்பட்டு கொண்டனர்..

அவர்கள் மூவரின் வழக்கமான இருப்பிடம் தோட்டத்தை பார்த்து இருந்த அந்த ஜன்னல் அருகே இருக்கும் சோஃபா தான்...அருகில் ஒரு டிவியும் இருக்க எதையாவது பார்த்து விமர்சித்து கொண்டே பொழுதை போக்கினர்...

அவந்திகாவுக்கு சூரியா பாடல்கள் பார்க்காவிட்டால் அன்றைய நாள் முழுவதும் ஏதோ சூனியமாக தோன்றும்..அதை சொல்லி அவளை கிண்டல் செய்வது உஷா ரித்திமாவின் பிரதான பொழுது போக்கு...

" ஹனிபி! ஏன் உனக்கு சூரியா இவ்ளோ பிடிக்குது? ஹீ இஸ் ஜஸ்ட் அன் ஆக்டர் லைக் அதர்ஸ் " என்று உஷா அவளை சீண்டி-விட அவந்திகா பொங்கி விட்டாள்.

" ஹேய்! ஒரு ஆக்டர்ங்கிறதயும் தாண்டி எனக்கு சூரியா ரொம்பவே பிடிக்கும்டி...அவர் சினிமால மட்டும் இல்ல , நெஜ லைஃப்லயும் கிரேட் லவ்வர். வைஃப் மேல கேர் உள்ளவரு. அது மட்டுமா நெறய சோஷி-யல் இஸ்யூஸ்காகவும் அவரு பேசுவாரு. இப்பிடி ஒருத்தரை யாருக்குடி பிடிக்காம போகும் ?"

" அம்மா தாயே! தெரியாம கேட்டுட்டேன்...அவரு உன்னோட ட்ரீம் பாய்னு வேற சொல்லிட்டு இருந்த கொஞ்ச நாளா... இப்போ அதுல ஏதாச்சும் சேன்ஜ் இருக்கா ?" என்று ரித்திமா கண் சிமிட்ட அவந்திகா அலட்டி கொள்ளாமல் பதில் அளித்தாள்.

" யா பேபி....ஹீ இஸ் ஆல்வேஸ் மை ட்ரீம் பாய்..." என்று சிலா-கித்தவள் அப்போது தான் வீட்டுக்குள் நுழைந்து கொண்டிருந்த ராகவை பார்த்ததும் அவள் குறுக்குபுத்தி வேலை செய்ய ஆரம்பித்தது...

" சூரியா எவ்ளோ ஹான்ட்சம் தெரியுமா? சில பேர மாதிரி மைதா-மாவு கலர் இல்லாம பாத்த உடனே பிடிக்கிற மாதிரி நம்ம ஊரு கலர். அந்த முகத்தை பாத்தாலே சோறு தண்ணி கூட வேண்டானு தோணும்" என்று அவள் சொல்ல ராகவ் கையை கட்டி கொண்டு கேட்க ஆரம்-பித்தான்.

" அது மட்டுமா? சும்மா நெடுமரம் மாதிரி வளராமா கரெக்டான ஹைட், கரெக்டான வெயிட். அதோட அந்த ஸ்மைல், சான்ஸே இல்ல!! அதுலயும் ஒரு முக்கியமான விஷயம் அந்த மனுஷன் அவரு வைஃபை அவ்ளோ லவ் பண்றாரு!ஆனா இங்க சில பேருக்கு லவ்னா என்னன்னு கூட தெரியல. ஃபன்னி கய்ஸ்! " என்று சொல்லிவிட்டு ராகவை அலட்சியமாக ஒரு பார்வை பார்க்க அவனோ நீ இப்பிடியே ஓலறிகிட்டே இரு என்று நினைத்து கொண்டே சோஃபாவில் அமர்ந்தான்..

" பாலா...காபி" என்று சொல்லிவிட்டு அவந்திகாவின் புறம் திரும்பியவன் " நீ ஏதோ ட்ரீம் பாய் பத்தி சொல்லிட்டு இருந்தியே ...கன்டினியூ" என்று அவள் என்ன தான் கூற வருகிறாள் என்று கேட்பதற்காக காத்திருந்தான்.

" என்னோட ட்ரீம் பாய் பத்தி தெரிஞ்சுகிட்டு நீ என்ன பண்ண போற? அப்பிடி ஒருத்தன தேடி கண்டுபிடிச்சி கல்யாணம் பண்ணி வைக்க போறியா?" என்று நக்கலாக கேட்டவளை உஷாவும் ரித்திமாவும் வாயில் கை வைத்து அமைதியாக இருக்கும்படி காட்டினர்.

அவள் அதை கண்டுகொள்ளவே இல்லை...

ஆனால் ராகவிற்கு அவளது பேச்சு சிரிப்பாக இருக்கவே " அவ்ளோ பெரிய மனசு எனக்கு கெடயாது ஜான்சி ராணி. எனக்கு கொஞ்சம் போர் அடிக்குது. நீ எதாச்சும் காமெடியா பேசுவ. அதை கேட்டா கொஞ்சம் நல்லா இருக்குமேனு கேட்டேன் " என்று அவளை பதிலுக்கு கடுப்பேற்றினான்.

" என்னோட ட்ரீம் பாய் பத்தி பேசுறது உனக்கு காமெடியா? போடா வளந்து கெட்டவனே " என்று வாய் தவறி உலறியவள் மறக்காமல் அதை மொழிபெயர்த்தாள்.

" நான் போன ஜென்மத்துல எதோ பெரிய பாவம் பண்ணிட்டேன் போல இருக்கு...அதான் என்னோட ட்ரீம் பாய் மாதிரி ஒருத்தன் என்னோட லைஃப்ல வரவே இல்ல " என்று வராத கண்ணீரை துடைத்து கொண்டாள்.

ராகவ் காபியை அருந்தியபடியே அவள் கூறுவதை கேட்டு கொண்டிருந்தான். உஷாவுக்கும் ரித்திக்கும் கூட இது கொஞ்ச நேரத்தில் காமெடியாக தோன்ற அவர்களும் அவளது ட்ரீம் பாய்க்கான வரையறைகளை கேட்க ஆரம்பித்தனர்.

" ஃபர்ஸ்ட் நான் ஆல்ரெடி சொன்ன மாதிரியே இப்பிடி மைதாமாவு மாதிரிலாம் இருக்க கூடாது. செகண்ட் இவ்ளோ ஹைட் இருக்கவே கூடாது. பிகாஸ் நிமிந்து பாத்து பேசி பேசியே எனக்கு கழுத்துவலி வந்-துடுச்சு"

" இதுக்கு நான் ஒன்னும் பண்ண முடியாது ஜான்சி ராணி..இதுல்-லாம் என்னோட ஜீன்ல இருக்கு" என்றான் ராகவ்.

"ஓகே....இதுலயே நீ டிஸ்குவாலிஃபைட்" என்று அவனிடம் சொல்-லிவிட்டு தன் கதையை தொடர்ந்தாள்.

" தென் ரொம்ப ஆட்டிட்டியூட் காமிக்க கூடாது. டவுன் டு எர்த் பெர்சனா நடந்துக்கனும். அப்புறம் என்னோட ரொட்டின் வோர்க்ல எனக்கு ஹெல்ப் பண்ணனும். தென் என் கூட சேந்து நல்லா ஊர் சுத்-தனும். அதை விட்டுட்டு இங்க இருக்கிற லால் பாக் கூட கூட்டிட்டு போக டைம் இல்லாத மாதிரி சீன் போட கூடாது" என்று சொல்லிவிட்டு ராகவை பார்த்து உதட்டை சுழித்தாள்.

" அப்புறம் என்ன ? ம்ம் ..ஹான் ஒரு நாளைக்கு அட்லீஸ்ட் ஒன் டைம் என்னை காதலோட பாத்து ' அவந்திகா ஐ லவ் யூ' னு சொல்-லனும். சில பேர மாதிரி காதல்னா கிலோ என்ன விலைனு கேக்க கூடாது. அவ்ளோ தான்" என்று சொல்லிவிட்டு மூவரையும் பார்த்தாள்.

ராகவ் சோஃபாவை விட்டு எழுந்தவன் " நாட் பேட் ஜான்சி ராணி! யுவர் ஹியூமர் சென்ஸ் இஸ் ஆஸம்! நல்லா காமெடியா பேசுற. கீப் இட் அப்" என்று தோளில் தட்டிவிட்டு சென்றான்.

அவன் சென்றதும் உதட்டை சுழித்தவள் " பாத்தியா மைதா மாவுக்கு கொழுப்பை ? நான் எவ்ளோ உணர்ச்சிபூர்வமா என்னோட ட்ரீம்பாய் பத்தி சொல்லிட்டு இருக்கேன். இவனுக்கு அதை கேட்டா காமெடி மாதிரி இருக்காம். ஏய்! இவனை போய் நான் கல்யாணம் பண்ணி-கிட்டேனேடி. சரியான மாங்கா மடையன் " என்று தலையில் அடித்து கொண்டாள்.

" என்ன பண்ணுறது ஹனிபி? எல்லாம் தலையெழுத்து " என்றபடி ரித்திமாவும், உஷாவும் அவளது மூடை மாற்றுவதற்காக வேண்டி வேறு விஷயங்களை பேச ஆரம்பித்தனர்.

ஒரு மாதம் இப்படியே கழிய அதற்கு மேலும் வீட்டிலேயே இருந்தால் அது முட்டாள்தனம் என்று அவந்திகாவுக்கு தோன்ற ஆரம்பித்தது.

அதனால் உஷாவும் அவந்திகாவும் வழக்கம் போல சன் டியூவிற்கு செல்ல ஆரம்பித்தனர். அவந்திகா காரில் போகாமல் அடம்பிடிப்பதால் தினமும் ராகவே அவளை அலுவலகத்தில் விட்டு மாலை வீடு திரும்பும் போது அவளையும் வீட்டுக்கு அழைத்துவரும் பொறுப்பை ஏற்று கொண்டான்..

அவந்திகாவுக்கு எரிச்சலாக இருந்தது இது தான். அவனது அக்கறையை நினைத்து ஒரு புறம் மனம் நெகிழ தொடங்கினாலும் அதை அவன் ஒரு பொறுப்பாக மட்டும் தான் பார்க்கிறான் என்பது அவளது எண்ணம். அதனால் இருவரும் தங்கள் பிடிவாதத்தை இம்மியும் விட்டு கொடுக்கவில்லை...

ஆனால் அவனது சிரிப்பில் மெய்மறப்பதையோ, அவளுக்கு பிடித்தமானதை அவன் செய்தால் அவனை அணைப்பதையோ அவள் நிறுத்தவே இல்லை. ராகவ் எப்போதும் போல அவந்திகாவை சீண்டுவதையும் கேலி செய்வதையும் கொஞ்சம் கூட நிறுத்தவில்லை. சொல்ல போனால் அவள் ட்ரீம் பாயை பற்றி சொன்ன நாளிலிருந்து அதை வைத்து அவளை கேலி செய்தே சாகடித்தான்!

மொத்தத்தில் அவர்களின் வாழ்க்கை எந்த சிக்கலுமின்றி அதே சமயம் எந்த முன்னேற்றமுமின்றி அமைதியான நீரோடை போல ஓடி கொண்டிருந்தது.

எப்போதும் போல மாலையில் ஒன்றாக வீடு திரும்பியவர்களுக்கு அங்கே ஏதோ வித்தியாசமான சூழலாக தோன்ற ஒருவரையொருவர் பார்த்த படி உள்ளே சென்றவர்கள் வாசலிலேயே நின்றனர்...

அனைவரும் ஹாலில் குழுமியிருக்க ஒரு ஜீன்ஸ் ஃப்ளாரல் டாப் அணிந்து இருந்த ஒரு பெண் வீணாவின் அருகில் அமர்ந்து அனைவரிடமும் அரட்டை அடித்து கொண்டிருந்தாள்.

அவந்திகாவுக்கு அவளை யாரென்று தெரியாததால் ராகவின் முகத்தை பார்க்க அவனோ எந்த உணர்ச்சியும் காட்டாமல் அங்கேயே சிலை போல் நின்று கொண்டிருந்தான்.

அதற்குள் அந்த ஃப்ளாரல் டாப் அவனை பார்த்துவிட ஆர்வத்துடன் அவனை நோக்கி வந்தாள் அவள். அவள் நெருங்கி " ஹாய் ராகவ் " என்று அணைப்பதற்குள் ராகவ் வேகமாக அவந்திகாவின் தோளில் கை போட்டவன் அவள் அணைக்க இடமளிக்கவில்லை.

உடனே அவள் ஏமாற்றத்தை மறைத்தவண்ணம் கை நீட்ட அவளது கையை கவனிக்காதவன் போல அலட்சியமாக " ஹாய் தியா...இங்க என்ன பண்ணுற நீ?" என்று கேட்க அவள் முகம் ஒரு நிமிடம் இருண்டது.

பின்னர் சமாளித்தவளாக " ஆன்ட்டி வருணோட மேரேஜ் பத்தி சொன்னாங்க. அதான் பாபிய பாத்து விஷ் பண்ணிட்டு போலான்னு வந்தேன்" என்று சிரித்துவைத்தாள்.

அவந்திகா மனதிற்குள் " இந்த மைதாமாவு இந்த பொண்ணு கிட்ட பேசுன வார்த்தைய மட்டும் யாராச்சும் என் கிட்ட பேசிருந்தா நான் அடுத்த நிமிஷமே அந்த எடத்தை காலி பண்ணிருப்பேன். இவ எதுக்கு இப்பிடி சமாளிக்கிறா" என்று அவளை நினைத்து ஆச்சரியப்பட்டாள்.

ராகவோ அவந்திகாவை அணைத்தவண்ணமே " நீ விஷ் பண்ணிட்டியா? பண்ணிட்டன்னா கௌம்ப வேண்டியது தானே " என்று அவளை அலட்சியம் செய்தபடியே உள்ளே சென்றான்.

அவர்களின் பின்னோடு வேகமாக நடந்து வந்தவள் " அது வந்து..." என்று ஆரம்பிக்க அவளை நிறுத்துமாறு கையமர்த்தியவன் " அப்போ உனக்கு கண்டிப்பா எங்க மேரேஜ் பத்தியும் தெரிஞ்சிருக்கனுமே" என்று கூரிய விழிகளால் அவளை பார்க்க அவளின் பார்வை அவனது கையணைப்பில் இருந்த அவந்திகாவின் மீது படிந்து மீண்டது...

" யா...கேள்விப்பட்டேன் ராகவ்..கங்கிராட்ஸ் " என்று குரலில் சுரத்தின்றி உரைத்தவளை பார்த்ததும் உஷாவிற்கு ராகவ் கல்யாணம் நடந்தது இவளுக்கு பிடிக்கலை போல என்ற எண்ணம் மனதில் உதயமாகிவிட்டது..

அவந்திகாவை அவள் பார்த்தவிதமும் உஷாவின் மனதுக்கு உவப்பாக இல்லாது போகவே அவளுக்கு அந்த கணமே அந்த தியாவை பிடிக்காமல் போனது....

ராகவை பார்த்தவள் " ராகவ்! நீங்க ரெண்டு பேரும் டயர்டா வந்திருப்பிங்க! நீங்க ரூம்க்கு போங்க. ஹனிபி நீயும் போ " என்று கண்ணாலே அவளுக்கு சைகை காட்டி அவர்களை அறைக்கு செல்ல சொன்னாள்.

ராகவ் அவந்திகாவை தன் கையணைப்பிலேயே அழைத்து செல்லவும் உஷாவுக்கு அது கண் கொள்ளா காட்சியாக தோன்ற தியாவுக்கோ அதை கண்டதும் ' இது நான் இருக்க வேண்டிய இடம்' என்று மனதில்

வன்மம் தான் தோன்றியது..

உஷா பேசியதும் அனைவருமே அவரவர் வேலையை பார்க்க சென்றுவிட வீணா தியாவின் கையை பிடித்து அவருடைய அறைக்கு அழைத்து சென்று அவளை நோக்கி " நீ என்ன பண்ணிட்டுருக்கனு உனக்கு தெரியுதா தியா? நீ அவந்திகாவ பார்த்த பார்வை, அது கொஞ்சம் கூட சரி இல்ல" என்று அவளை கண்டித்தார்.

அவரை ஆச்சரியமாக பார்த்த தியா " ஆன்ட்டி, நீங்களா இப்பிடி பேசுறிங்க? டெய்லி ராகவ் பொண்டாட்டி அதை பண்ணுனா, இதை பண்ணுனானு அவ மேல குறையா அடுக்குன நீங்க இப்போ ஏன் இப்பிடி பேசுறிங்க?" என்று பொறுக்க மாட்டாமல் கேட்டாள்.

" ஆமா! அந்த பொண்ணு என் கிட்ட வாக்குவாதம் பண்ணுரதயே குறிக்கோளா வச்சிட்டு இருக்கா. பட் என்னைக்குமே என்னை அவ அவமானப்படுத்துனது கெடயாது.அதோட இன்னொரு விஷயம் அவ இந்த வீட்டோட மருமகள். ராகவோட பொண்டாட்டி. அத மறந்துடாத "

" போதும்...இத கேட்டாலே எனக்கு எரிச்சலா இருக்கு...அவ ராகவ் பொண்டாட்டினா தென் வாட் அபவுட் மீ ? நான் இங்க திரும்பி வந்ததே அவனுக்காக தான்" என்று பல்லை கடித்தபடி கூற வீணா அதிர்ந்து போனார்.

" அவனுக்காகவா? அவனுக்கு கல்யாணம் ஆகி அவன் பொண்டாட்டியும் இங்க தான் இருக்கா. இப்போ இந்த மாதிரி நீ பேசுறது கொஞ்சம் கூட சரியில்ல " என்று வீணா கண்டிக்க

" பொண்டாட்டியா? ஜோக் ஆஃப் த இயர். ஆன்ட்டி! நானும் ராகவும் பிரேக் அப் தான் பண்ணிகிட்டோம். ஒரேயடியா அவனை என்னால யாருகிட்டவும் தூக்கி குடுத்துட முடியாது" என்றாள் தியா கேலியாக.

" வாட்? நீயும் ராகவும் லவ் பண்ணுனிங்களா? இப்போ நீ தான் ஜோக் பண்ணிட்டுருக்க தியா" என்று கேலியாக சொன்னவரை அவள் திகைப்புடன் பார்த்தாள்.

" என்ன பாக்குற? நீ தான் ராகவ் பின்னாடி சுத்துன....அவன் என்னைக்காச்சும் உன்னை லவ் பண்றெனு உன் கிட்ட சொன்னானா? அப்பாவும் பொண்ணுமா சேந்து உனக்கும் ராகவ்க்கும் லவ் இருக்கிற மாதிரி எல்லாரையும் நம்ப வச்சிங்க...அதான் உண்மை..ஏதோ என்னோட ரிலேட்டிவ்ங்கிற ஒரே காரணத்துக்காக இந்த வீட்டுல இருந்த-

வங்க அந்த பொய்யையும் நம்பி உங்க ரெண்டு பேருக்கும் கல்யாணம் பண்ணிவைக்கலானு முடிவு பண்ணப்போ நீ தானே ராகவ் கூட ப்ரேக் அப்னு சொல்லிட்டு லண்டன் திரும்பி போன.

ஆனா அதையும் எல்லாரும் நம்புனாங்க. எனக்கு மட்டும் தான் தெரியும் ராகவ் உன்னை லவ் பண்ணவே இல்லங்கிற விஷயம். ஆனா அதை நான் எப்போவோ ராதிகா கிட்ட சொல்லிட்டேன். இனியாச்சும் இல்லாத காதலை இருக்கிற மாதிரி காட்டி அசிங்கப்படாம இருந்-துக்கோ. அந்த பொண்ணு அவந்திகா நீ நெனைக்கிற மாதிரி இல்ல. அவ என்னைக்கும் ராகவை யாருக்கும் விட்டு குடுக்க மாட்டா " என்று சொல்லிவிட்டு சென்றார்...

அதையெல்லாம் காது கொடுத்து கேட்கும் நிலையில் அவள் இல்லை...

அதே நேரம் அவந்திகா ராகவிடம் தியாவை பற்றி விசாரிக்க ஆரம்-பித்தாள்.

" ராகவ் ...அந்த பொண்ணு யாரு?" என்று கேட்ட அவந்திகாவை பார்த்தவன் " என்னோட எக்ஸ்" என்று பொறுமையாக சொல்லவும் அவள் சிரிக்க ஆரம்பித்தாள்..

" உன்னையும் ஒரு ஆளா நெனைச்சு லவ் பண்ணிருக்கா பாரு! அவளுக்கு மெடல் குடுக்கனும்" என்று மீண்டும் சிரிக்க ராகவ் தலை-யிலடித்து கொண்டான்.

" உனக்கு அவளை பாத்து இன்செக்யூரிட்டியா ஃபீல் ஆகனுமே" என்று அவன் சீண்டவும் அவனை கேலியாக பார்த்தாள் அவந்திகா.

" தம்பி! ஷீ மே பி யுவர் எக்ஸ். பட் நான் உன்னோட வைஃப்...நான் தான் உன்னோட ப்ரசன்ட் அண்ட் ஃப்யுச்சர்..நான் எதுக்கு ஒரு பாஸ்ட்ட பாத்து இன்செக்யூர்டா ஃபீல் பண்ணனும்? " என்று சோஃபாவில் ஏறி நின்று அவனை பார்த்து கேட்டாள்..

"கொஞ்சம் கூடவா உனக்கு பொறாமையே வரல?" என்று அவன் நம்பாமல் கேட்க

அவனது தாடையை பிடித்து கொஞ்சியவள் " நான் எதுக்கு பொறா-மைபடனும்? அதல்லாம் நான் எப்போவோ விட்டுட்டேன். நீ எதுக்கு என்னை இப்போ தூண்டி விடுற ?" என்று கேட்க

அவளை சோஃபாவிலிருந்து கீழே இறக்கிவிட்டவன் " நீ வினோதமா ஏதாச்சும் பண்ணி ரொம்ப நாள் ஆகுது. அதான் லைட்டா உன்னை

தூண்டி விடலானு பாத்தேன். நாட் பேட். நீ ரொம்ப தெளிவாயிட்ட " என்று சொல்லிவிட்டு உடையை மாற்ற சென்றுவிட்டான்.

அவன் சென்றதும் அவந்திகா மனதினுள் " அட போடா! எந்த அழகி வந்தாலும் அவளை நான் நம்மக்குள்ள வர விட்டா தானே " என்று எண்ணி கொண்டாள்..

6

அத்தியாயம்

அறையில் குறுக்கும் நெடுக்குமாக நடை போட்ட உஷாவை நீண்ட நேரமாக கவனித்து கொண்டிறுந்தான் வருண்.. அவளின் முகத்தில் ஏனோ சிந்தனை கோடுகள். அவள் எதையோ தீவிரமாக யோசித்து கொண்டிருக்கிறாள் என்பதை புரிந்து கொண்டவன் அவளே கூறுவாள் என்று காத்திருந்து பொறுமையை இழந்தான்.

அவள் அருகே மெதுவாக செல்ல அவனை கவனிக்காத உஷா அவன் மீதே மோதிக் கொண்டாள். அவளை கீழே விழாமல் தாங்கியவன் சோஃபாவில் அவளை அமரவைத்து கீழே அமர்ந்து கொண்டான். (அப்போ தானே அவ முகத்தை பாத்து பேச முடியும்...சார் தான் சரியான பனைமரம் ஆச்சே)

" இந்த குட்டி தலைக்குள்ள என்ன ஓடுது ரதி? சொன்னா தானே என்னால சொல்யூசன் குடுக்க முடியும்" என்ற அவனது பரிவான வார்த்தையில் முகம் மாறியவள் அவனது கையை பிடித்த படியே பேச ஆரம்பித்தாள்..

" வருண்! உனக்கே நல்லா தெரியும். அவந்திகாவுக்கும் ராகவுக்கும் இப்போ தான் ஏதோ கொஞ்சம் சண்டை எதுவும் வராம இருக்கு. அவங்க ரெண்டு பேரும் ஒருத்தரை ஒருத்தர் கொஞ்ச கொஞ்சமா புரிஞ்சிக்க ஆரம்பிச்சிருகாங்க. இப்போ திடீர்னு இந்த தியா ஏன் இங்க வந்தா?"

" யூ ஆர் ரைட்....எனக்கும் இதே கேள்வி அப்போவே தோனுச்சு. பட் ராகவ் இதை பெருசாவே நெனைக்கலைங்கிற பட்சத்துல நம்ம

இதுல வொர்ரி பண்ணிக்க வேண்டிய அவசியம் இல்லைனு நான் நெனைக்கிறேன்"

" அவசியம் இருக்கு.. நான் யோசிக்க தான் செய்வேன்..பிகாஸ் ஹனிபி என்னோட ஃப்ரெண்ட்...கிட்டதட்ட பதினோரு வருஷமா என்னோட சந்தோசம் துக்கம் எல்லாத்தையும் ஷேர் பண்ணிகிட்டவ....இன்னைக்கு அவளால ஒரு நார்மல் மேரேஜ் லைஃப் வாழ முடியாம இருக்கிறதுக்கு நம்ம கல்யாணம் தான் காரணம்...இந்த கல்யாணத்துக்கு மட்டும் அவ வராம இருந்திருந்தா ராகவை மீட் பண்ணிருக்க மாட்டா...அதுக்கு அப்புறமா நடந்த விபரீதம் எதுவும் இல்லாம அவ லைஃப் ஸ்மூத்தா போய்ட்டு இருந்திருக்கும். அத விடு. முடிஞ்சு போன விஷயம். பட் இந்த தியாவை எனக்கு சுத்தமா பிடிக்கல. அவளோட பார்வைல கொஞ்சம் கூட நேர்மை இல்ல வருண்"

" ரதி! ரிலாக்ஸ் டா...நீ இவ்ளோ டென்சன் ஆகுறதுக்கு ஒன்னும் இல்ல..."

" இஸிண்ட்? சப்போஸ் நான் ஒருத்தனை உனக்கு முன்னாடி காதலிச்சு அவன் உன்னோட சொந்தகாரனா இருந்து நம்ம கல்யாணத்துக்கு அப்புறமா அவன் இப்பிடி வந்து நின்னு உன்னோட பொண்டாட்டிய, இன்னைக்கு அந்த தியா ராகவை பாத்த பார்வைய பாத்திருந்தான்னா உனக்கு எப்பிடி இருக்கும்?"

" ரதி! இப்போ என்ன தான் பண்ணனும்ங்கிற?" என்ற வருணுக்கு பொறுமை போய்விட்டது.

" நீ எதுவும் பண்ண வேண்டாம்.பட் நான் எதாச்சும் பண்ணுனா அதை தடுக்காம மட்டும் இருந்தா போதும்..."

" ரதி! என்ன பண்ண போற?"

" நான் நெனைக்கிற மாதிரி அந்த தியா தப்பான எண்ணத்தோட இந்த வீட்டுக்குள்ள வந்திருந்தானா ஐ நோ ஹவ் டு ஹேண்டில் ஹெர்..." என்று தீர்மானமாக சொன்ன மனைவியை ஒரு பெருமூச்சுடன் பார்த்தான் வருண்..

" ரதிம்மா! உன்னை எப்போவுமே யாரும் இங்க தடுக்க மாட்டாங்க...எனக்கும் என் தம்பி லைஃப் மேல அக்கறை இருக்கு....நீ என்ன பண்ணனும்னு நெனைக்கிறியோ அத தாராளமா பண்ணு...பட் அதால யாரோட மனசும் ஹர்ட் ஆகாம பாத்துக்கோ" என்று அவன் கூறவும் உஷாவுக்கு மகிழ்ச்சியானது..

" டோன்ட் வொர்ரி வருண்...நான் யாரையும் ஹர்ட் பண்ண மாட்-டேன்" என்று அவனிடம் கூறிவிட்டு அவனை அணைத்து கொண்டாள்.

மறுநாள் காலை.....

நன்கு உறங்கிக் கொண்டிருந்தவளின் காதில் போன் ரிங்டோன் விழ-வும் அவந்திகாவுக்கு மெதுவாக தூக்கம் கலைய ஆரம்பித்தது..

தூக்க கலக்கத்திலே " ராகவ்! போனை எடு" என்று சொல்லிவிட்டு புரண்டு படுத்தாள். ஆனால் போனின் சத்தம் நிற்காமல் தொடரவே கடுப்பில் விழித்தவள் தன் அருகில் கிடந்த அதை தூக்கி எறியப் போக மீண்டும் சத்தம் வந்தது.

ஏதாவது முக்கியமான அழைப்பாக இருக்குமென்று ராகவை தேடி-னால் அவன் அங்கில்லை. நேரத்தை பார்த்தவள் அவன் ஜிம்மில் தான் இருப்பான் என்று அங்கே சென்றாள்..

அவள் நினைத்த மாதிரியே அவன் அங்கிருக்க கால் வந்த விவ-ரத்தை சொல்லிவிட்டு போக எத்தனித்தவளை கையை பிடித்து நிறுத்தி-னான்.

" கால் பேசுனதுக்கு அப்றமா போனை வாங்கிட்டு போ" என்று சொல்லிவிட்டு போனில் பேச ஆரம்பிக்க அவந்திகா தூக்கம் போன கடுப்பில் அங்கிருந்த டிரேட் மில்லில் உட்கார்ந்தாள்.

அவன் பேசிக் கொண்டே இருக்க “ இவனுக்கு என்னை பாத்தா எப்பிடி தெரியுது? இங்க நான் வேஸ்ட் பண்ணுற ஒவ்வொரு நொடியும் என்னோட அருமையான தூக்கம் பறிபோய்ட்டு இருக்கு” என்று பல்லை கடித்த படியே போனில் பேசி கொண்டிருந்தவனின் கால் கட் ஆகும் நேரத்துக்காக காத்திருந்தாள்.

அதே நேரத்தில் தியா கிச்சனில் செஃபை தொந்தரவு செய்து தானே டீ போடுவதாக அதகளம் செய்து கொண்டிருந்தாள்..

" மேடம்! ப்ளீஸ் ராகவ் சார் காலைலே டீ குடிக்க மாட்டாரு"

" நீங்க இங்க செஃப் தான். சோ நான் சொன்னத மட்டும் செஞ்சா போதும். இங்க இஞ்சி எங்க இருக்கு?" என்று அவரை பொருட்படுத்-தாமல் ராகவிற்காக டீ போட்டாள்.

அதை கையில் எடுத்து கொண்டு அவனது அறை இருக்கும் தளத்-திற்கு சென்றவளுக்கு " அச்சோ ! இப்போ அவன் ஜிம்மில தான இருப்பான்.." என்று நினைவு வர " வெயிட் ராகவ்..உனக்காக நானே

என் கையால்ல டீ கொண்டு வர்ரேன்" என்று சொல்லிக் கொண்டே ஜிம் இருந்த தளத்திற்கு சென்றாள்.

ஜிம்மிற்குள் செல்லும் போதே ராகவின் குரல் கேட்டது..

" போனை கொஞ்ச நேரம் காத்திருந்து வாங்கிட்டு போனா நீ ஒன்னும் கொறஞ்சு போக மாட்ட ஜான்சிராணி"

அதற்கு அவந்திகா பதிலளிக்கும் முன் " ராகவ் நான் உனக்கு உன்னோட ஃபேவரைட் இஞ்சி டீ கொண்டு வந்திருக்கேன்" என்று சொல்லியபடியே உள்ளே வந்த தியாவை பார்த்தான் ராகவ்.

அதை பார்த்த அவந்திகாவுக்கு இவ எதுக்கு ராகவ்க்கு டீ கொண்டு வந்திருக்கா என்ற எண்ணம் தோன்றாமல் இல்லை.

" ராகவ் டீ எடுத்துக்கோ" என்று நீட்டியவளை கண்டு கொள்ளாமல் அவன் வியர்வையை துடைக்கவும் அவளுக்கு கடுப்பாக இருந்தது. இருந்தாலும் காட்டி கொள்ளாமல் சிரித்த முகமாக நின்றாள்.

அவந்திகாவுக்கோ தியா தான் ஒருத்தி இருப்பதையே கண்டு கொள்ளாமல் ராகவிடம் பேசுவது கடுப்பை உண்டாக்க அவளது கையிலிருந்த டீ கப்பை வேகமாக வாங்கிக் கொண்டவள் " நீங்க ராகவுக்காக கஷ்டப்பட்டு டீ போட்டதுல்லாம் ஓகே! பட் அவரு டீ குடிக்கறத விட்டு ரொம்பநாளாச்சு. சோ இது அவருக்கு தேவைப்படாது" என்று சொல்ல தியா கோபத்தை அடக்கி கொண்டு சிரமப்பட்டு புன்னகைத்தாள்.

" அவந்திகா! பட் இன்னைக்கு ஒரு நாள் டீ குடிச்சா ஒன்னும் கெட்டு போகாதுங்கிறது என்னோட ஒப்பினியன்" என்று தலையை சரித்து கூறினாள் தியா.

" அஹான்! அதுவும் சரி தான்..பட் என்னால இதை குடிச்சே ஆகனுன்னு ராகவை கம்பெல் பண்ணமுடியாது. நீங்க போட்ட டீயும் வேஸ்டாக கூடாது. நோ ப்ராப்ளம். என்னோட ஹஸ்பென்ட்க்காக போட்ட டீ தானே. நானே குடிச்சுடுறேன்" என்று ஒரு சொட்டு விடாமல் குடித்து விட்டு அவள் கையில் கப்பை கொடுத்தாள்.

" ஐ ஹோப் நாளைல இருந்து நீங்க டீ போடுறேனு சொல்லி இப்பிடி நடந்துக்க மாட்டிங்க. பழைய விஷயங்கள் எல்லாத்தையும் ராகவ் எப்பவோ தூக்கி போட்டுட்டாரு. அதை திரும்பியும் ஃபாலோ பண்ண வேண்டிய அவசியம் அவருக்கு இல்ல " என்று அவளுக்கு புரியும் விதமாக கூறி அவளை வெளியே போக வைத்தாள் அவந்திகா.

அவள் வெளியேறியதும் ராகவின் புறம் திரும்பி " டீ நல்லாவே இல்ல ராகவ்..உன்னோட எக்ஸ் என்னைவிட கேவலமா போட்டுருக்கா" என்று முகத்தை சுழித்தபடி போனை வாங்கி கொண்டு வெளியேறினாள்.

கீழே வந்த தியா அவளுக்கு இருந்த கோபத்தில் என்ன செய்ய-வென்று புரியாமல் கிச்சனில் நுழைந்து கப்புகளை கழுவ போட்டாள். பின்னர் பொறுமையாக யோசித்தவளுக்கு புரிந்த விஷயம் இது தான்.

தான் இப்போது கோபத்தை வெளிகாட்டினால் ராகவ் என்றுமே அவளுக்கு கிடைக்க மாட்டான் என்பது தான்.

எனவே அவசரமாக எதுவும் செய்யாமல் ராகவின் மனதில் இடம்-பெறுவதற்கு அடுத்த முயற்சியாக மீண்டும் கிச்சனுக்குள் சென்றாள்.

செஃபிடம் சிக்கன் எடுத்து வருமாறு கூறியவள் அவர் சுத்தம் செய்து கொண்டிருக்கும் போது தனது அறைக்கு தன்னுடைய போனை எடுக்க சென்றாள்..

அவள் போன சில கணங்களில் உள்ளே வந்த உஷா செஃப் சிக்-கனை சுத்தம் செய்வதை பார்த்துவிட்டு " செஃப் ஃப்ரைடே சிக்கன் சமைக்க வேண்டானு தாதி அன்னிக்கே சொன்னாங்க தானே! தென் எதுக்கு கிளின் பண்ணிட்டு இருக்கிங்க?" என்று கேட்க அவர் தியா செய்ய சொன்னதாக கூறினார்.

அவருக்கு பதிலளிக்க சென்றவள் வாசலில் தியா வருவதை கண்-டுவிட்டு சத்தமாக " இதை டஸ்ட் பின்ல போட்டுருங்க செஃப்" என்று சொல்ல தியா அதிர்ந்தாள்.

வேகமாக உள்ளே வந்தவள் " பாபி! ஏன் சிக்கனை டஸ்ட் பின்ல போட சொல்றிங்க ?" என்று வருத்தமாக கேட்டாள்.

உஷாவோ அலட்சியமாக " இத இன்னைக்கு குக் பண்ண போற-தில்ல..சோ " என்று சொல்லி தோளை குலுக்கினாள்.

" பட் பாபி! இன்னைக்கு ஷெட்யூல் படி சிக்கன் தானே" என்று மேலே பேச போனவள் உஷாவின் உஷ்ணப்பார்வையில் அடங்கினாள்.

" லிசன் தியா! இந்த வீட்டுல நாங்க வந்ததுக்கு அப்புறமா நெறயா பழக்க வழக்கங்களை மாத்தியாச்சு. அதுல ஒன்னு தான் ஃப்ரைடே அன்னைக்கு நோ சிக்கன்! நானும் ஹனிபியும் வேற வெஜிடேரியனா, சோ எங்களுக்கு எப்போவுமே நான் வெஜ் ஆகாது"

" அப்போ இத நாளைக்கு சமைக்கலாம் தானே! ஏன் டஸ்ட் பின்ல போட சொல்லுறிங்க?"

" ஒரு தடவை ஃப்ரிட்ஜ்ல இருந்து வெளியே எடுத்தத குக் பண்ணலனா அத டஸ்ட் பின்ல போடுற பழக்கத்தையும் நாங்க தான் கொண்டு வந்திருக்கோம்! வெளியே எடுத்த எதையும் திரும்ப சேத்துக்கிற பழக்கமும் எங்களுக்கு கெடயாது" என்று அதே உஷ்ணப்பார்வையுடன் விளக்கினாள் உஷா.

பின்னர் " நீங்க இந்த வீட்டோட கெஸ்ட். சோ நீங்க இனிமே கிச்சன் பக்கம் வரவேண்டாம். எதுக்கு உங்களுக்கு தேவை இல்லாத வேலை? இதல்லாம் செஃப் பாத்துப்பாரு " என்று சொல்லிவிட்டு கையோடு அவளையும் அழைத்து சென்று விட்டாள்...

சிறிது நேரத்தில் அனைவரும் ப்ரேக்ஃபாஸ்டுக்காக டைனிங் டேபிளில் அமர்ந்திருக்க ராகவும் அவந்திகாவும் மட்டும் ஏதோ வாக்குவாதம் செய்து கொண்டே வந்து சேர்ந்தனர்.

தியா ராகவை ஆர்வத்துடன் பார்ப்பதை கண்டு பல்லை கடித்த உஷா தன்னுடன் இணைந்து பரிமாற வந்த அவந்திகாவை கண்ணாலேயே ராகவின் அருகில் அமருமாறு சைகை காட்ட அவளும் யோசனையுடனே அமர்ந்தாள்.

அவள் அமர்ந்ததும் அவளின் கையை பிடித்து கொண்டான் ராகவ். அவளது தீப்பார்வையை பொருட்படுத்தாமல் " லுக் ஜான்சி ராணி! இப்போ மட்டும் நீ சொல்லலனா நான் உன்னோட கைய விட மாட்டேன். எவ்ளோ நேரம் ஆனாலும் நீ இப்பிடியே இருக்க வேண்டியது தான்" என்று அவனது தட்டிலிருப்பதை சாப்பிட ஆரம்பித்தான்.

மற்றவர்கள் இதை பார்த்தாலும் மனதில் சிரித்து கொண்டு காணாதது போல சாப்பிட ஆரம்பித்தனர்.

" ராகவ்! கைய விடுடா..எனக்கு ரொம்ப பசிக்குது"

" அப்போ விஷயத்த சொல்லு"

" சொல்ல மாட்டேன்"

" அப்போ நானும் கைய விடமாட்டேன்"

அவள் யாருக்கும் கேட்காத வண்ணம் சிணுங்க ராகவ் கண்சிமிட்டி விட்டு நாணை உள்ளே தள்ள ஆரம்பித்தான்.

அவர்களின் இந்த விளையாட்டை பார்த்து தியாவிற்கு காதில் புகை வராத குறை. “இந்த ராகவ் என் கிட்ட காட்டுன ஆட்டிட்டியூட் என்ன ? இப்போ இந்த அவந்திகா கூட சேந்து சைல்டிஷா பிஹேவ் பண்ணுறது என்ன? இந்த பொண்ணு எந்தளவுக்கு அவனை மாத்தி வச்சி-

ருக்கா" என்று மனதிற்குள்ளேயே பொறுமினாள்.

அவந்திகா பொறுத்து பொறுத்து பார்த்தவள் ஒரு கட்டத்தில் பொறுமையை இழந்தவளாய் ராகவ் கையில் வைத்திருந்த நாணை சாப்பிட ஆரம்பித்தாள்.

அவன் எடுத்து வாய்க்குள் கொண்டு செல்வதற்குள் அவள் அதை சாப்பிட்டு விட ராகவ் வெவ்வேறு திசையில் தன் கையை நகர்த்த அவளும் அந்த கோணங்களில் நகர்ந்தவள் அவனை சாப்பிட விடாமல் செய்யவே தியா இவர்களின் இந்த அன்னியோன்யத்தை கண்டு பொறுக்க முடியாமல் கத்திவிட்டாள்.

" இனாஃப் அவந்திகா! கொஞ்சம் அவனை சாப்ட விடு. உன்னோட விளையாட்ட அப்புறமா வச்சுக்கோ" என்று சூழ்நிலை மறந்து கத்த ராகவ் அவளை பார்த்த பார்வையில் அவள் சாம்பலாகாமல் இருந்தது அவளது பெற்றோர் செய்த புண்ணியம்.

அவந்திகா ஒரு நிமிடம் அவளை உற்று பார்த்தவள் அவள் பார்வையிலிருந்து எதை புரிந்து கொண்டாலோ ராகவின் கையிலிருந்து தன் கையை உறுவிக் கொண்டாள்.

பின்னர் பொறுமையாக சென்று கையை கழுவிவிட்டு வந்தவள் தியா சாப்பிட்டு விட்டாளா என்பதை உறுதி செய்து விட்டு கை கழுவி விட்டு வந்தவளை சொடக்கிட்டு அழைத்தாள்.

" ஹலோ ! தியா கொஞ்சம் இங்க வாங்க" அவள் அழைக்கவும் கொஞ்சம் தடுமாறிக் கொண்டே வந்து சேர்ந்தவள் அவளை ஒரு வித பதட்டத்துடன் பார்க்கவே அவந்திகாவுக்கு கொஞ்சம் அவளை சீண்டினால் என்ன என்றூ தோன்றியது..

" கொஞ்ச நேரத்துக்கு முன்னாடி ஏதோ ஆர்டர் போட்டிங்களே? என்ன அது? எதுவா வேனா இருக்கட்டுமே. என்னை ஆர்டர் பண்ண நீங்க யாரு முதல்ல"என்று கேட்டு விட்டு வீணாவை ஒரு பார்வை பார்க்க அவருக்கோ சங்கடமாக இருந்தது..

பின்னர் " நீங்க இங்க கெஸ்டா வந்திருக்கிங்க. சோ கெஸ்ட் மாதிரி மட்டும் பிஹேவ் பண்ணா உங்களுக்கு நல்லது. வழக்கமா கெஸ்ட் வருவாங்க. நல்லா சாப்டுவாங்க. ஒரு த்ரீ டு ஃபோர் டேய்ஸ் தங்குவாங்க. அப்றமா மூட்டைய கட்டிட்டு போய்ட்டே இருப்பாங்க. லைக் வைஸ் நீங்களும் இந்த வீட்டுக்கு கெஸ்டா வந்திங்க..இதோ சாப்டு முடிச்சிட்டிங்க. இன்னும் ஒரு நாலு இல்ல அஞ்சு நாள் தங்கிட்டு கௌம்பி

போயிடுங்க. அதை விட்டுட்டு தேவை இல்லாத சீன் எதும் கிரியேட் பண்ண டிரை பண்ணாதிங்க " என்று சொல்லிவிட்டு ராகவ் சாப்பிடும் வரை காத்திருந்தவள் அவன் சாப்பிட்டு முடிக்கவும் அவனுடன் சேர்ந்து அலுவலகத்துக்கு கிளம்பி சென்றுவிட்டாள்..

உஷாவோ வீணாவிடம் அவளை கொஞ்சம் கண்டித்து வைக்குமாறு சொல்லிவிட்டு தியாவை ஒரு முறை முறைத்துவிட்டு வருணுடன் சென்றாள்..

காரை டிரைவ் செய்து கொண்டே அவந்திகாவின் முகபாவங்களை கவனித்தான் ராகவ். அவளுடைய மனதில் நிறைய கேள்விகள் ஓடிக் கொண்டிருப்பதை அவள் முகம் கண்ணாடி போல பிரதிபலிக்க அவளுடைய மூளையோ வழக்கம் போல அந்த கேள்விகளுக்கான பதிலை கோர்வைப்படுத்த தொடங்கிவிட்டது...

கார் நின்றது கூட தெரியாமல் தீவிர யோசனையில் இருந்தவளை ராகவின் குரல் நிஜ உலகிற்கு இழுத்து வந்தது.

" ஹலோ ! ஆர் யூ ஹியர்? அவந்திகா" என்று அவன் உலுக்கவும் திடுக்கிட்டு அவனை பார்த்தவள் ஆபிஸ் வந்து விட்டதை அப்போது தான் உணர்ந்தாள். மெதுவாக இறங்கியவள் கண்ணாடியை தட்டவும் ராகவ் கதவை திறந்தான்.

" கொஞ்சம் உள்ளே வா..நான் உன் கிட்ட கொஞ்சம் பேசணும்" என்று சொல்லிவிட்டு அவள் பாட்டுக்கு கடகடவென்று நடந்து செல்லவும் ராகவ் அவளை தொடர்ந்து சென்றான்.

உள்ளே வந்தவனை நாற்காலியில் அமர சொல்லிவிட்டு சில நிமிடங்கள் குறுகுறுவென்று பார்க்க ராகவ் இவளுக்கு என்னாச்சு என்கிற மாதிரி அவளை பார்த்து வைத்தான்.

" ராகவ்! நீ பாக்குறதுக்கு சூர்யா அளவுக்கு இல்லைனாலும் ஏதோ கொஞ்சம் ஹேன்ட்சம்மா தான் இருக்க. பட் உன்னோட ரசனை ஏன் இவ்ளோ கேவலமா இருந்திருக்கு?" என்று யோசனையுடன் கேட்கவும் ராகவிற்கு இதுக்கு தான் இவ்ளோ பில்டப்பா என்று தோன்றாமல் இல்லை..

" என்ன தான் சொல்ல வர்ர ஜான்சி ராணி? டேரக்டா சொல்லு"

" இல்ல ! உனக்கு லவ் பண்ணுறதுக்கு வேற பொண்ணே கெடக்கலைனா இந்த தியாவை போய் லவ் பண்ணுன? யுவர் டேஸ்ட் இஸ் ரியலி பேட்" என்று சொல்லி முகத்தை திருப்பி கொண்டாள்.

அவளின் இந்த செய்கை அவனுக்கு சிரிப்பை வரவழைத்தாலும் அதை அடக்கி கொண்டு " கம் ஆன் ஜான்சி ராணி! அவ ஃபர்ஸ்ட் இந்த மாதிரிலாம் கெடயாது தெரியுமா? ஷீ வாஸ் சோ சிம்பிள். சோ க்யூட் அன்ட் அடோரபிள் லைக் அன் ஏஞ்சல் " என்று அவளை சீண்டிக் கொண்டே அவளின் முகத்தை ஓரக்கண்ணால் பார்க்க அவன் நினைத்தபடியே அதில் கடுகு போட்டால் வெடிக்கும் அளவுக்கு கோபம்.

அதிலேயே திருப்தியானவன் அவர்களின் இல்லாத காதலை பற்றி கற்பனையிலே ஒரு கதையை சொல்ல ஆரம்பித்தான். ஆனால் அவந்திகாவோ அவன் பொய் சொல்கிறான் என்பதை உணராதவளாய் அதில் மூழ்கிவிட்டாள்.

அவளே நம்புமளவுக்கு இல்லாத காதலை பற்றி ஒரு அழகான கதையை சொல்லிமுடித்தவன் " அதுக்கு அப்புறமா அவ பிரேக் அப் பண்ணிட்டு லண்டன் போயிட்டா! அவ போனதுக்கு அப்புறமா எனக்கு லவ் மேலயும் லவ் பண்ணுறவங்க மேலயும் இருந்த நம்பிக்கை சுத்தமா போயிடுச்சு. அதனால தான் லவ் பண்ணுறதுலாம் முட்டாள் தனம்னு உன் கிட்ட சொன்னேன்" என்றான் பொய்யான வருத்தத்துடன்.

இந்த கதையை அவன் வாயாலேயே கேட்டவ்அவந்திகாவுக்கு முதல் முறையாக இந்த திருமண வாழ்க்கையில் நம்பிக்கை உடைந்தது. இன்னும் பழைய காதல் அவனுடைய மனதை விட்டு நீங்காத காரணத்தாலே அவனுக்கு காதல் மீது நல்ல அபிப்ராயம் இல்லையென்று அவள் மனதில் பதிந்துவிட்டது. தன் கணவன் மனதில் அவனின் பழைய காதலி தான் இருக்கிறாளோ என்ற யோசனை வேறு அவளது உள்ளத்தில் எழும்பி அவளிய வருத்த அவளை அறியாமல் அவள் மனதின் ஓரமாய் ஒரு வலி.

அவனோ அதை அறியாதவனாக " அது மட்டும் கெடயாது. அவளுக்கு நான்னா...." என்று தொடர அவந்திகா கையை உயர்த்தி அவனை தடுத்தவள் அவனை முறைத்தவாறே பேச ஆரம்பித்தாள்.

" லுக் மிஸ்டர் ராகவ் கபூர்! நான் உன்னோட எக்ஸை பத்தி எக்ஸாம் எதுவும் எழுத போறது இல்ல..இவ்ளோ டீப்பா நீ எனக்கு எக்ஸ்ப்ளைன் பண்ண வேண்டிய அவசியம் இல்ல...ஆனா ஒரு விஷயம் அவளோட கேரக்டர் என்னன்னு தெரிஞ்சுருந்தா நீ அவளை லவ் பண்ணிருக்க மாட்ட....சப்போஸ் நான் அவ இடத்துல இருந்திருந்தா

என்னோட எக்ஸ் லவ்வரோட வைஃபை இப்பிடி இரிட்டேட் பண்ணி-ருக்க மாட்டேன். இவ்ளோ சீப்பா டிரிக்ஸ் பிளே பண்ணவும் மாட்டேன்" என்று சொல்லி மூச்சு வாங்கியவள் " உனக்கு ஆபிஸ் டைம் ஆகலயா? கெளம்பு" என்று சொல்லிவிட்டு அவளது இருக்கையில் அமர்ந்து லேப்-டாப்பை பார்க்க தொடங்கினாள்.

ராகவுக்கு கொஞ்சம் அதிகமாக தான் பேசிட்டோமோ என்று தோன்-றினாலும் ஏனோ கோபத்திலிருக்கும் அவந்திகாவின் முகம் அவனுக்கு பிடிக்கவே, தான் பேசியதை அவன் பெரிதாக எண்ணவில்லை...

" அப்போ நான் கெளம்பவா ஜான்சி ராணி?"

" இன்னும் நீ கெளம்பலையா? சீக்கிரமா கெளம்பு. இன்னைக்கு வெதர் சரியில்ல. எனக்கு இந்த ரூம்ல இருக்க கொஞ்சம் சங்கடமா இருக்கு" என்று முகம் பார்க்காமலே உரைக்க ராகவ் விசிலடித்தபடியே கிளம்பினான்.

அவன் சென்ற வழியை முறைத்தவள் " இவனுக்கு இப்போ விசில் ஒன்னு தான் கேடு?" என்று பல்லை கடித்து சொல்லிவிட்டு லேப்டாப்-பில் மூழ்க ஆரம்பித்தாள்.

அதே நேரம் வீட்டில் ராதிகா தியாவை அழைத்து அவள் செய்த காரியத்தை பற்றி விளக்கம் கேட்டுக் கொண்டிருந்தார்.

" ராதி ஆன்ட்டி! நீங்களும் என்னை புரிஞ்சிக்காம பேசுனா என்ன அர்த்தம்? நான் ராகவ் மேல உள்ள கேர்ல தான் அவந்திகா மேல கோவப்பட்டேன்...அவ இப்பிடி விளையாடிகிட்டே இருந்தா அவனால சாப்ட முடியாதுனு தான்" என்று சமாளித்தாள் தியா.

அவளை கேலியாக பார்த்த ராதிகா " அவ ராகவோட வைஃப் மா. அவளை விடவா உனக்கு ராகவ் மேல அக்கறை இருந்திட போகுது? என்று கேட்டு வைத்தார்.

அதே நேரம் " அத விடு. மகன் மருமகளாவே இருந்தாலும் புரு-ஷன் பொண்டாட்டி விஷயத்துல தலையிட கூடாதுன்னு தான் நாங்கலே அமைதியா இருக்கோம் .நீ ஏன் தேவை இல்லாம அவந்திகாவ கத்-துற தியா?" என்று பிரியாவும் தியாவை வறுத்தெடுக்க அவள் மாட்டிக் கொண்டு விழித்தாள்.

" பிரியா ஆன்ட்டி! நீங்களுமா? தாதி! நீங்க சொல்லுங்க....நானும் ராக்வும் லவ் பண்ணுறப்போ நான் ராகவ் பக்கத்துல உக்கார போனா

கூட நீங்க என்ன சொல்லுவிங்க? பெரியவங்க முன்னாடி இப்பிடிலாம் பழக கூடாதுன்னு சொல்லுவிங்க தானே! இப்போ அதையே அவ பண்ணுறப்போ மொத்த குடும்பமும் சேந்து ரசிக்கிறிங்க? யாருக்காகவும் குடும்பத்தோட பழக்கவழக்கங்களை மாத்திக்க மாட்டோன்னு சொன்ன நீங்களே இன்னைக்கு உங்க ரெண்டு மருமகள்களுக்காக இவ்ளோ விஷயங்களை ஏன் மாத்திகிட்டிங்க?" என்று சுமித்ராவை நோக்கி அடுத்த கேள்வியை வீசினாள்.

" அதுக்கு பதில் உன்னோட கேள்வியிலேயே இருக்கு தியா. புரியலயா? அவங்க ரெண்டு பேரும் இந்த வீட்டோட மருமகளுங்க. அவங்களுக்காக எதை வேணுனாலும் மாத்திக்கலாம். இனிமே நீ ராகவ பத்தி..." என்று பேச முற்பட்டவரை அமைதியாக இருக்குமாறு கண் காட்டினார் ராதிகா.

பின்னர் அவரே " இந்த வீட்டோட மருமகள்களை பத்தியோ இல்ல எங்க பையன்களை பத்தியோ இனிமே நீ கவலை பட வேண்டிய அவசியம் கெடயாது...அவங்களை நாங்க பாத்துக்கிறோம்...அதே மாதிரி இன்னொரு தடவை என்னோட ராகவ் உன்னை லவ் பண்ணுனாங்கிற வார்த்தை உன் வாயில இருந்து வரவே கூடாது...ஏன்னா எனக்கு எல்லாமே தெரியும்...நீ யாருன்னும் தெரியும்...நீ பண்ண காரியம் என்னன்னும் தெரியும்...இவ்ளோக்கும் மேல உன்னை இங்க தங்க அலோ பண்ணதுக்கு ஒரே காரணம் நீ வீணாவோட அண்ணன் பொண்ணுங்கிறது மட்டும் தான்...அதை மறந்து நானா எதுவும் செய்யுற நெலமைக்கு என்னை போக வச்சிடாத....வீணா அவளுக்கு புத்தி சொல்லி புரிய வை..இல்லைனா நடக்கிற எதுக்கும் நான் பொறுப்பாக முடியாது " என்று வீணாவுக்கும் ஒரு குட்டு வைத்துவிட்டு சென்றார்.

அனைவரின் ரியாக்ஸனையும் பார்த்து அதிர்ந்தவளாய் நின்ற தியா ராகவிடம் தனியே பேச ஒரு சந்தர்ப்பம் கிடைத்தால் போதும். அவனுக்கு எல்லாவற்றையும் புரியவைத்துவிடலாம். அப்புறமாக இந்த குடும்பத்தினரை சமாளிப்பது சுலபம் என்று அடுத்த கணக்கை போட ஆரம்பித்தாள்.

அதே நேரம் சன் டியூ அலுவலகத்தில் அவந்திகா தோழிகளிடம் புலம்பிக் கொண்டிருந்தாள்.

" இந்த உலகத்துல லவ் ஃபெயிலியர் இல்லாதவங்க ரொம்ப கம்மி...பட் இப்பிடி தன்னோட எக்ஸை பத்தி புகழ்ந்து பேசுறவன் இவன்

மட்டும் தான்டி" என்று கடுப்பாக கூறிய அவந்திகாவை பார்த்து கொண்டிருந்தனர் ரித்திமாவும் உஷாவும்...

" இவ்ளோ உருகிறவன் ஏன்டி அவ ப்ரேக் அப் பண்ணிட்டு போனதும் அவளை சமாதானப்படுத்தல? அத கூட விடு ....நான் என்னோட ட்ரீம் பாய் பத்தி சொன்னா அது அவனுக்கு காமெடி..அதுவே அவன் அவனோட இத்து போன எக்ஸ் பத்தி சொன்னா அது ஃபீலிங்கா?"

" அவந்திகா! ரிலாக்ஸ் பேபி" என்ற உஷாவை பரிதாபமாக பார்த்தாள் அவந்திகா

பின்னர் " அவனை சொல்லி குத்தம் இல்லடி! முட்டாள் மட்டும் தான் லவ் பண்ணுவான்னு அவன் சொன்னப்போவே நான் யோசிச்சிருக்கனும்" என்று அவள் சொல்லிவிட்டு ஒரு ஓரமாக சென்று அமர்ந்து விட்டாள்.

அவளிடம் பேச போன ரித்திமாவை தடுத்த உஷா அவளிடம் உண்மை நிலவரத்தை சொல்ல அவளும் அமைதியானாள்.

பின்னர் வழக்கம் போல வேலைகள் என்னவோ நடந்தது..ஆனால் அவந்திகா தான் அன்று முழுவதும் அமைதியாகவே இருந்தாள்...அவளது அமைதியின் பின்விளைவுகளை நன்கு தெரிந்தவர்கள் என்பதால் உஷாவும் ரித்திமாவும் அதை சாதாரணமாக எடுத்து கொள்ளும் நிலையில் இல்லை.

மாலையில் வீடு திரும்புவதற்காக அவந்திகாவுக்கு ராகவ் கால் செய்யவே அவள் போனை எடுக்கவேயில்லை..உடனே உஷாவுக்கு போன் செய்தவனிடம் அவளை தன்னுடன் அழைத்து வருவதாக உஷா கூறிவிடவே அவன் மட்டும் வீட்டுக்கு சென்றான்.

கிளம்பும் வேலையில் உஷா அவந்திகாவை அழைக்க அவளோ " நான் வரல. நீ மட்டும் போ உஷா" என்று சொல்லிவிட்டு அங்கிருந்த பேப்பரில் பேனாவால் குத்த ஆரம்பித்தாள்.

" ஹனிபி நான் உன்னை கூட்டிட்டு வர்ரேனு ராகவ் கிட்ட சொல்லிட்டேன்"

" சோ வாட்? நீ என்னை கூட்டிட்டு போகலனா அவன் உன் கழுத்தை சீவிடுவானா? அவன் பேரை சொல்லாத. எனக்கு கடுப்பா இருக்கு" என்று காதுகளை அவள் மூடிக் கொள்ள உஷா அவளை திகைப்பாக பார்த்தாள்.

" நீ கெளம்பு உஷா...நான் அங்க வர போறது இல்ல..."

" இது என்ன சின்ன கொழந்தை மாதிரி பிடிவாதம்? கம் ஆன். கௌம்பு..நீ வரலனா தாதி டென்சன் ஆயிடுவாங்க"

" இப்பிடி அவங்க டென்சன் ஆவாங்க இவங்க டென்சன் ஆவாங்கனு யோசிச்சு நான் இந்த ரிலேஷன்சிப்பை அக்செப்ட் பண்ணதால தான் இன்னைக்கு யாரோ ஒருத்தி என் கிட்டயே ஆர்டர் போடுறா! எனக்கு இனிமே யாரை பத்தியும் கவலை இல்ல உஷா "

" ராகவ் பத்தி கொஞ்சம் யோசி....நீ வரலன்னா அவரு டென்சன் ஆக மாட்டாரா?"

" அவன் ஏன்டி டென்சன் ஆகப்போறான்? நான் இருந்தாலும் இல்லாமலே போனாலும் அவன் மெஷின் மாதிரி ஓடிட்டு தான் இருப்பான்...என்னோட ப்ரசென்ஸ் அவனை எப்பிடி பாதிக்கலையோ அதே மாதிரி என்னோட ஆப்செனஸும் அவனை பாதிக்காது. அவனை பத்தி பேசி என்னை இன்னும் கடுப்பாக்காம கௌம்பு தாயே" என்று கையெடுத்து கும்பிட உஷா வருத்தத்துடன் சென்றாள்.

அவந்திகாவோ அங்கிருந்த இன்னொரு ரூம்க்குள் சென்று அங்கே கிடந்த சோஃபாவில் காலை கட்டியவாறு உட்கார்ந்து விட்டாள்.

உஷா அவந்திகா இல்லாமல் வீடு வந்து சேர்ந்தவள் நேரே ராகவின் அறைக்கு சென்று அவனிடம் விஷயத்தை கூறிவிட்டாள்.

" வாட்? பாபி அவ நெஜமாவே அப்பிடியா சொன்னா?" என்று திகைத்தான் ராகவ்..

உஷாவோ பரிதாபமாக " ஆமா ராகவ்...நேரம் ஆக ஆக அவளுக்கு கோவம் அதிகமாச்சே தவிர கொஞ்சம் கூட குறையல..என்னால அவளை கன்வின்ஸ் பண்ணி கூட்டிட்டு வர முடியல..." என்று சொல்ல வருணும் அவளை திகைப்பாகவே பார்த்தான்.

" அட்லீஸ்ட் இவனாச்சும் கூட்டிட்டு வந்திருப்பான்...உன்னால அதுவும் போச்சு" என்று உஷாவையே அவனும் முறைத்தான்.

ராகவ் " பய்யா ப்ளீஸ்! அண்ணி என்ன பண்ணுவாங்க? அந்த ஜான்சி ராணியோட கோபத்துக்கு முன்னாடி யாருமே நிக்க முடியாது" என்று சொல்லிவிட்டு அவன் தோளில் தட்டிவிட்டு அவர்களின் அறையை விட்டு வெளியேறினான்.

இவ்வளவு விஷயங்களையும் மறைந்து இருந்த தியா ஒரு வார்த்தை விடாமல் கேட்டுவிட்டாள். அவளுக்கு மனதிற்குள் பட்டாம்பூச்சிகள் பறக்க ஆரம்பிக்க ராகவுடன் தனியாக பேசும் சந்தர்ப்பம் கிடைத்துவிட்-

டதாக எண்ணி மகிழ்ச்சி கடலில் மூழ்க ஆரம்பித்தாள்.

ராகவோ வருண் உஷாவின் அறையை விட்டு வெளியேறியவன் நேரே தங்கள் அறைக்கு சென்று கார் கீயுடன் கீழே வேகமாக வர ராதிகா " ராகவ்! டிசர்ட் கூட சேன்ஜ் பண்ணாம எங்க போற" என்று கேட்க விவரத்தை கூறிவிட்டு சென்றான்.

அடுத்த இருபது நிமிடத்தில் சன் டியூ அலுவலக வாயிலில் காரை பார்க் செய்து விட்டு பூட்டியிருந்த கதவை தட்ட அவந்திகாவோ இந்த நேரத்தில் யார் என்று யோசனையுடன் கதவை திறக்க சென்றாள்.

கதவை திறந்தது அங்கே நின்று கொண்டிருந்த ராகவை பார்த்ததும் அவளுக்கும் ஒன்னும் உவப்பாக இல்லை. " தாதி இல்லனா ராதிம்மா என்னை கூட்டிட்டு வர சொல்லிருப்பாங்க! அதான் இந்த மைதாமாவு வந்திருக்கான்...இல்லன்னா இவன் ஏன் வர போறான்? " என்ற சிந்தனையுடன் நிற்க ராகவ் அவளை வாசலில் இருந்து தள்ளி நிறுத்தியவன் உள்ளே சென்றான்.

" ரொம்ப டார்ச்சர் பண்ணுற நீ " என்று மனதில் நினைத்தப்படியே நாற்காலியில் அமர்ந்தவன் " இன்னும் பத்து நிமிஷத்துல உன்னோட லேப்டாப் அண்ட் அதர் திங்ஸோட நீ கௌம்புற...ஓகே" என்று கட்டளையிடவும் அவந்திகாவுக்கு பற்றி கொண்டு வந்தது.

" வர முடியாது" என்று அவளும் அதே தொனியில் கூறிவிட்டு அவனுக்கு எதிர் நாற்காலியில் அமர அவனுக்கு ஆயாசமாக இருந்தது...

" லிசன்! எனக்கு ஆல்ரெடி ஆயிரம் டென்சன்...இதுல உன்னை பத்தி நெனச்சு வேற நான் ஸ்பெஷலா டென்சன் ஆக முடியாது...கௌம்பு"

" உனக்கு நான் பேசுற லாங்வேஜ் புரியலனு நெனைக்கிறேன்...நான் உன் கூட வர மாட்டேன்...டூ யூ அன்டர்ஸ்டாண்ட்?"

" நீ வீட்டுக்கு வா..நான் உன் கிட்ட எல்லா விஷயத்தையும் தெளிவா சொல்லுறேன்"

" நீ சொல்லுற எந்த விளக்கமும் கேக்கிற நெலமைல நான் இல்ல ராகவ். நான் அங்கே வர மாட்டேன். உன்னோட டைம வேஸ்ட் பண்ணாம நீ கௌம்பு..."

" பொறுமைக்கும் ஒரு அளவு இருக்கு அவந்திகா. நான் தான் சொல்லுறேன்ல வீட்டுல போய் பேசிக்கலாம்னு. கொஞ்சம் நான் பேச

வர்ரத காது குடுத்து கேட்டா நீ ஒன்னும் கொறஞ்சு போக மாட்ட" என்று அவன் சொல்லவும் அவளுக்கும் கேட்டால் தான் என்ன என்று தோன்றவே லேப்டாப்புடன் அடுத்த ஐந்தாவது நிமிடத்தில் அவனுடன் காரில் இருந்தாள்.

வீட்டுக்கு வந்ததும் என்னவென்று விசாரித்த மாமியார்களிடம் கொஞ்சம் வேலையிருந்ததாக சமாளித்தவள் ராகவ் இருந்த பக்கம் திரும்ப கூட இல்லை. அதை ராகவும் கண்டு கொள்ளவில்லை. ஆனால் பேச வேண்டிய விஷயங்களை அப்போதே பேசியிருந்தால் அவன் சிறிது நேரத்தில் ஏற்படப்போகும் அந்த பிரச்சனையை தடுத்தி-ருக்கலாம்.

அவனோ எதோ கால் வந்திருப்பதாக தோட்டத்திற்கு செல்லவே நீண்டநேரமாக திரும்பவில்லை. ராதிகா அவந்திகாவிடன் அவனுக்கு காபி கொடுக்குமாறு கையில் தட்டை கொடுக்கவும் அவளும் வேறுவ-ழியின்றி காபி கப்புடன் தோட்டத்திற்கு சென்றாள்.

அங்கே ராகவை பார்த்தவள் அதிர்ச்சியில் சிலையானாள். ஏனெ-னில் அங்கே அவனை அணைத்து கொண்டு நின்றவள் தியா.

அதிர்ச்சி சில கணங்களில் வடிய காலையில் அவன் பேசிய வார்த்-தைகளே இப்போது அவளின் காதில் ஒலிக்க உள்ளே எழுந்த கோபத்-துடன் கையிலிருந்த காபி தட்டை நங்கென்று ஓங்கி போட அந்த ஒலி-யில் தியா விலகினாள்.

சிதறிய கோப்பை துண்டுகளை பார்த்த வண்ணம் அவள் மிதித்து விடப் போகிறாளோ என்ற டென்சனில் அருகில் வந்த ராகவை கையை காண்பித்து தடுத்தவள் கோபத்துடன் அவனை பார்த்தாள்.

" அவந்திகா கால்ல குத்திட போகுது " என்று பதட்டத்துடன் அரு-கில் வர அவனை எரிப்பது போல பார்த்தவள் " நடிக்காத ! இங்க ராதிம்மா பிரியாம்மா தாதின்னு யாரும் இல்ல! " என்று சொல்லிவிட்டு விறுவிறு என்று உள்ளே சென்றாள்.

ராகவ் தியாவை கொலைவெறியுடன் பார்த்தவன் அவந்திகாவை சமாதானப்படுத்த அவள் பின்னே சென்றான்.

ஹாலில் இருந்தவர்கள் உள்ளே வேகமாக வந்த அவந்திகாவையும் அவள் பின்னோடு " அவந்திகா நில்லு" என்று சொல்லி கொண்டே வந்த ராகவையும் பார்த்ததும் என்னாயிற்றோ என்று பதட்டமாக உஷா அனைவரையும் கண்ணால் அமைதிபடுத்திவிட்டு வருணை மட்டும்

அழைத்து கொண்டு அவர்களின் பின்னே சென்றாள்.

தங்களின் அறைக்குள் சென்ற அவந்திகாவின் கையை பிடித்து தடுத்து நிறுத்தியவன் " அவந்திகா! காம் டவுன். என்ன நடந்துச்சுனு தெரியாம..." என்று விளக்குவதற்குள் " கைய விடு! டோன்ட் டச் மீ" என்று அவனது கையை உதற அன்று அவந்திகாவுக்கு வந்த வலியை இன்று தன் மனதில் உணர்ந்தான் ராகவ்.

அவனது கையை உதறியவள் தன்னுடைய லக்கேஜை பேக் செய்ய ராகவால் அவள் செய்கையின் வீரியத்தை அப்போது தான் புரிந்து கொள்ள முடிந்தது..

" ராகவ் ஸ்டாப் ஹெர். அவ கோவத்துல ஏதாச்சும் பண்ணி வைக்கிறதுக்குள்ள அவளை தடுத்து நிறுத்து " என்று அவனது மூளை அவனுக்கு கட்டளையிட அவளை நெருங்கியவன் அவனை திரும்பி பார்த்த அவளது கண்ணில் தெரிந்த அன்னிய தன்மையில் அவனை அறியாமல் பின்னடைந்தான்.

அதற்குள் அங்கே வந்த உஷாவும் வருணும் அவள் லக்கேஜை எடுத்து வைப்பதை பார்த்ததும் அவளை அமைதிப்படுத்த எவ்வளோவோ முயற்சிக்க ஆனால் அவளோ யார் பேச்சையும் கேட்கும் மனநிலையில் இல்லை..

எல்லாவற்றையும் எடுத்து வைத்தவள் அதை கையில் எடுத்து கொண்டு வெளியேற முயல உஷா " நீ இப்பிடி பண்ணாத ஹனிபி...கௌசிக்கா எப்பிடி ரியாக்ட் பண்ணுவாங்கனு கொஞ்சம் யோசி" என்று அவளை தடுக்க முயன்றாள்.

" உஷா! இந்த கல்யாணம் நடந்த நாள்ல இருந்து மத்தவங்க என்ன நெனைப்பாங்கன்னு யோசிச்சி யோசிச்சி நான் ரொம்பவே என்னை மாத்திகிட்டேன்....பட் இனிமேயும் என்னால அப்பிடி இருக்க முடியாது...." என்று பிடிவாதமாக செல்ல முயல உஷா மீண்டும் அவளை தடுத்தாள்.

" உனக்கு மேரேஜ் ஆயிடுச்சு ஹனிபி...இப்பிடி திடீர்னு நீ கௌம்பி போனா என்ன அர்த்தம்? கொஞ்சம் பொறுமையா இரு"

" நான் கேக்கலையே இப்பிடி ஒரு மேரேஜை? தப்பு என் மேல தான். நான் இந்த வீட்டுக்கு வந்திருக்கவே கூடாது. அதனால தான் இவ என்ன சொன்னாலும் கொஞ்ச நேரம் கத்திட்டு அப்றமா சமாதானமாயிடுவானு இவனுக்கு தோணிருக்கு. பட் இட் வோன்ட் ஹேப்பன்

அகெய்ன் " என்று அதே கடுப்புடன் பதிலளித்தாள்.

ராகவ் பொறுமையாக " யூ ஹேவ் மிஸ்அன்டர்ஸ்டுட் ஸம்திங்! கொஞ்சம் பொறுமையா இருந்தா நான் எல்லா விஷயத்தையும் தெளிவா உனக்கு சொல்லுவேன்" என்று சொல்ல அவனை அலட்சியமாக பார்த்-தாள்.

பின்னர் " எனக்கு அந்த கதை எதையும் கேக்க வேண்டிய அவசி-யம் இல்ல. உன்னை பாக்க கூட எனக்கு பிடிக்கலை. எவ்ரிதிங் இஸ் ஓவர் இன்க்ளூடிங் திஸ் மேரேஜ் டிராமா. லெட் மீ கோ" என்று கடகட-வென்று அந்த தளத்திலிருந்து கீழே வந்தவள் அங்கிருந்தவர்கள் கேள்-வியாக பார்க்க ஒரு நிமிடம் நின்றாள்.

பின்னர் " எல்லா விஷயத்தையும் ராகவ் எக்ஸ்ப்ளைன் பண்ணு-வாரு. சீக்கிரமா இந்த வீட்டுல இன்னொரு கல்யாணமும் நடக்கும். இன்விடேசன் குடுக்க மறந்துடாதிங்க" என்று சொல்லிவிட்டு தியாவை ஒரு பார்வை பார்த்துவிட்டு வேகமாக வெளியேறினாள்.

அவள் தியாவை பார்த்ததும் வீணாவுக்கு ஏதோ தப்பு நடந்திருப்-பதாக தோன்ற உடனே அவரும் திரும்பி தியாவை பார்க்க அவளது முகமே அவளின் சந்தோசத்தை பிரதிபலித்தது. “இந்த பொண்ணு என்ன காரியம் பண்ணி வச்சிருக்கான்னு தெரியலயே” என்று மனம் பதைக்க நின்றார் வீணா.

தியாவோ மிகவும் சந்தோசமாக இருந்தாள். ராகவுக்கு அவனை விட்டு விலகி போனவர்களை நினைக்கும் பழக்கம் கிடையாது என்று அவளுக்கு நன்றாக தெரியும். எப்படி தன்னை மறந்தானோ அதே போல் அவந்திகாவையும் எளிதாக மறந்துவிடுவான் என்று கனவுக்கோட்டை கட்டியவள் ஒரு விஷயத்தை மறந்துவிட்டாள்.

தியாவை அவன் என்றுமே காதலிக்கவில்லை, எனவே அவளை மறப்பது அவனுக்கு சாதாரணமான ஒன்று. ஆனால் அவந்திகா அவனது மனைவி. மரணம் வரை கூடவருதாக அக்னிசாட்சியாக வாக்கு அளித்தவனுக்கு அவ்வாறு அவளை எளிதாக மறக்க முடியாது என்பதை அவள் உணரவில்லை.

7

அத்தியாயம்

சென்னை...

அண்ணா நகரின் அமைதியான ஒரு பகுதியில் அமைந்திருந்தது அந்த வீடு. அதன் ஒரு அறையில் அமைதியாக உறங்கிக் கொண்டிருக்கும் ஒரு சிறுவனின் அருகில் அமர்ந்து போன் பேசிக் கொண்டிருந்தார் ஒரு முதிய வயது பெண்மணி.

" சரி கௌசி! நீ எதும் கவலை படாத. அவன் அடம் பிடிக்காம சமத்தா தான் இருக்கான். என் செல்லம் எனக்கு இன்னைக்கு ஏன் கால் பண்ணவே இல்ல? சரி! நானே கேட்டுக்கிறேன். குட் நைட்" என்று போனை வைத்தவருக்கு வயது அறுபத்தைந்துக்கு மேல் இருக்கும்.

உறங்கிக் கொண்டிருக்கும் பேரனை வாஞ்சையுடன் பார்த்தவர் அவனது அறையை மூடிவிட்டு தன் அறைக்கு சென்றார். அங்கே இருந்த போட்டோவை பார்த்தார்.

அதில் அவரது மருமகள் பேரனை கையில் சுமந்திருக்க மகனும் பேத்தியும் கைகோர்த்தபடி நிற்க அவர் ஒரு நாற்காலியில் அமர்ந்திருந்தார். பேத்தியின் முகத்தை வருடியவர் "வாயாடி! நான் உன்னை பாத்து எவ்ளோ நாளாச்சு. சீக்கிரமா உன்னையும் மாப்பிள்ளையையும் பாக்க நானே வர்ரேன்" என்று சொல்லிவிட்டு கண்ணை மூட சென்றவர் கதவை யாரோ தட்டும் சத்தம் கேட்டதும் யார் இந்த நேரத்தில் என்று மெதுவாக நடந்து வந்து கதவை திறந்தார்.

அங்கே நின்றிருந்தவளை அந்நேரத்தில் அவர் அங்கே எதிர்பார்க்கவில்லை.இப்போது தானே அவளை பற்றி நினைத்தோம், அதற்குள்

அவளே வந்து நிற்க அவர் திகைத்தவாறே நின்றார்.

கதவு திறந்ததும் உள்ளே வந்தவளின் முகத்தை பார்த்தவருக்கு பதி-னோரு வருடங்களுக்கு முன் தன் மருமகளுடன் அவள் தங்களது பக்-கத்துவீட்டில் குடி புகுந்த போது இருந்த அதே முகபாவம் தென்பட " என்னாச்சு என் குட்டிமாக்கு?" என்று கேட்க அவரின் பரிவான குரலில் அவள் இவ்வளவு நேரம் இருந்த கோபம் மாயமாக " அம்பு!" என்று அவரின் மடியில் படுத்து அழ ஆரம்பித்தாள்.

பொதுவாக அவள் அழுவது சில அரிதான சந்தர்ப்பங்களில் தான். முதல் முறையாக அவளது பெற்றோரின் மரணத்துக்காக அழுதாள் என்று மருமகள் சொல்லி கேட்டிருக்கிறார்.

பின்னர் தனது பேரன் பிறந்து அவனை பார்க்க வருகையில் அவனை கையில் தாங்கிய நொடியில் சந்தோசத்தில் அவள் அழ ஆரம்பித்ததை அவரே கண் கூடாக பார்த்திருக்கிறார். எதற்கும் கலங்-காத தன்னுடைய பேத்தி இன்று இப்படி ஓயாமல் அழும் அளவுக்கு என்ன தான் நடந்திருக்கும் என்று யோசித்தவர் அவளை சமாதானப்-படுத்த மெதுவாக கண்ணீரை துடைத்தவள் " அஜ்ஜூ தூங்கிட்டானா அம்பு?" என்று கேட்கவும் அவர் ஆமாம் என்று தலையாட்டினார்.

" நீயும் போய் தூங்கு அவந்திகா" என்று சொன்னவரை ஏறிட்டு பார்த்தவள் " ம்ம்..தூங்க தான் போறேன்! அம்பு யாரு என்னை கேட்டு கால் பண்ணாலும் நான் இங்க இருக்கிறத சொல்லாத. அவங்க யாரை-யும் நான் மறுபடியும் பாக்கவோ பேசவோ விரும்பல.உனக்கு தெரியும் தான என்னை பத்தி" என்று சொல்ல

அவரும் " சரி வாயாடி! நான் சொல்ல மாட்டேன். நீ போய் நல்லா தூங்கு...மத்த விஷயத்தை நாளைக்கு பேசிக்கலாம்" என்று சொல்லி-விட்டு அவளது அறைக்கு அவளை அனுப்பிவிட்டு அவரும் உறங்க சென்றார்.

அதே நேரம் கபூர் குடும்பத்தில் அவந்திகா கிளம்பி சென்றதும் அனைவரும் குழப்பத்தில் ஹாலில் குழுமியிருந்தனர்.

தொப்பென்று விழுந்த அந்த சூட்கேசை பார்த்ததும் சிலையானாள் தியா..

அங்கே நின்ற ராகவின் கண்ணில் தெரிந்த கொலைவெறியில் வீட்-டில் உள்ள அனைவரும் உறைந்து போய் நின்றனர். ராதிகாவும் பிரியா-வும் வீணாவை முறைக்க அவரோ குற்ற உணர்ச்சியில் தலை குனிந்-

தார்.

" இன்னும் கொஞ்ச நேரத்துல டாக்சி வந்துடும். உன்னோட லக்கேஜை எடுத்துட்டு போய்ட்டே இருக்கனும். அத விட்டுட்டு இன்னும் ஏதாச்சும் டிராமா கிரியேட் பண்ணா நான் உன்னை கொல்ல கூட தயங்க மாட்டேன் " என்று வார்த்தைகளை கடித்து துப்பியவன் வாசலில் டாக்சி சத்தம் கேட்டதும் லக்கேஜை தூக்கி கொண்டு தியா சென்றதை பார்த்து விட்டு தான் தன் அறைக்கு சென்றான்.

அங்கே அவர்களின் ரிசப்ஷன் போட்டோ அவனை பார்த்து கேலியாக சிரித்தது. அதன் அருகில் வந்தவன் " கொஞ்சம் நேரம் நான் சொல்றத கேக்க கூட உன்னால முடியாதா? ப்ளீஸ் சீக்கிரமா வந்துடு" என்று வலியுடன் கூறிக் கொண்டிருக்கையில் அறை வாசலில் நின்று கொண்டிருந்தவர்கள் அவனை வருத்தத்தோடு பார்த்து கொண்டே உள்ளே வந்தனர்.

அவர்களை கண்டதும் முகத்தை சீராக்கியவன் சிரிக்க முயற்சி செய்து தோற்றான். ராதிகாவால் தன் மகனின் இந்நிலையை பார்க்க இயலவில்லை.

சோஃபாவில் அமர்ந்தவரின் மடியில் படுத்து கொண்டவன் " மா! நான் ரொம்ப பெரிய தப்பு பண்ணிட்டேன். நான் இன்னைக்கு வெளையாட்டா அவந்திகா கிட்ட சொன்ன பொய் தான் அவளோட இந்த டிஸிசனுக்கு நானும் ஒரு காரணம் தான். இப்போ நான் என்ன பண்ணி அவளை சமாதானப்படுத்த போறேன்? " என்று கேள்வியுடன் பார்த்தவனை எப்படி சமாதானம் செய்வது என்றே அவருக்கு புரியவில்லை.

அவனை பார்க்கும் போது பொம்மையை தொலைத்த சிறுவன் போல தோன்றவும் அவனது தலையை வருடி கொடுத்தவர் " அவளால உன் கூட சண்டை போடாம இருக்க முடியாது. நாளைக்கு காலைலேயே வந்து நின்னா கூடா ஆச்சரியம் இல்ல. நீ வேணும்னா பாரு" என்று மகனை தேற்றிய படியே அவருக்கும் தைரியம் சொல்லி கொண்டார்.

அவர் சென்றதும் வருணும் உஷாவும் அவனிடம் அவந்திகாவுக்கு போன் பண்ணி பார்க்குமாறு கூற அவளுக்கு கால் போகவே இல்லை.

" ராகவ் லவ் பத்தி நீ என்ன நெனைக்கிற?" என்று கேட்டவளின் முகம் அவனறியாமல் அவன் கண் முன் தோன்றி அவனை இம்சை செய்ய அவனது உதடுகள் உச்சரித்த வார்த்தை " அவந்திகா "

அவளது கேள்விக்கு பதிலும் அதுவே என்று அக்கணம் அவன் மனதில் தோன்றியது.

அவள் நினைவில் இதழ்கள் விரிய " ஃபர்ஸ்ட் நீ இப்பிடி சிரிக்காத! எனக்கு எல்லாமே மறந்து போயிடுது மேன்" என்ற அவளின் புகாரும் நினைவுக்கு வந்தது..

மனதை தேற்றியபடி உறங்க சென்றவனுக்கு அவன் அருகில் படுக்கை காலியாக இருப்பதை பார்த்தவனுக்கு தூக்கம் கூட தூர சென்றது...

****

காலையில் எழுந்ததும் முதல் வேலையாக கௌசல்யாவுக்கு கால் செய்தான் ராகவ். நடந்ததை பொறுமையாக விளக்கியவன் அவந்திகா வீட்டை விட்டு சென்றதை இறுதியாக தான் கூறினான்.

" என்ன? ஆனா என் பொண்ணு இங்க வரலயே! ராகவ் எனக்கு எதோ பயமா இருக்கு...ராத்திரி முழுக்க என் பொண்ணு எங்க இருந்தாளோ? " என்று அவர் பதற தொடங்கவும் அவரை அமைதி படுத்துவதற்குள் ராகவ் தான் திண்டாடி போனான்.

" கௌசிமா! ப்ளீஸ் டென்சன் ஆகாதிங்க! என் மேல உங்களுக்கு நம்பிக்கை இருக்கில்ல. அவந்திகாவ நான் உங்க கிட்ட பத்திரமா கூட்டிட்டு வர்ரேன்" என்று நம்பிக்கை கொடுத்தவனுக்கு அவளை எங்கே தேடுவது என்றே தெரியவில்லை.

உஷா மட்டும் கொஞ்ச நேரம் யோசித்தவள் அவனிடம் ஏதோ சொல்ல அவனது முகம் தெளிவடைந்தது.

" நீங்க சொன்ன மாதிரி இருந்தா ரொம்ப சந்தோசம் பாபி" என்று சொன்னவன் தன் அறைக்கு சென்றான்.

காற்றில் அசைந்தாடிய அவர்களின் ரிசப்ஷன் போட்டோ அவனை வரவேற்பது போல தோன்ற அதன் அருகில் சென்று அவந்திகாவின் சிரித்த முகத்தை வருடி கொடுத்தான்.

" ஜான்சி ராணி! என்னை விட்டு உன்னால எவ்ளோ தூரம் தான் போக முடியும்? ஐ மிஸ் யுவர் அய்ஸ். எஸ்பெஷலி தட் நிக் நேம் " என்று சொல்லிவிட்டு கிளம்ப தயாரானான்.

அதே நேரம் அவந்திகா சென்னையில் பாட்டி வீட்டில் தூக்கம் கலைந்தவள் அம்புஜாவிடம் வம்பு வளர்த்து கொண்டிருந்தாள். திடீரென்று யாரோ வரும் அரவம் கேட்க பிரிட்ஜின் பின்னே ஒழிந்து

கொண்டாள் அவள்.

" அம்பு! என்னோட டூத்ப்ரஸ் எங்க" என்று தூக்க கலக்கத்துடன் கேட்டு கொண்டே வந்த ஐந்து வயது சிறுவனின் கண்களை மூடினாள் அவந்திகா. அம்புஜாவிடம் வாயில் விரல் வைத்து " மூச்" என்று சொல்லவும் அவரும் அமைதியானார்.

" யாருப்பா அது? கண்ணை தொறந்துவிடலனா நான் எங்க மம்மி கிட்ட கம்ப்ளைன்ட் பண்ணிடுவேன்" என்று அவன் மிரட்டவும் கையை எடுத்தவள் அவன் முன்னே சென்று நிற்கவும் அர்ஜுன் வாயை பிளந்-தான்.

"அஜ்ஜு குட்டி! என்னை போயா நீ மாட்டி விட போற? "என்று பரிதாபமாக முகத்தை வைத்து கொண்டு கேட்டவளை கட்டிக் கொண்-டான் அவளது அஜ்ஜு.

" ஐ மிஸ் சோ மச் அந்து" என்று சொல்லவும் அவனை விலக்-கியவள் "டேய்! உன்னை எத்தனை தடவை சொல்லிருக்கேன்? அந்து பொந்துனு கூப்டாதனு. நிக் நேம் வைக்கிறதுல உன்னோட அக்கா குயின். ஆனா நீ இப்பிடி மொக்கையா நேம் வைக்கிற?" என்று அவனுடன் சண்டை பிடித்தாள்.

" அதுல்லாம் எனக்கு தெரியாது. நான் உன்னை அந்துனு தான் கூப்டுவேன்.." என்று அவன் பிடிவாதம் பிடிக்கவும் “சரி கூப்டுட்டு போ” என்று பெரிய மனசுடன் அனுமதித்தாள்.

அவர்களின் சண்டையை பார்த்து சிரித்த அம்பு " ஏய் வாயாடி! மாப்பிள்ளை எப்போ வர்ராரு" என்று கேட்க அவந்திகா காளி சொரூ-பத்துக்கு சென்றாள்.

" இப்போ எதுக்கு அம்பு அவனை நியாபக படுத்துற? இந்நேரம் அவன் ஆபிஸ் கௌம்பி போயிருப்பான். அப்புறம் மாப்பிள்ளை கீப்பிள்-ளைன்னு சொன்னா நான் பொல்லாதவளா மாறிடுவேன் பாத்துக்கோ" என்று கடுப்பாக உரைக்க

" அட போடி! இப்போ மட்டும் நீ அப்பிடியே ரொம்ப நல்லவளாவா இருக்க? இந்த வாய் இருக்கே ! இதை எப்பிடி தான் மாப்பிள்ள சமா-ளிக்கிறாரோ?" என்று அங்கலாய்த்தார் அம்புஜா.

அவரை அலட்சியமாக பார்த்த அவந்திகா " அம்பு! அவனை பத்தி உனக்கு தெரியல. அவன் பேசி அடுத்தவங்களை மெஸ்மரைஸ் பண்-ணுறதுல கிங்! இதுல என்னைய சமாளிக்கிறதா அவனுக்கு கஷ்டம்?"

என்று கேலி செய்ய

அம்புஜா " சொல்லாம கொள்ளாம கல்யாணம் தான் பண்ணிகிட்ட! எங்க ரெண்டு பேருகிட்டவும் மாப்பிள்ள போட்டோவ தானே காட்டுன..என்னிக்காச்சும் அவரை கண்ணுல காட்டிருக்கியா?" என்று வருத்தப்பட்டுக் கொண்டார்.

அவந்திகா உதட்டை சுழித்தபடி " அப்போ அவன் போட்டோவ நீ என்ன உன்னோட காது வழியாவா பாத்த?" என்று கேட்கவே

அவர் " இதுக்கு ஒன்னும் குறை இல்ல..கௌசல்யா உன்னை திட்டுறதுல ஒரு தப்பும் கெடயாது" என்று வெட்டிக் கொண்டார்.

" அட போ அம்பு! அதுக்குலாம் நான் என்னிக்காச்சும் கவலைப்பட்டிருக்கேனா? ஆமா இன்னைக்கு என்ன சமையல்?"

" புருஷன் வீட்டுல சண்டை போட்டுட்டு வந்த வருத்தம் இல்லாம எப்போ பாரு சாப்பாடு சாப்பாடுனு "

" நான் சாப்டாம பட்டினி கெடந்தா மட்டும் என்ன ஆக போகுது? கம் ஆன் அம்பு. நீயும் டிபிக்கள் கிழவி மாதிரி பேசாத. யூ ஆர் அ மாடர்ன் லேடி, யூ நோ" என்று சொல்ல அம்பு தலையிலடித்து கொண்டார்.

" நீ இப்பிடியே பேசிட்டு இரு. அங்க மாப்பிள்ளைய வேற யாராச்சும் கொத்திட்டு போக போறாங்க"

" அய்யோ அம்பு! இவ்ளோ அப்பாவியா இருக்கியே! உன் மாப்பிள்ளைய சும்மா குடுத்தா கூட பெங்களூர்ல யாரும் வாங்க மாட்டாங்க"

"நானும் பாக்கிறேன்...இந்த வாய்லாம் இன்னும் எவ்ளோ நாளுக்குன்னு? உண்மையா சொல்லு மாப்பிள்ளை பையன உனக்கு பிடிக்கவே பிடிக்காதா?"

அவளை குறுகுறுவென்று பார்த்த அம்புவை பார்த்து பல்லை கடித்த அவந்திகா " பிடிக்காது அம்பு. எத்தனை தடவை கேட்டாலும் நான் இத தான் சொல்லுவேன்" என்று பிடிவாதமாக கூற அம்புஜா திகைத்தார்.

" உனக்கு இவ்ளோ பிடிவாதம் ஆகாது. இந்த பிடிவாதத்தை விட்டா தான் உன்னோட இந்த பிரச்சனை தீரும்"

" அஹான்! இப்போ நான் பிடிவாதத்த விட்டுட்டா மட்டும் உன்னோட மாப்பிள்ளை கம் பேரன் இங்க ஓடிவந்துருவான் பாரு" என்று அவள் சொல்லவும் கதவு தட்டும் சத்தம் கேட்கவே அம்பு வேகமாக

கதவை திறக்க செல்ல அவந்திகா அவரின் பின்னே சென்றாள்.

கதவை திறந்ததும் அங்கே நின்றவனை பார்த்ததும் இருவருக்குமே அதிர்ச்சி தான். ஆனால் அம்புவிற்கு மட்டும் ஆனந்தமான அதிர்ச்சி...

அங்கே கையில் சூட்கேசுடன் நின்று கொண்டிருந்தவன் ராகவ். அவனை பார்த்து சிரித்த அம்புவின் காலில் விழுந்தவன் "எப்பிடி இருக்கிங்க தாதி?" என்று கேட்க அம்பு சரளமாக அவனுடன் ஹிந்தி-யில் பேசவும் அவனுக்கு சந்தோசமாக இருந்தது..

" நல்லா இருக்கேன்..."என்று என்ன முறை சொல்லி அழைப்பது என்று திகைத்தவரை பார்த்து " நீங்க என்னை ராகவ்னே கூப்டலாம் தாதி"என்று சொல்லவும் அம்புவுக்கு வாயெல்லாம் பல்.

கூடவே அவந்திகாவின் காதில் " மாப்பிள்ளை ரொம்ப தங்கமான-வரா இருக்காரு" என்று சொல்ல

அவளோ அவரை முறைத்துவிட்டு உள்ளே செல்ல முயன்றவளை ராகவின் " ஜான்சி ராணி" என்ற குரல் தடுத்து நிறுத்த அவள் கொலைவெறியானாள்.

நேரே அவனிடம் சென்றவள் " இங்க பாரு! ஒழுங்கு மரியாதையா என்னை அவந்திகானு கூப்டு. இல்லன்னா அவ்ளோ தான்" என்று விரலை நீட்டி மிரட்ட அவளது விரலை பிடித்தவன் " அதே மாதிரி இந்த விரல் நீட்டுறத நிறுத்திக்கோ" என்று சொல்ல கையை அவனிடம் இருந்து உறுவி கொண்டாள்.

பின்னர் அவனே " இந்த லக்கேஜை யாரு உள்ளே கொண்டு போவாங்க?" என்று புருவம் உயர்த்தி கேட்டவனை எரிப்பது போல பார்த்து விட்டு அவள் உள்ளே சென்றாள்.

அம்புவிடம் திரும்பியவன் " தாதி! என்னோட ரூம்?" என்று கேட்க அவர் அவந்திகாவின் அறையை காட்டிவிட்டு சென்றார். அதற்குள் அவனுக்கு என்ன பிடிக்கும் என்று எல்லா விவரத்தையும் கேட்டுவிட்டு சென்றார்.

உள்ளே நுழைந்தவனின் பார்வை அவந்திகாவை தேட அவளோ கையை கட்டி கொண்டு முறைத்தபடியே நின்றாள்.

" அவந்திகா" என்று அவன் அருகே வர கட்டிலில் இருந்த தலை-யணையை எடுத்து வீச

அதை கேட்ச் பிடித்தவன் " கம் ஆன்! நான் சொல்ல வர்ரத காது குடுத்து கேளு" என்று சொல்ல

அதற்குள் ஷெல்ஃபில் இருந்த புக்கை வரிசையாக வீச அனைத்தையும் கேட்ச் செய்தவன் " உனக்கு பைத்தியமா ஜான்சி ராணி? பாசத்தோட பாக்க வந்தவனை இப்பிடி சாகடிக்க பாக்கிறியே? " என்று கூறினான்.

" நானாடா உன்னை வர சொன்னேன்? முதல்ல நான் இங்க இருக்கறது உனக்கு எப்பிடி தெரிஞ்சுது" என்று படபடக்கவும் அவளின் அருகில் வந்தவன் அவளின் கையை பிடித்து தன் நெஞ்சில் வைத்தவன் " இது சொல்லுச்சு" என்று அவனது மாயப்புன்னகையை சிந்த தன் கைகள் உணர்ந்த அவனது இதயதுடிப்பும், கண்கள் ரசித்த அந்த அழகிய சிரிப்பும் அவளை எப்போதும் போல ஆட்கொள்ள தன்னை மறந்து புன்னகைத்தாள் அவந்திகா.

அவந்திகா கோபம் மறந்து சிரித்ததை பார்த்ததும் தான் ராகவின் மனதிற்கு இதமாக இருந்தது. அவள் முகத்தை தன் கைகளால் தாங்கியவன் "கொழந்தைக்கு கோவம் போயிடுச்சா?" என்று கேட்கவும் அவந்திகா சுயநினைவுக்கு வந்து விட்டாள்.

தன் எதிரே சிரித்தமுகத்துடன் நிற்பவனை பார்த்ததும் நேற்று மாலை தோட்டத்தில் நடந்தது நினைவில் வர முகத்தை தாங்கியிருந்த கையை தட்டி அவன் நெஞ்சில் கை வைத்து தள்ளி விட்டவள் " நீ என் கிட்ட இருந்து கொஞ்சம் தள்ளியே இரு. அதான் உனக்கு நல்லது" என்று கோபத்துடன் கூறினாள்.

அவளின் கோபத்தை எதிர்ப்பார்த்தே வந்தவன் என்பதால் ராகவுக்கு இது ஒன்றும் புதிதாக தோணவில்லை. அதனால் சாதாரணமாக தன்னுடைய சட்டையை உதறிவிட்டு " எனக்கு உன்னோட கோவம் நல்லாவே புரியுது. பட் நடந்தது என்னன்னு கேட்டா உனக்கு கோவம் வராது. சிரிப்பு தான் வரும்" என்று அமைதியாக கூறினான்.

அவனை பார்த்து அலட்சியமாக உதட்டை சுழித்தவள் " எனக்கு அது எதையும் தெரிஞ்சிக்க வேண்டிய அவசியம் இல்ல. நான் தான் நடந்ததை என் கண்ணால பாத்தேனே. யுவர் எக்ஸ் வாஸ் " என்று கூறியவள் நிறுத்திவிட்டு " ப்ச் தப்பா சொல்லுறேனே! யுவர் கேர்ள் ஃப்ரெண்ட் வாஸ் ஹக்கிங் யு. அண்ட் அந்த லவ்வபிள் மொமன்ட்ல நான் குறுக்க வந்து காரியத்தையே கெடுத்துட்டேன். இதான நடந்துச்சு. நீ என்ன தான் பூசி மெழுகுனாலும் இனிமே நீ சொல்ல போற எந்த வார்த்தையையும் நான் நம்ப போறது இல்ல " என்று அழுத்தம் திருத்-

தமாக உரைத்தவளை புருவம் உயர்த்தி பார்த்தான் ராகவ்.

" கொஞ்சமாச்சும் மூளையோட பேசு அவந்திகா. என்னோட மொத்த குடும்பமும் ஹால்ல இருக்கிறப்போ கூடவே என் வைஃபும் இருக்கிறப்போ இன்னொரு பொண்ணை ஹக் பண்ணிட்டு நிக்கிறதுக்கு நான் என்ன பைத்தியமா? லாஜிக் இல்லாமே பேசாத ஓகே! ஏய் நீ என்ன கேக்குறது? இனிமே நான் உன் கிட்ட எதையும் விளக்க போறதே இல்ல. எப்போ உனக்கா தெரிஞ்சுக்கனும்னு தோணுதோ அப்போ வரைக்கும் நான் எதையும் உன் கிட்ட சொல்ல போறதும் இல்ல. அதோட இன்னொரு விஷயம் நீயில்லாம நான் பெங்களூர் திரும்ப போறது இல்ல. எத்தனை நாள் ஆனாலும் சரி" என்று சொல்லிவிட்டு சென்றவனை என்ன செய்வது என்று தெரியாமல் விழித்தாள் அவந்திகா.

அவன் வருவான் என்று அவந்திகா கனவில் கூட நினைக்கவில்லை. வந்தவன் அவள் இல்லாமல் கிளம்புவதாக இல்லையென்று கூறவே அவளுக்கு எரிச்சல் தான் அதிகமானது. மனதில் ஒருத்தியை வைத்துக் கொண்டு தன்னுடன் குடும்பம் நடத்தும் அளவுக்கு ஒன்றும் அவள் தாழ்ந்து போகவில்லை என்று எண்ணியவள் தனக்கும் ராகவுக்கும் இடையே உள்ள உறவில் ஏற்பட்ட குழப்பங்களை நினைத்து செய்வதறியாது நின்றாள்.

ஆனால் அம்புவோ அவனை விருந்துக்கு வந்த மாப்பிள்ளை போல் தாங்க அவளுக்கு கடுப்பாக இருந்தது. ராகவும் அதற்கு பின் அவளை கண்டுகொள்ளாமல் அஜ்ஜூவிடம் விளையாடியவன் அவனை பள்ளிக்கு தயார் செய்து அனுப்பும் வேலையை செய்ய அவந்திகா தான் அதை பார்த்து வாயை பிளந்தாள்.

" பெங்களூர்ல பண்ணுற அட்டகாசம் என்ன! இங்க நல்ல பையனாட்டம் போடுற சீன் என்ன! மைதா மாவு நீ தலை கீழே நின்னாலும் நான் உன் கூட வர மாட்டேன்" என்று மனதில் சூளுரைத்து கொண்டாள்.

மதியம் சாப்பிடும் போது அம்பு அவனுக்கு பிடித்ததாக நான்வெஜ் சமைக்க அவந்திகா அம்புவிடம் சண்டை பிடித்தாள்.

" நீ எப்பிடி நான் வெஜ் சமைப்ப அம்பு? என் கிட்ட என்ன சொன்ன...எனக்கு பிடிச்ச ஐட்டம்ஸ் பண்ணுவேனு தான சொன்ன. இப்போ அந்த மைதாமாவு வந்ததும் சிக்கன் செஞ்சிருக்க. இப்போ நான்

என்ன சாப்பிடுறது?" என்று முகத்தை தூக்க

" நீ தான் எங்க எல்லாரோட மூளையையும் சேத்து சாப்பிடுறியே? இப்போ என்ன வாயாடி? நீ சிக்கன் சாப்ட வேண்டாம். ரசம் இருக்கு. அதை ஊத்தி சாப்டுட்டு போதலைனா தயிர் சாதம் சாப்டுக்கோ போ!" என்று சொல்லிவிட்டு ராகவுக்காக உணவை எடுத்துவைக்க ஆரம்பித்தார் அவர்.

அதை கேட்டதும் இது என்ன அநியாயம் என்று பொங்கி விட்டாள்.

" நான் வெறும் ரசம் ஊத்தி சாப்டணுமா? முடியாது"

" அப்போ சாப்டாம பட்டினியா கூட இருந்துக்கோ. சும்மா சும்மா மாப்பிள்ளைய கரிச்சு கொட்டாத"

அம்புவை கழுத்தை நெறிப்பது போல பாவனை செய்ய அவரோ அவளது கையை தட்டிவிட்டு டேபிளில் சாப்பாட்டை வைத்துவிட்டு ராகவை அழைத்தார்.

" வாவ் தாதி! சிக்கன் மை ஃபேவரைட். ஐ லவ் யூ தாதி" என்று சொல்லவும் அவனை ஆச்சரியமாக பார்த்தது அவனுக்கு அடுத்த நாற்காலியில் அமர்ந்து ரசம் சாதத்தை உள்ளெ தள்ளிக் கொண்டிருந்த அவந்திகா தான்.

அவளது ஆச்சரியத்தை ஓரக்கண்ணால் கவனித்தவன் " தாதி! சில பேரை பாத்தா மட்டும் ஐ லவ் யூ சொல்லு ராகவ் அப்பிடினு என்னோட மனசு என்னை பாடா படுத்து. அந்த லிஸ்ட்ல நீங்க தான் நம்பர் ஒன்" என்று சொல்லி அவளை கிண்டலாக பார்க்கவும் அவள் உதடு சுழித்தாள்.

" வீணா போனவன், கிழவி கிட்ட ஐ லவ் யூ சொல்லிட்டு அதுல உனக்கு பெருமை வேற" என்று மனதிற்குள் திட்டி கொண்டபடியே சாப்பிட்டாள்.

" அட ராகவ் ! அந்த காலத்துல உங்க தாத்தாவும் உன்னை மாதிரி தான்" என்று அம்பு சொல்லவும் இடை மறித்தாள் அவந்திகா.

" எப்பிடி? உன்னை கல்யாணம் பண்ணுறதுக்கு முன்னாடியே வேற எந்த கிழவியையும் லவ் பண்ணாரா?" என்று அவந்திகா கேலியாக கேட்க

இந்த வார்த்தையில் ராகவுக்கு புரை ஏறவும் தலையில் தட்டி தண்ணீரை குடித்தபடி சமாளித்தான்.

" இவ ஒருத்தி! நீ தண்ணிய குடிப்பா! அந்த காலத்துல நான் இந்த மாதிரி சண்டை போட்டுட்டு எங்க அம்மா வீட்டுக்கு கிளம்பி போனா உங்க தாத்தாவும் உன்னை மாதிரியே என்னை சமாதானப்படுத்துறதுக்காக என் பின்னாடியே வந்துடுவாரு" என்றார் அம்புஜா ராகவுக்கு தண்ணீரை கொடுத்தபடியே.

" இஸிண்ட் தாதி? வாட் அ லவ்!! நீங்க ரெண்டு பேரும் தான் இன்னைக்கு இருக்குற கபிள்சுக்கு ரோல் மாடல்" என்று அவன் சிலாகிக்கவும் அவந்திகா தலையில் அடித்து கொண்டாள்.

" அம்பு! தாத்தா இல்லாத தைரியத்துல கதையா சொல்லுற நீ? பீ கேர்ஃபுல். இல்லன்னா தாத்தா கூடவே உன்னையும் பார்சல் பண்ணிடுவேன்" என்று மிரட்டிவிட்டு சென்றவளை பார்த்து சத்தம் போட்டு சிரித்த அவர்கள் ஹைஃபை கொடுத்து கொண்டனர்.

இவ்வாறு ராகவ் அம்புஜாவின் மனதில் என்னவோ புகுந்து விட்டான். ஆனால் அவரின் பேத்தியோ அவனை அருகில் கண்டாலே கூறு போடும் பார்வை பார்த்தபடியே விலகி சென்றாள்.

மாலை அஜ்ஜு பள்ளி முடிந்து வீடு திரும்பியதும் நேரே " ஜீஜு! " என்று ராகவிடம் ஓட அவந்திகா உதட்டை சுழித்து அழகு காட்டிவிட்டு டிவியை பார்க்க ஆரம்பித்தாள்.

ராகவும் அவளை கண்டு கொள்ளாமல் அஜ்ஜுவிடம் பள்ளியில் நடந்த நிகழ்வுகளை கேட்டவன் அவனுடன் சேர்ந்து விளையாடத் துவங்கினான். அம்புஜா இதை அவந்திகாவிடம் காண்பித்து சிலாகிக்கவும் அவள் காதுகளை மூடிக் கொண்டு அவளின் அறைக்கு சென்றுவிட்டாள்.

ராகவ் இரவு சாப்பிட்டு முடித்தவன் உஷாவுக்கு போன் செய்து அவன் சென்னை வந்து சேர்ந்த விஷயத்தை கூறினான். அவந்திகாவை பற்றி கவலைப்பட வேண்டாம் என்று குடும்பத்தினருக்கு சொல்லிவிடுமாறும் கூறினான்.

" டோன்ட் வொர்ரி பாபி! ஷீ இஸ் ஃபைன். கௌசிம்மா கிட்ட நான் சென்னை வந்ததும் இன்ஃபார்ம் பண்ணிட்டேன். ஹனிபினு நீங்க வச்ச நேமுக்கு பொருத்தமா எப்பவும் என்னை கொட்டிட்டே இருக்கா. ஐ கேன் மேனேஜ். பை!! குட்நைட்" என்று போனை வைத்தவன் தூங்குவதற்காக அவர்களின் அறைக்கு செல்ல அவந்திகா பெட்ஸீட் தலை-

யணைகளுடன் நிற்பதை கண்டதும் அவன் திகைத்தான்.

" கம் ஆன் ஜான்சி ராணி! இப்போ என்ன நடந்துட்டுனு நீ கீழ போய் படுத்துக்க போற?"

" வாட்? என்னோட ரூம்ல நான் எதுக்கு கீழ படுக்க போறேன்? இது உனக்கு தான்" என்று சொல்லி அவன் அருகில் வந்தவள் அவனது கையில் பெட்ஷீட்டையும் தலையணையையும் கொடுத்து அந்த அறையை விட்டு வெளியே தள்ள ராகவ் இந்த பொண்ணுக்கு பைத்தியம் பிடிச்சிருச்சா என்று எண்ணி கொண்டே அவளை முறைத்தான்.

" போய் ஹால்ல தூங்கு" என்று சொல்லிவிட்டு கதவை அடைக்க முற்பட வேகமாக அதை பிடித்து நிறுத்தியவன் கையிலிருந்தவற்றை அவளது அறைக்குள்ளே எறிந்து விட்டு " எனக்கு இப்பிடிலாம் இருந்து பழக்கம் இல்ல ஜான்சி ராணி! அண்ட் அதுக்கு அவசியமும் இல்ல. நான் இந்த ரூம்ல அந்த பெட்ல தான் தூங்க போறேன்! உனக்கு அன்கம்ஃபர்டபிளா இருந்தா நீ ஹால்ல போய் தூங்கு! இந்த கண்ணை உருட்டி மிரட்டுறதல்லாம் வேற யாருகிட்டவாச்சும் வச்சுக்கோ" என்று சொல்லி விட்டு படுக்கையில் சென்று படுத்து விட்டான்.

அவனை கடுப்புடன் பார்ப்பதை தவிர அவளால் எதுவும் செய்ய இயலவில்லை அவளால். மெதுவாக சென்று இன்னொரு முனையில் படுத்து உறங்கினாள் அவந்திகா.

அவள் உறங்கியதும் விழித்து அவளை பார்த்தவன் " ரொம்ப நாள் டிலே பண்ணாத ஜான்சி ராணி! சீக்கிரமா சமாதானம் ஆயிடு ப்ளீஸ்" என்று தூங்குபவளின் கன்னத்தை பிடித்து கொஞ்ச அவள் புரண்டு படுத்தாள்.

இதற்கு மேல் ஏதாவது செய்தால் அவளது தூக்கம் கலைவது கன்ஃபார்ம் என்பதால் சுதாரித்தவன் அவளை அணைத்தபடி தூங்க ஆரம்பித்தான்.

மறுநாள் காலை விழித்தவன் நேரே மொட்டைமாடிக்கு சென்றவன் அங்கே நின்று சுற்றி தெரிந்த காட்சிகளை பார்த்து கொண்டிருந்தான். பக்கத்துவீட்டு மாமா காலையிலேயே சந்தியாவந்தவனம் செய்ய வந்தவர் அவனை பார்த்து யாரென்று விசாரிக்க அவன் அம்புஜாவின் பேத்தியான அவந்திகாவின் கணவன் என்று தன்னை அறிமுகப்படுத்தியவன் அவரிடம் பேசிக் கொண்டிருந்தான்.

அதற்குள் அந்த மாமாவை அழைத்தபடி வந்த மாமியும் விஷயத்தை கேட்டவர் அவனிடம் இரண்டு வார்த்தை பேசிவிட்டு கணவரையும் கையோடி அழைத்து சென்றார்.

ராகவ் கீழே சென்றவர்களை வேடிக்கை பார்த்தவன் மனதின் தோன்றிய எண்ணம் இது தான். மகிழ்ச்சியாக வாழ கார், பங்களா வசதிகள் தேவை இல்லை. இந்த சிறிய வீட்டில் வாழும் இவர்கள் முன் பின் தெரியாத தன்னிடம் கூட தன்மையாக பழகுவதை கண்டவன் தங்களுடைய வாழ்க்கை முறையையும் தாண்டி ஒரு உலகம் இருக்கிறது என்பதை அன்று புரிந்து கொண்டான்.

அதன் பின் ராகவ் அங்கே வந்ததிலிருந்து ஏதாவது செய்து அவளை கடுப்பாக்குவதையும் குறிக்கோளாக கொண்டிருந்தான்.

அவந்திகாவுடன் சேர்ந்து அஜ்ஜூவை பள்ளிக்கு தயார் செய்வதிலிருந்து அவளுடன் மார்க்கெட் செல்வது வரை அனைத்திலும் கூடவே வரவே அவளால் அவனை தவிர்க்க முடியவில்லை. அவனுக்குமே இந்த வாழ்க்கை கொஞ்சம் கொஞ்சமாக பிடிக்க ஆரம்பித்தது.

அவனது இந்த மாற்றம் அவள் எதிர்ப்பார்க்காத ஒன்று. வீடு ,கார், ஆபிஸ் என்று ஏ.சியிலேயே பழகியவன் அவளுக்காக ஆட்டோவில் பயணம் செல்லவும் பழகி கொண்டான்.

வேலையாட்களை வைத்தே சிறு வேலையையும் செய்து வளர்ந்தவன் அவளுடன் சேர்ந்து எல்லா வேலைகளையும் பகிர்ந்து கொண்டான். அவந்திகாவின் பக்கத்து வீட்டு மாமி அம்புவின் காதில் " அவந்திகா ஆத்துக்காரர் ரொம்ப கெட்டிக்கார பையனா இருக்கானே அம்புஜா மாமி! எவ்ளோ சமத்து ! இந்த காலத்துல எந்த ஆம்படையான் ஆத்துக்காரிக்கு இந்த மாதிரி ஒத்தாசையா இருக்கா? உங்காத்து பொண்ணு ரொம்ப அதிர்ஷ்டக்காரி" என்று ஓதி விட அம்புவை கையிலேயே பிடிக்க முடிய வில்லை.

அன்றுடன் அவன் சென்னை வந்து ஏழு நாட்கள் ஆகிவிட்டது. இன்னும் அவந்திகா கொஞ்சம் கூட இறங்கிவர வில்லை. அவனோ வேதாளத்தின் பின் செல்லும் விக்கிரமாதித்தன் மாதிரி அவள் பின்னே சுற்றினான். அவனுடன் சாதாரணமாக பேசும் அளவுக்கு தான் அவர்களின் உறவு சென்று கொண்டிருந்தது.

அன்று ஃபீனிக்ஸ் மால் சென்றவளிடம் உள்ளே செல்லுமாறு சொல்லிவிட்டு சென்றவன் சிறிது நேரத்தில் திரும்பி வந்தான். ஜீன்சின் பாக்-

கெட்டில் கை வைத்து முறைத்தவளின் தலைமுடியை கலைத்தவன் அவளுடன் கை கோர்த்தபடி ஒவ்வொறு ஷாப்பாக சென்று பார்க்க நேரம் போனதே தெரியவில்லை. ஃபுட்கோர்ட்டில் ஆர்டர் செய்துவிட்டு அமர்ந்தவர்களை அங்கிருந்த சில பெண்கள் கை காட்டி ஏதோ சொல்ல அவந்திகாவுக்கு புரிந்து விட்டது. அவர்கள் ராகவை பற்றி தான் பேசி கொள்கிறார்கள் என்று.

ஐஸ் க்ரீம் ஆர்டர் செய்வது போல அவர்களின் மேஜையை கடக்கும் போது அவர்களின் பேச்சு காதில் விழுந்தது.

" ஹீ இஸ் சோ ஹாண்ட்சம்டி. மே பி நார்த்தி"

" யா! வாட் அ ஸ்டைல்? பேச்சிலரா இருந்தா இப்போவே போய் பிரபோஸ் பண்ணிடுவேன்"

" பேச்சிலரா தான்டி இருப்பான். கூட வந்த பொண்ணு பாக்க மேரிட் மாதிரி இல்லயே"

" மே பி ஹிஸ் கேர்ள் ஃப்ரெண்ட்" என்று அவர்கள் பேசிய அனைத்தையும் கேட்டவளுக்கு உள்ளே ஒரு மினி எரிமலை வெடித்தது. விறுவிறுவென்று ராகவின் கையை பிடித்து அவர்களின் டேபிளுக்கு அழைத்து வந்தாள்.

" ஜான்சி ராணி! வாட் ஆர் யூ டுயிங்?" என்று சொன்னவனை கண்ணால் அமைதியாக்கியவளை அந்த இளம்பெண்கள் கேள்வியாக பார்த்தனர்.

" ஹாய் ப்யூட்டிஸ்! நீங்க பேசுனத எல்லாம் நான் தெளிவா கேட்டுட்டேன்... என்ன சொன்னிங்க ? பேச்சிலரா இருந்தா ப்ரபோஸ் பண்ணுவிங்கலா? யா ஹீ இஸ் தெ மோஸ்ட் எலிஜிபிள் பேச்சிலர் இன் ஹிஸ் சரவுண்டிங். பட் என்ன பண்ணுறது? " என்று சோகமாக சொல்ல அவர்கள் அவன் பேச்சிலர் என்று அறிந்ததும் முகம் பிரகாசமடைய என்னாச்சு என்று கேட்டனர்.

அவர்களை கூரிய விழிகளால் அளவிட்டவள் " ஒரே ஒரு தடவை கல்யாணம் ஆயிடுச்சு" என்று சொல்ல அவர்களின் முகம் போன போக்கை பார்த்ததும் அவளுக்கு மனதிற்கு இதமாக இருந்தது.

" எப்பிடி எப்பிடி? ஹீ இஸ் சோ ஹேண்ட்சமா? ஒரு வயசு பையனை இப்பிடி சைட் அடிக்கிறதுக்கு உங்களுக்குல்லாம் வெக்கமாவே இல்ல? நீங்கல்லாம் அண்ணன் தம்பி கூட பொறக்கலையா?" என்று கேட்கவும் அவர்களுக்கு என்ன சொல்வது என்றே தெரியாமல் விழித்-

தனர்.

"ஹலோ! நீங்க எதுக்கு இவ்ளோ டென்சன் ஆகுறிங்க?" என்று அவர்களில் ஒருத்தி கேட்க அவந்திகா "ஏன்னா நான் அவனோட வைஃப்...என்னோட புருஷனை நீங்க சைட் அடிச்சா நான் கேக்காம என் பக்கத்துவீட்டுகாரியா கேப்பா?" என்று சொல்லி மூச்சுவிட்டு கொண்டாள்.

அதற்குள் ராகவ் அவள் செய்த டிராமாவை ரசித்தவன் மிகவும் சிரமப்பட்டு அவர்களை அவந்திகாவிடம் இருந்து காப்பாற்றி அவளை அங்கிருந்து வெளியே அழைத்து வந்தான்.

"ஜீன்ஸ் போட்டா கல்யாணம் ஆகாதவனு அர்த்தமா? எந்த உலகத்-துல இருக்காங்க இவங்கல்லாம்?" என்று புலம்பியபடியே வந்தவளை பார்த்து சிரித்து கொண்டே வந்தான்.

" நீ சிரிக்காத மேன்..நான் ரொம்ப இரிட்டேட் ஆகி போயிருக்கேன்" என்று முகத்தை சுழித்து திரும்பி நின்று சொல்லவும் அவனுக்கு சிரிப்பு இன்னும் அதிகமானது.

எவ்வளவு நேரம் நின்றாலோ என்று அவந்திகாவுக்கு தெரியவில்லை.

" அவந்திகா" என்ற ராகவின் குரலில் திரும்பியவள் மகிழ்ச்சியில் சிலையானாள்.

அவள் முன்னே மண்டியிட்டு பொக்கேயை நீட்டி " ஐ லவ் யூ அவந்திகா" என்று சொன்னவன் ராகவ்!

சந்தோசத்தில் எப்படி ரியாக்ட் செய்வது என்று தெரியாமல் முகம் சிவந்து நின்றாள் அவந்திகா. அங்கே இருந்த இளம்பெண்கள் , ஆண்-கள் என்று அனைவரும் இவர்கள் இருவரையுமே ஒரு வித திகைப்பு-டன் பார்க்க ஒரு சிறுமி அவ்ந்திகாவின் அருகில் வந்தவள் “ அக்கா! பொக்கேவை வாங்கிக்கோங்க! அங்கிளுக்கு முட்டி வலிக்கும்ல'' என்று அவந்திகாவை பார்த்து சொல்ல அவள் அந்த சிறுமியை சிரித்தவள் பின்னர் சுதாரித்து அவன் நீட்டிய பொக்கேயை சந்தோசமாக வாங்கி கொண்டாள்.

அவள் வாங்கியதும் எழுந்தவன் " உனக்கும் எனக்கும் இடையில என்னைக்குமே வேற யாரும் வர்ரதுக்கு நான் அலோ பண்ண மாட்-டேன். பிளீவ் மீ" என்று ஆழ்ந்த குரலில் சொல்லவும் அவனது அந்த குரலில் கண் கலங்க சிவந்த முகத்துடன் தலையாட்டினாள் அவந்திகா!

அதே சந்தோசத்துடன் அவர்கள் இருவரும் கை கோர்த்தபடியே வீடு வந்து சேர்ந்தனர்.

அம்புவுக்கு ஆச்சரியமாக இருந்தது. அவந்திகா ராகவிடம் சண்டை பிடிக்காமல் நல்ல பிள்ளையாக வீட்டில் நுழையவும் அவர் ஒரு நிமிடம் திகைத்து விட்டார்.

ராகவ் அவரிடம் வந்து அனைத்தையும் சொல்லவே இந்த வாயாடிக்கு அதான் பேச்சு வரலயா? என்று செல்லமாக அவளை மனதில் வைதவர் மனதாற இருவரையும் ஆசிர்வதித்தார்.

எல்லாம் நன்றாகவே சென்றது அவந்திகா தியாவை பற்றி கேட்கும் வரை!

மொட்டைமாடியில் அமர்ந்திருந்தவளிடம் வந்த ராகவ் குளிரில் இருக்க வேண்டாம் என்று அழைக்க அவனை தன்னருகில் அமர சொன்னாள்.

" நீ தியாவுக்கும் இப்பிடி தான் பிரபோஸ் பண்ணியா ராகவ்?" என்று கேட்டுவிட்டு அவன் பார்வையை உணர்ந்து " ஹானஸ்ட்லி நான் உன்னை சந்தேகமாவோ இல்ல சண்டை போடவோ கேக்கல" என்று சொல்லவும் அமைதியாக சிரித்தவன் அவள் கண்களை ஊடுருவி பார்க்க அவந்திகாவுக்கு அன்று சொன்ன அப்பா அம்மாவ பார்த்த பார்வை, சித்தியை ரகு சித்தப்பா பார்த்த பார்வை எல்லாமே மூளையில் அணிவகுத்தது.

" இல்ல! நான் தியாக்கு ப்ரபோஸ் பண்ணல" என்று சொன்னவனை ஆச்சரியத்துடன் பார்த்தாள் அவந்திகா.

" அப்போ அவ தான் உனக்கு ப்ரபோஸ் பண்ணாளா?"

" யெஸ்.."

" அப்புறம் என்னாச்சு?"

" நான் அவளுக்கும் எனக்கும் செட் ஆகாதுனு ரிஜெக்ட் பண்ணிட்டேன்"

இப்போது மீண்டும் திகைத்தாள் அவள் " அப்போ எப்பிடி நீங்க லவ் பண்ண ஆரம்பிச்சிங்க ?"

" நான் எப்போ அவளை லவ் பண்ணுனேன்? என்னைக்கும் நான் அவளை லவ் பண்ணதே இல்ல" என்று அவன் வானத்தை பார்த்து சொன்னதும் அவந்திகாவுக்கு தன் மேலே யாரோ பூக்கள் தூவுவதை போல் தோன்றியது..

வானத்தை பார்த்தவளுக்கு நட்சத்திரம் கூட நிலாக்களாக தெரிய(Nanban movie fan ava) அவளின் மனதில் இருந்த ஆனந்தம் அவளது முகத்தில் பிரதிபலித்ததை பார்த்ததும் தான் ராக-விற்கு நீண்ட நாளுக்கு பின் மனநிறைவாக இருந்தது.

8

அத்தியாயம்

" நான் எப்போவுமே அவளை லவ் பண்ணதே இல்ல" என்ற ராகவின் வார்த்தை அவந்திகாவுக்கு ஒரு இனிய அதிர்ச்சியை கொடுக்க அந்த கணத்தில் இந்த உலகிலேயே மகிழ்ச்சியான ஜீவனாக தன்னை உணர்ந்தாள் அவள்.

அதே சந்தோசத்துடன் ராகவை பார்த்தவள் தன் மனதில் மீதமிருக்கும் கேள்விகளுக்கும் விடை தெரிந்து கொள்ள அவனிடம் பேச ஆரம்பித்தாள்.

" அப்போ அன்னைக்கு ரிப்போர்ட்டர்ஸ் உன்னோட பிரேக் அப் பத்தி கேட்டதுக்கு நீ குடுத்த பதில், அது மட்டுமில்லாம வீட்டிலயும் எல்லாரும் அவளை உன்னோட எக்ஸ்னு தானே சொல்லிட்டு இருந்தாங்க?"

" லெட் மீ எக்ஸ்ப்ளெய்ன் எவ்ரிதிங்" என்று சொல்லி விட்டு பெருமூச்சு விட்டவன் அவளுக்கு எல்லாவற்றையும் விளக்க ஆரம்பித்தான்.

" ரிப்போர்ட்டர்ஸ் பொறுத்தவரைக்கும் என்னோட கேர்ள் ஃப்ரெண்ட் வருஷத்துக்கு ஒருத்தர் மாறிட்டே இருப்பாங்க. அவங்க ஃபர்ஸ்ட் என்னோட கேர்ள் ஃப்ரெண்டுனு சொன்னது வேற யாரும் இல்ல, நம்ம லேரன். அப்போ எங்க ஏஜ் ஜஸ்ட் 18.

வீ போத் வேர் டூயிங் அவர் ஸ்டடீஸ் இன் லண்டன். அந்த டைம்ல ஓரியன்டேசன் புரோகிராம்ல நான் அவ கூட டான்ஸ் பண்ணத வச்சு அவ தான் என்னோட கேர்ள் ஃப்ரெண்டுனு நியூஸ் வந்துச்சு. அதை பாத்துட்டு எங்க ரெண்டு பேருக்கும் சிரிப்பு தான் வந்துச்சு. ஷீ இஸ் மை

சைல்ட்குட் ஃப்ரெண்ட், அவளை போய் கேர்ள் ஃப்ரெண்ட்னு சொன்னா வேற எப்பிடி ரியாக்ட் பண்ண முடியும்?" என்று சொல்லிவிட்டு அவளை பார்த்தான்.

அவளோ கன்னத்தில் கை வைத்து ஆர்வத்துடன் கேட்டுக் கொண்டிருந்தாள்.

" இப்பிடி வருஷத்துக்கு ஒரு பொண்ணை என்னோட கேர்ள் ஃப்ரெண்ட்னு டிக்லேர் பண்ணி நியூஸ் வர ஆரம்பிச்சதும் என் ஃபேமிலிக்கே அது பழகி போச்சு! தென் நான் இந்தியா வந்ததும் விஹான் டெலிகாம என்னோட மேனேஜ்மென்ட்கு கீழ கொண்டு வந்து வொர்க் பண்ண ஆரம்பிச்சதுல எனக்கு வேற எது மேலயும் பெருசா இன்ட்ரெஸ்ட் வரல. அந்த டைம்ல தான் வீணா சாச்சி ரிலேட்டிவா எனக்கு தியா அறிமுகமானா.

அஸ் யூஸ்வல் அவளையும் என்னையும் லிங் பண்ணி நியூஸ் வர ஆரம்பிச்சுது. பட் அவ எங்க ஃபேமிலிக்கு குளோஸ்ங்கிறதால வீணா சாச்சி இதால ரொம்பவே வருத்த பட்டாங்க. அப்புறம் தாதி எனக்கும் தியாக்கும் மேரேஜ் பண்ணி வைக்கிறதா சொன்னதும் தான் சமாதானம் ஆனாங்க."

" மேரேஜா?" என்று அதிர்ந்தாள் அவந்திகா.

ராகவ் சாதாரணமாக " யா! எனக்கும் நோ சொல்லுறதுக்கு பெருசா எந்த ரீசனும் இல்ல. சோ ஐ ஸெட் யெஸ். பட் தியாவோட எக்ஸ்பெக்டேசனுக்கு என்னால இருக்க முடியல. அவளை பொறுத்த வரைக்கும் அவ ஹப்பி அவ பின்னாடியே 24 ஹவர்ஸும் சுத்திகிட்டே அவளை பேம்பர் பண்ணிட்டே இருக்கனும். என்னால அப்பிடிலாம் இருக்க முடியாதுனு தெரிஞ்சதும் அவளே பிரேக் அப் பண்ணிட்டு லண்டன் போயிட்டா. வீணா சாச்சியும் அவ கூடவே போயிட்டாங்க. பட் எனக்கு கால் பண்ணி அவளும் அவங்க அப்பாவும் தான் நியூஸ் ஸ்ப்ரெட் ஆக காரணம்னு சொல்லிட்டாங்க. எனக்கு அப்போ தான் விஹான்ல ஒரு இம்ப்பார்ட்டென்ட் டீல் வரவும் நானும் அதை ஒரு விஷயமாவே யோசிக்கல " என்று சொல்லி முடித்தான்.

" அப்போ நீ அன்னைக்கு என் கிட்ட ஒரு லவ் ஸ்டோரி சொன்னியே அது?" என்று முறைத்தபடியே கேட்டாள் அவந்திகா.

" அது என்னோட சின்ன இமேஜினேஷன். ஐ ஹோப் யூ என்ஜாய்ட் தட் ஸ்டோரி" என்று சொல்லி ராகவ் கண்ணை சிமிட்டவும் அவந்திகா

அவனை அடிக்க ஆரம்பித்தாள்.

" ஏன்டா என்னை பாத்தா உனக்கு எப்பிடி தெரியுது? நான் கடுப்பாவேனு தெரிஞ்சும் இப்பிடி ஒரு கதையை என் கிட்ட சொல்லுவியா நீனு?" என்று சொல்லிவிட்டு முகத்தை திருப்பி கொண்டாள்.

" பிகாஸ் கோவத்தோட உன்னை பாக்க எனக்கு ரொம்ப பிடிக்கும் ஜான்சி ராணி. இந்த முட்டை கண்ணை உருட்டி முகம் ரெட்டிஷா ஆகி நீ பாக்குறப்போ அது தான் ஹெவன்லி ஃபீலிங். அது செம என்டர்டெயின்மென்ட் " என்று அவன் கண்ணை மூடி சிலாகிக்க அவன் தோளில் பலமாக அடித்தாள் அவந்திகா.

அவன் தடவி விட்டு கொண்டே " கம் ஆன் ஜான்சி ராணி ! பாக்க தான் நீ குட்டி பொண்ணு மாதிரி இருக்க..பட் உன்னொட அடி ஒவ்வொண்ணும் இடி மாதிரி இருக்கு" என்று சொல்லியவனை முறைத்தாள்.

" என் அடி இடி மாதிரி இருந்தாலும் நோ யூஸ். நீ தான் பாறை மாதிரி இருக்கியேடா. உன்னை அடிச்சா என் கை தான் வலிக்குது" என்று பதிலடி கொடுத்தாள்.

" அச்சோ! எங்க கைய குடு" என்று அவளின் கையை தன் கைக்குள் கொண்டுவந்தவன் குனிந்து அதில் முத்தமிட அவந்திகா விருட்டென்று கையை உருவிக் கொண்டாள்.

" எனக்கு கை வலிக்கவே இல்ல மிஸ்டர் ராகவ் " என்று கையை கட்டி கொள்ளவும் சிரித்தவன் " கைய கட்டிக்கிட்டா எனக்கு கிஸ் பண்ண வேற ப்ளேசா இல்ல?" என்று அவள் முகத்தை நெருங்கவும் அவன் தாடையை பற்றி அவன் முகத்தை தள்ளி விட்டாள் அவந்திகா.

" இடம் பொருள் ஏவல் இது எதுவுமே உனக்கு தெரியாதா? இப்பிடி தான் மொட்டை மாடில கிஸ் பண்ண வருவியா நீ? இது ஒன்னும் லண்டன் இல்ல" என்று சொல்லி அலட்சியமாக உதட்டை சுழித்தாள்.

" என்னோட வைஃப நான் கிஸ் பண்ண எதுக்கு ப்ளேஸ் டைம்லாம் பாக்கனும் டியர்? "

" அஹான்! நீ சொன்னியே ஒரு கேவலமான லவ் ஸ்டோரி அதுக்கு உன்னை மன்னிச்சதே பெரிய விஷயம். இதுக்கு மேல உனக்கு கிஸ் கேக்குதா? இந்த ஜென்மத்துக்கும் உனக்கு கெடயாது "என்று சொல்லிவிட்டு கீழே இறங்கி சென்றாள்

அவள் பின்னேயே " வாட்? நான் தான் உன் கிட்ட எல்லா விஷயத்தையும் சொல்லிட்டேனே! இன்னுமா உனக்கு கோவம் போகல" என்று புலம்பியபடி சென்றான் ராகவ்.

இருவரும் கீழே சென்றதும் ஜொலிக்கும் நிலவை பார்த்து கண் சிமிட்டிய நட்சத்திரங்களுடன் அன்றைய இரவு ரம்மியமாக நகர்ந்தது.

மறுநாள் காலையில் அஜ்ஜுவை பள்ளிக்கு தயார் செய்து கொண்டிருந்தான் ராகவ். அன்று அஜ்ஜுவின் பள்ளியில் மாறுவேட போட்டி. அதற்கான உடைகளை அவனுக்கு அணிவித்து கொண்டிருந்தான் ராகவ். அவன் அருகில் முறைப்புடன் நின்று கொண்டிருந்தாள் அவந்திகா.

"இங்க பாரு அஜ்ஜு! அடம் பிடிக்காம ஸ்கூலுக்கு கௌம்பணும். அவன் பேச்செல்லாம் கேட்டா நீ உருப்படாம தான் போவ" என்று ராகவை முறைத்தபடியே கூற அவன் அதை காதில் போட்டு கொள்ளாமல் அஜ்ஜுவை மாறுவேட போட்டிக்கு தயார் படுத்தி கொண்டிருந்தான்.

" அந்து! இந்த கெட்அப்ல நான் போனா ஸ்கூல்ல எல்லாரும் என்னையே தான் பாப்பாங்க. இல்ல ஜீஜு!" என்று ஆர்வத்துடன் ராகவை பார்க்க அவனும் அதை ஆமோதித்தான்.

" ஜீஜுவுக்கும் உனக்கும் கொஞ்சம் கூட அறிவு கெடயாது. எப்பிடியே போங்க. பட் நான் ஸ்கூலுக்கு வர மாட்டேன். இல்ல உனக்கு கெட்அப்பே இல்லனா இப்பிடி ஆதிவாசி வேசத்தை என் லட்டுகுட்டிக்கு போட்டு விடுவ?" என்று அவள் கடுப்புடன் கேட்கவும் ராகவ் அதை கண்டுகொள்ளவே இல்லை.

" ஓகே சாம்! ஷால் வீ கோ? " என்று சொல்லி அவனை தூக்கிகொண்டவன் அவந்திகாவை நோக்கி ஒரு கேலி பார்வையை வீசிவிட்டு சென்றான்.

அவர்கள் இருவருக்கும் டாட்டா காண்பித்து உள்ளெ வந்த அம்புவிடம் " ஏன் அம்பு, நீயே சொல்லு ஃபேன்சி டிரஸ் காம்படிசனுக்கு வேற கெட்அப் இல்லனா இந்த டிரைபல் கெட்அப் போட்டுருக்கான் இந்த லட்டு குட்டி? " என்று கேட்க அவரோ " அதுக்கு என்ன நல்லா தான இருக்கு" என்று சொல்லிவிட்டு சென்று விட்டார்.

"உனக்கு எல்லாம் நல்லா தான் இருக்கும் , என் லட்டு குட்டிக்கு இன்னைக்கு ப்ரைஸ் கெடைக்கனும்னு நான் வேண்டுனது எனக்கு தான

தெரியும்" என்று மதியம் வரை வாசலையே பார்த்து கொண்டிருந்தாள் அவந்திகா.

கார் சத்தம் கேட்டதும் ஓடி சென்று பார்த்தவள் இருவரும் கையில் ஒரு மினி கோப்பையுடன் வரவும் சந்தோசத்தில் அம்புவை அழைத்-தாள்.

" அம்பு! அஜ்ஜுக்கு ப்ரைஸ் கெடச்சிருச்சு! " என்று கத்தி கொண்டே அவனை ஓடி வந்து அணைத்து தூக்கி கொண்டவள் உள்ளெ சென்றாள்.

அவன் நடந்ததை கதை போல் விளக்க ராகவ் இப்போ என்ன சொல்லுற என்று புருவத்தை உயர்த்தி கேட்க அவனை அலட்சியம் செய்துவிட்டு அஜ்ஜு கூறிய கதையை கேட்டு கொண்டே அவனுக்கு சாதம் ஊட்டினாள்.

சாப்பிட்டதும் அவன் அம்புவுடன் சென்று விட ராகவ் அவந்திகாவி-டம் "அப்புறம் ஜான்சி ராணி என்னால தான் இன்னைக்கு அஜ்ஜுக்கு ப்ரைஸ் கெடச்சிருக்கு, எனக்கு எதும் கெடயதா?" என்று கேட்க அவள் புரியாமல் பார்த்தாள்.

" உனக்கு என்ன வேணும்? அவன் காம்படீசன் போய் பார்ட்டிசிபேட் பண்ணி வின் பண்ணிருக்கான். சார் என்ன பண்ணுனிங்க?"

" அவனை ரெடி பண்ணதே நான் தான்ங்கிறத மறந்துட்டு பேசாத ஜான்சி ராணி"

" சரிடா! இப்போ அதுக்கு என்ன பண்ணலாங்கிற?"

ஒன்றும் சொல்லாமல் அவள் அருகில் அமர்ந்தவன் " ஒரு குட்டி கிஸ், இனாஃப்" என்று விரலால் அளந்து காண்பிக்கவும் அவந்திகா தனக்கு வந்த சிரிப்பை அடக்கி கொண்டாள்.

" அதுலாம் குடுக்க முடியாது, நீ எடத்த காலி பண்ணு"

" நீ குடுக்கலனா என்ன ?" என்று பேசி கொண்டிருந்தவளின் கன்-னத்தை பிடித்து அழுத்தமாக இதழை பதித்தவன் அவளின் கண்கள் விரிந்த காட்சியை மனதார பார்த்து விட்டு அவளின் கன்னத்தை விடு-வித்தான்.

அவந்திகா நடந்ததை உணர்ந்தவள் கண்ணை விரித்து அவனை பார்க்க "என்ன ஜான்சி ராணி இன்னொரு கன்னத்துலயும் குடுக்-கனுமா?" என்று அவன் அருகில் வர அவனை தள்ளிவிட்டு எழுந்-தாள்.

" கொன்னுருவேன் உன்னை" என்று மிரட்டி விட்டு அஜ்ஜூவிடம் சென்றாள்.

" அத தானே டெய்லியும் பண்ணிட்டு இருக்க " என்று மனதில் எண்ணியவன் அவனுக்கு கால் வரவும் அதை பேசிவிட்டு உடனே அவந்திகாவிடம் விஷயத்தை கூறினான்.

அவனுக்கு பெங்களூரில் முக்கிய வேலை வந்திருப்பதால் கிளம்ப வேண்டும் என்று சொல்ல அவளும் அரைமனதுடன் பெட்டியை அடுக்க தொடங்கினாள்.

கிளம்பும் முன் அம்புவிடம் " அஜ்ஜூவை பாத்துக்கோ அம்பு. அவனுக்கு டெர்ம் எக்சாம் முடிஞ்சதும் ரெண்டு பேரும் பெங்களூர் வரணும்" என்று சொல்லிவிட்டு விடை பெற்றாள். ராகவ் அஜ்ஜூவிடம் "குட் பாயா இருக்கனும் சாம்! " என்று சொல்லி அம்புவிடமும் விடை பெற்றான்.

கார் கிளம்பவும் அவர்களுக்கு டாட்டா சொல்லிவிட்டு அஜ்ஜூவும் அம்புவும் வீட்டினுள் சென்றனர்.

பெங்களூரு நெருங்க நெருங்க அவந்திகாவுக்கு கொஞ்சம் பயமாக இருந்தது. வரும் போது கோபத்துடன் சொல்லி விட்டு வந்த வார்த்தைகள் அவளை கூறு போட அவள் முகம் கலவரவண்ணம் பூசிக் கொண்டது.

" ராகவ் ! எனக்கு வீட்டை நெனச்சா ரொம்ப பயமாயிருக்கே" என்று சொன்னவளை ஆச்சரியமாக பார்த்தான் ராகவ்.

" ஜான்சி ராணிக்கே பயமா? கம் ஆன்! நான் உன் கூட தானே இருக்கேன்... அவங்க யாருக்கும் உன் மேல கோவம் இல்ல. அவங்க கோவம் எல்லாம் தியா மேல தான். அவளும் இப்போ வீட்டுல இல்ல. சோ நீ எதையும் நெனச்சு வீணா டென்சனாகாத"

வீடு வந்ததும் காரை பார்க் செய்தவன் அவளை பார்க்க அவள் தயக்கத்துடன் கையை பிசைந்தபடி நிற்கவும் அவனே அவளது கையை பிடித்து அழைத்து சென்றான்.

வீட்டினுள் நுழைந்த அவந்திகா அங்கே இருந்தவர்களை பார்த்ததும் வாசலிலேயே நின்றுவிட்டாள்.

தாதி " ராகவ்! இந்த வீட்டுல தான் யாருக்கும் கல்யாணம் இல்லயே! இப்போ எதுக்கு இவளை கூட்டிட்டு வந்திருக்க?" என்று கேட்கவும் அவந்திகாவுக்கு தான் வீட்டை விட்டு கிளம்பும் முன் கூறிய வார்த்தை-

கள் மனதில் வரிசை கட்டியது.

அய்யோ சித்தி! என்று மனதில் சொல்லி கொண்டவள் கௌசல்யாவை பார்க்க அவரோ அவளை கண்டுகொள்ள கூட இல்லை.

ஏதோ அவள் செய்த புண்ணியம் பிரியாவும் ராதிகாவும் அவளுடன் இன்முகமாக நடந்து கொண்டனர். அவர்கள் அருகில் அமர்ந்து பேசிக் கொண்டிருந்தவள் வருணும் உஷாவும் வருவதை கண்டதும் எழுந்தாள்.

உஷாவின் அருகில் சென்று அவளை அணைக்கவும் அவளை விலக்கி நிறுத்திய உஷா யாரும் எதிர் பார்க்காத விதமாக அவள் கன்னத்தில் பளாரென்று அறைய அனைவருக்கும் நடந்ததை நம்ப முடியவில்லை.

அவள் அந்த அதிர்ச்சியிலிருந்து மீள்வதற்குள் உஷா " உன் மனசுல என்ன நெனச்சிட்டிருக்க? கோவம் வந்துச்சுனா கண்ணு மண்ணே தெரியாது உனக்கு! அன்னைக்கு நைட் ஃபுல்லா நீ எங்க போனன்னு தெரியாம நாங்கல்லாம் எவ்ளோ துடிச்சு போய்ட்டோம் தெரியுமா? நீ போன மறுநாள் காலைல இருந்து கௌசிக்கா சாப்டவே இல்ல. ராகவ் சென்னை போய் சேந்து போன் பண்னதுக்கு அப்புறம் தான் அவங்க சாப்பாட்டுல கைய வச்சாங்க. கொஞ்சம் எங்களை பத்தியும் யோசி ஹனிபி" என்று அவளும் கோவமாக பேச ஆரம்பித்து கண் கலங்க ஆரம்பித்தாள்.

" சாரி உஷா! நான் சித்தி வீட்டுக்கு போனா அவங்க திருப்பி இங்கயே வர சொல்லிடுவாங்கன்னு சென்னை போய்ட்டேன். ஐயாம் ரியலி சாரிடி" என்று மறுபடியும் அவளை கட்டி கொள்ள உஷா கண்களை துடைத்தபடியே அவளை அணைத்து கொண்டாள்.

எல்லாரையும் சமாதானம் செய்வதற்குள் அவந்திகாவுக்கு நாக்கு உலர்ந்து விட்டது. இனிமே நீ சண்டை போட்டுட்டு வீட்டை விட்டு போவ என்று அவளது மனசாட்சி அவளை கேலி செய்தது.

கௌசல்யா ராகவிடம் வந்தவர் " ராகவ்! அவளால உங்களுக்கு ரொம்ப சிரமம் இல்ல, சாரி பா" என்று சொல்ல

அவனோ " கௌசிம்மா! ஷி இஸ் மை வைஃப், அவளுக்கு சில விஷயங்களை புரிய வைக்க வேண்டிய கடமை எனக்கும் இருக்கு. அதை சரியான நேரத்துல செய்யாததால தான் இவ்ளோ பிரச்சனையும். இனிமே எந்த பிரச்சனையும் வராது. நீங்க வொர்ரி பண்ணிக்காதிங்க" என்று சொல்லி அவரை சமாதானப்படுத்தினான்.

மொத்தத்தில் அன்று குடும்பம் முழுவதும் குழப்பம் பிரச்சனை எல்லாம் அகன்று நிம்மதி பெருமூச்சு விட்டனர்.

அவந்திகா எப்படியோ அனைவரையும் சமாதானப்படுத்திவிட்டாள். அன்று இரவு உணவுக்கு பிறகு வீட்டுக்கு திரும்புவதற்காகவும் ரகுவரனும் கௌசல்யாவும் கிளம்பினர்.

கிளம்பும் முன் கௌசல்யா அவந்திகாவிடம் " நான் ஒன்னும் என்னோட பொறுப்பை தட்டி கழிக்கிறதுக்காக உன்னை இங்க கல்யாணம் பண்ணி குடுக்கல. எப்போவுமே உன்னோட எதிர்காலத்தை மனசுல வச்சு நான் எடுத்திருக்க முடிவு என்னைக்குமே தப்பாகல. ராகவ் ரொம்ப நல்ல பையன் . இதுவரைக்கும் எனக்கு குடுத்த எந்த பிராமிஸையும் நிறைவேத்தாம இருந்தது இல்ல. நீ உன்னோட கோவத்தால என்னைக்கும் ராகவை இழந்துடாத" என்று சொல்லிவிட்டு சென்றார்.

அவந்திகாவும் தலையை ஆட்டியபடி அவரை வழியனுப்பி வைத்தாள்.

அமைதியாக தங்களின் அறைக்கு சென்றவள் தன் சூட்கேசிலிருந்து தன்னுடைய துணிமணிகளை வார்ட்ரோபில் அடுக்க தொடங்கினாள். ராகவ் எதோ போனில் பேசிகொண்டிருந்தான்.

அவள் அடுக்கி முடித்துவிட்டு அவனை பார்க்கவும் போனை வைத்தவன் "வாட் ஜான்சிராணி? எதுக்கு இப்பிடி என்னையே பாத்துகிட்டிருக்க? உன் பார்வையே சரி இல்லையே? " என்று சொல்லிவிட்டு சோஃபாவில் அமர்ந்து அவளையே பார்த்தான்.

" ஒன்னும் இல்ல. நீ காதலுக்கு ஒரு டெஃபனிஷன் குடுத்தியே , அது கொஞ்சமாச்சும் ஸேன்ஜ் ஆயிருக்கா ? இல்ல பழய மாதிரியே தானா?"

" ம்ம்ம்...யோசிக்க வேண்டிய விஷயம் தான். ரொம்பநாள் வரைக்கும் அந்த தியரி தான் உண்மைனு நெனச்சிட்டு இருந்தேன். பட் நீயில்லாத இந்த ரூம்ம பாத்ததும் காதல்னா என்னன்னு புரிஞ்சுது. சாதாரணமா நீ இல்லாம வேற யாரையும் நான் மேரேஜ் பண்ணிருந்தா சத்தியமா என்னோட கேரக்டர்ல இம்மியளவுக்கு கூட அவளுக்காக நான் சேன்ஜ் பண்ணிருக்க மாட்டேன். பட் ஐ சேன்ஜ்ட் மைசெல்ஃப் ஒன்லி ஃபார் யூ அண்ட் ஃபார் அவர் லவ்" என்று சொல்லவும் அவந்திகா கண்ணை சுருக்கி பார்த்தாள்.

" அவர் லவ்வா? நான் எப்போ உன்னை லவ் பண்றேனு சொன்னேன்? எனக்கு நான் அப்பிடி சொன்னதா நியாபகம் இல்லையே?" என்று எழுந்தவளை ஆச்சரியமாக பார்த்தான் ராகவ்.

" அன்னைக்கு மால்ல வச்சு நான் குடுத்த பொக்கேய சிரிச்சிகிட்டே தானே ஜான்சி ராணி வாங்குன?"

" அட! இது நல்லா இருக்கே! ஏதோ உன் மனசு கஷ்டப்படக் கூடாதேனு பொக்கேவை வாங்கிட்டு உன் ப்ரபோசலை கேட்டா நீ நானும் உன்னை லவ் பண்றேனு நெனச்சிப்பியா? ஃபன்னி கய்" என்றவள் தொடர்ந்தாள்.

" நான் உன்னோட ப்ரபோசல ரிஜெக்ட் பண்ணல பட் அக்செப்ட்டும் பண்ணல...மனசுல ஆச்சா?" என்று கேட்க அவன் தான் குழம்பி போனான்.

" பட் நான் தான் ஐ லவ் யூ சொல்லிட்டேனே"

" ஏய்! தேஞ்சு போன ரெக்கார்ட் மாதிரி அதையே சொல்ல கூடாது! நீ தான் ஐ லவ் யூ சொல்லிருக்க. நான் இல்ல. எனக்கு இத பத்தி யோசிக்க கொஞ்சம் டைம் வேணும்"

" வாட்? நான் உன்னோட ஹஸ்பென்ட், உன் கிட்ட ஐ லவ் யூ சொல்லி ப்ரபோஸ் பண்ணிருக்கேன். இன்னும் உனக்கு என் கிட்ட ஐ லவ் யூ சொல்றதுக்கு என்ன கேடு?"

" பார்றா! நீ என்னையே மிரட்டிறியா? இங்க பாரு தம்பி, ஒரு ஹஸ்பென்டா உன்னை ஏத்துக்க எனக்கு கொஞ்சம் நாள் ஆகும். அது வரைக்கும் நான் ஐ லவ் யூ சொல்ல போற நாளுக்காக நீ வெய்ட் பண்ணி தான் ஆகனும். புரிஞ்சுதா?"என்று கண்ணை உருட்டி கேட்கவும் வேறு வழியின்றி வாயில் முணுமுணுத்தப்படியே சரி என்றான் ராகவ்.

மறுநாள் காலையில் அவன் ஜிம்மிற்கு சென்றதும் குளித்து அலுவலகத்துக்கு தயாரானவள் நியாபகமாக தன்னுடைய தாலியை டாப்பின் மேல் இழுத்து விட்டு கொண்டாள்.

தலையை குனிந்த படி வேகமாக தளத்தை விட்டு வெளியேற நடந்தவள் சத்தம் இல்லாமல் அங்கே வந்து கொண்டிருந்த ராகவின் மீது மோதி நின்றாள்.

" அம்மாடி! என் மூக்கு போச்சு" என்று மூக்கை தடவி கொண்டவள் " ஏய் மைதா மாவு! இப்பிடி சைலண்டா வராதனு எத்தன தடவை சொல்லிருக்கேன்? உன்னால எப்போ பாரு என் மூக்கு டேமேஜ்

ஆய்ட்டே இருக்கு" என்று சொல்லி சிவந்த மூக்கை தடவி கொண்டாள்.

" ஓ! அடி ரொம்ப பலமோ!" என்று சிரித்த படி அவளின் மூக்கை செல்லமாக ஆட்டிவிட்டு சென்றான் ராகவ்.

சிரித்து கொண்டே சென்றவனின் முதுகை பார்த்து " போடா வளந்து கெட்டவனே" என்று பல்லை கடித்துவிட்டு கீழே சென்றாள் அவள்.

அதன் பின் அவள் வழக்கம் போல அவனுடன் சேர்ந்து அலுவலகம் சென்று விட்டாள்.

அலுவலகத்தில் வேலை செய்து கொண்டிருந்தவளிடம் பேச்சு கொடுத்தாள் ரித்திமா.

" ஹனிபி! இந்த டென் டேய்ஸ்ல அப்பிடி தான் என்ன தான் நடந்துச்சு? உன் ஃபேஸ்ல ஒரு க்ளோ தெரியுது"

" டென் டேய்ஸ்ல ஏகப்பட்ட விஷயம் நடந்துச்சு. எல்லாத்தையும் எப்பிடி சொல்ரது?" என்று அவளிடம் பேசியபடியே லேப்டாப்பில் டைப் செய்து கொண்டிருந்தாள் அவந்திகா.

" நீ ஷார்ட்ஃபார்ம்ல சொன்னா கூட போதும்" என்ற உஷாவின் கூற்றை ஏற்றவள் நடந்ததை கூறினாள்.

" ராகவ் வந்தான். அப்புறம் அம்பு கூடவும் அஜ்ஜூ கூடவும் க்ளோஸ் ஆனான். தென் டெய்லி வொர்க்ல எனக்கு ஹெல்ப் பண்றேங்கிற பேருல என்னை இரிட்டேட் பண்ணுனான். அப்புறம் ஒரு நாள் எனக்கு ப்ரபோஸ் பண்ணுனான் " என்று அவள் சொல்லவும் இருவருக்கும் திகைப்பு.

" நெஜமாவா? ஐ காண்ட் பிளீவ் திஸ்" என்று அவர்கள் கூற

அவந்திகா " அதே தான் என்னோட நெலமையும்...பட் அவன் பொய் சொல்லல...அது மட்டும் எனக்கு தெரியும். அப்புறமா தியாவை பத்தின விஷயங்களை சொன்னான்" என்று அவர்களிடம் நடந்ததை விளக்கினாள்.

" அவளை விடுடி...எப்பிடியோ போறா.. நீ ராகவோட ப்ரபோசலுக்கு என்ன ரிப்ளை பண்ண?" என்று ரித்திமா கேட்கவும் தோளை குலுக்கினாள் அவந்திகா.

" ஹனிபி டோண்ட் ஷேக் யுவர் ஷோல்டர்ஸ்...ஆன்சர் மீ"

" நான் எந்த பதிலும் சொல்லல"

அதை கேட்டதும் தலையிலடித்து கொண்டனர் இருவரும்.

" அடியே! உனக்கு என்னாச்சோ ஏதாச்சோனு அவரு தவிச்சதை நான் கூடவே இருந்து பாத்தேன்டி..இன்னும் உனக்கு என்ன தான் பிரச்சனை?" என்று உஷா கடுப்புடன் கூறி விட்டு முறைத்தாள்.

" உஷா! அவன் ஏதோ ஒரு பாயிண்ட்ல லவ்வ ஃபீல் பண்ணிருக்கான். ப்ரபோஸ் பண்ணீட்டான். பட் நான் இன்னும் அதை ஃபீல் பண்ணலயே" என்று அவள் சாதாரணமாக கூறினாள்.

பின்னர் " உடனே நான் சண்டை போட்டுட்டு போனதை வச்சு என்னை கார்னர் பண்ண டிரை பண்ணாதிங்க. எந்த பொண்டாட்டியும் புருஷனை இன்னொருத்தி கூட நெருக்கமா பாத்தா என்ன பண்ணுவாளோ அதை தான் நானும் பண்ணேன். பட் அதுக்கு அவன் மேல இருந்த பொசசிவ்நெஸ் தான் காரணமே தவிர லவ் இல்ல. நான் இன்னும் ராகவ் மேல லவ்ங்கிற ஃபீல உணரல. அது இல்லாம என்னால அவனை லவ் பண்ணுற மாதிரி நடிக்கலாம் முடியாது. ஐ நீட் சம் டைம்" என்று அவள் அந்த பேச்சுக்கு முற்றுபுள்ளி வைத்தாள்.

உஷாவோ அவள் பேசியதை கேட்டு மூளை சூடானவள் அங்கிருந்த ஃப்ரிஜிலிருந்து ஐஸ்வாட்டர் குடிக்க சென்றாள்.

தண்ணீரை குடித்தவளுக்கு கண்ணை இருட்டி கொண்டு வர காட்சிகள் எல்லாம் மங்க தலையை பிடித்தபடி கீழே அமர்ந்தாள் அவள். தலைக்குள் ஏதோ சக்கரம் சுற்றுவது போல் இருக்கவே மெதுவாக " ரித்தி, அவந்திகா "என்று சிரமத்துடன் அவள் அவர்களை அழைத்தாள்.

அவளது குரலில் மாற்றத்தை உணர்ந்தவர்கள் வேகமாக அங்கே ஓடி சென்று பார்க்கையில் தலையை பிடித்த படி அவள் கண்ணை மூடி அமர்ந்திருக்கவும் இருவரும் பயந்து அமருக்கு கால் செய்தனர்.

அவன் காருடன் வந்து உஷாவை தூக்கி கொண்டு காரில் வைக்க மற்ற இருவரும் அவனுடன் காரில் அமர்ந்தனர். நேரே அவர்கள் டாக்டர் சஞ்சனாவின் கிளினிக்குக்கு காரை செலுத்த சொல்லிவிட்டு உஷாவை பதற்றத்துடன் பார்த்த படி இருந்தனர்.

டாக்டர் சஞ்சனா அவர்களின் குடும்ப மருத்துவர் என்பதால் அப்பாயின்மெண்ட் வெயிட்டிங் எதுவுமின்றி உஷாவை அவரிடம் அழைத்து சென்று உள்ளே அனுப்பி விட்டு மூவரும் டென்சனுடன் வெளியே காத்திருந்தனர்.

அமரிடம் யாரிடமும் எதையும் இப்போதைக்கு சொல்ல வேண்டாமென்று ரித்திமா கூற அவனும் அமைதியாக அவர்களுடன் காத்திருந்தான்.

சில நிமிடங்களில் ஒரு நர்ஸ் கையில் சேம்பிளுடன் லேபிற்கு சென்றவர் கொஞ்சம் நேரம் கழித்து டாக்டரின் அறையில் நுழைந்து ஏதோ சொல்ல சஞ்சனா மூவரையும் உள்ளே அழைத்தார்.

உள்ளே நுழைந்ததும் மூவரும் பதற்றத்தில் கேள்விகளால் திணறடிக்க அவரோ " ரிலாக்ஸ்! எதுக்கு இவ்ளோ டென்சன்...ப்ளீஸ் சிட் டவுன்" என்று சொல்லவும் மூவரும் அங்கே அமர்ந்திருந்த உஷாவை கேள்வியுடன் பார்த்தபடி அமர அவர் விஷயத்தை கூறினார்.

" ஷீ இஸ் ப்ரெட்னென்ட். கொஞ்சம் வீக்கா இருக்கிறதால தான் இந்த மயக்கம். டென்சனாகாம பாத்துக்கோங்க. நான் ஈவினிங் வீட்டுக்கு வந்து மத்த இன்ஸ்ட்ரக்ஷன்ஸ் சொல்லுறேன். இப்போ உஷாவ கூட்டிட்டு போகலாம்" என்று சிரித்தமுகமாக கூறினார்.

உஷா மகிழ்ச்சியுடன் மூவரையும் பார்க்க அமர் " கங்கிராட்ஸ் பாபி" என்று சொல்லி கை கொடுத்து அவளை மெதுவாக அழைத்து சென்றான்.

வெளியே வந்ததும் சந்தோசத்தில் அவளை கட்டி கொண்ட அவந்திகாவும் ரித்திமாவும் திடீரென்று விலகினர்.

" உஷா! நாங்க டைட்டா ஹக் பண்ணிட்டோமே! பேபிக்கு வலிச்சிருக்குமோ" என்ற அவர்களின் கேள்வியில் சிரித்தவள் இல்லையென்று தலையாட்ட மூவரும் நிம்மதியாக வீட்டை அடைந்தனர்.

வீட்டில் விஷயத்தை சொன்னதும் அனைவரும் அடைந்த மகிழ்ச்சிக்கு அளவே இல்லை. உஷா வருணின் வருகைக்காக ஆவலுடன் காத்திருந்தாள்.

வருண் பதட்டத்துடன் வீட்டுக்கு வந்தவன் ஹாலில் அனைவரும் குலுமியிருப்பதை பார்த்துவிட்டு டென்சனுடன் அங்கே நின்று கொண்டு இருந்த அவந்திகா அமரிடம் " எதுக்கு கால் பண்ணுனிங்க? எனி ப்ராப்ளம்?" என்று கேட்க அவர்கள் முகத்தை பாவத்துடன் வைத்து கொண்டு இல்லையென்று தலையாட்டினர்.

" பின்ன என்னாச்சுனு மொத்த ஃபேமிலியும் இப்பிடி உக்காந்திருக்கிங்க ?" என்று அவன் கத்தும் போதே வந்து சேர்ந்தனர் கிஷோரும் ராகவும்.

வந்தவர்கள் அமர் அவந்திகாவின் திருட்டு பார்வையை உணர்ந்த-வர்கள் அவர்களிடம் கேட்காமல் நேரே ரித்திமாவிடம் சென்று கேட்க அவளும் பதிலளிக்காமல் தலையை குனிந்து கொண்டாள்.

வருணின் டென்சனை பார்த்த குணாலும் மோகனும் மனதிலே சிரித்து கொண்டனர். பின்னர் உஷாவை பார்த்து " மருமகளே! போதும்மா! இதுக்கு மேல நீ அவனை டென்சனாக்குனா அவனை பெட்ல தான் அட்மிட் பண்ணனும் " என்று சொல்ல அவள் புன்னகை-யுடன் எழுந்து வருணிடம் வந்தாள்.

" வருண்! உனக்கு ஜூனியர் வருண் வேனுமா இல்ல ஜூனியர் உஷா வேனுமா?" என்று தலையை சரித்து கேட்க

அவனோ டென்சனுடன் " இப்போ இது ரொம்ப முக்கியம்! நானே உனக்கு என்னாச்சோனு பதறி போய் ஓடி வந்திருக்கேன்" என்று பொரிந்தவன் பின்னர் மூளையில் உரைத்ததும் " உஷா ஆர் யு சீரியஸ்லி ஸ்பீக்கிங்?" என்று கேட்க அவள் தலையை ஆட்டவும் அவனுக்கு சந்தோசத்தில் தலை கால் புரியவில்லை.

உஷாவை தூக்கி " யூ நோ ஒன் திங் இதுக்கு மேல பெரிய சந்தோ-சம் எனக்கு வேற எதுவும் இல்ல. ஐ லவ் யூ சோ மச்" என்று அவள் நெற்றியில் முத்தமிட்டான்.

அவந்திகா " ம்க்கும்! நாங்களும் இங்க தான் இருக்கோம் வருண்" என்று தொண்டையை கனைக்க வருண் சிரித்து கொண்டே " உனக்கு கிஸ் வேனும்னா உன் ஹப்பிகிட்ட கேட்டுக்கோ ஹனிபி" என்று கண் சிமிட்டினான்.

அவந்திகா பல்லை கடித்தபடி அவனது தோளில் ரெண்டு அடி போடவும் அவன் " டேய் ராகவ்! இவளை என்னன்னு கேக்க மாட்-டியா? இத்துனூண்டு இருந்துட்டு என்ன அடி அடிக்கிறா? அம்மா" என்று சொல்லிவிட்டு தோளை தடவிவிட்டு கொண்டான்.

ராகவோ " பய்யா! அவ கிட்ட இருந்து என்னை காப்பாத்திக்-கனும்னு தான் நான் டெய்லி ஜிம்மே கதினு என் நாளை ஸ்டார்ட் பண்ணுறேன். இல்லனா இந்த பாடி அந்த அடியை எப்பிடி தாங்கும்?" என்று பதிலுக்கு சொல்லிவிட்டு முகத்தை பரிதாபமாக வைத்து கொண்-டான்.

" போங்கடா ரெண்டு பேரும். உங்க கூட பேசி என்னோட ஹாப்பி மொமன்ட்டை நான் மிஸ் பண்ண விரும்பல" என்று சொல்லி விட்டு

உஷாவிடம் போய் நின்று கொண்டாள்.

அவள் சென்றதும் சிரித்த ராகவ் " பய்யா! கங்கிராட்ஸ்" என்று அவனை கட்டிக் கொள்ள கிஷோர், அமர், பிந்து,நேஹாவும் அவனுடன் இணைந்து அவனை கட்டி கொள்ள வீட்டு பெரியவர்கள் அந்த கண்-கொள்ளா காட்சியை பார்த்து கண்ணீர் மட்டும் தான் விடவில்லை.

அதை பார்த்த அவந்திகா " உஷா! இந்த ஃபேமிலி ஆ ஊனா செண்டிமென்ட பிழியுறாங்கடி" என்று சொல்ல ரித்திமா " நீ இருக்கியே! அவங்க காதுல விழுந்துட போகுதுடி" என்று அவளை அடக்கினாள்.

அதே இனிய மன்நிலையுடன் வீட்டுக்கு வரப் போகும் புது நபரை வரவேற்க அந்த குடும்பம் தயாரானது.

9

அத்தியாயம்

மறுநாள் காலை அலுவலகம் செல்வதற்காக கிளம்பிய அவந்திகா அவளுக்குமுன் தயாராகி இருந்த உஷாவை ஆச்சரியமாக பார்த்தபடியே கீழே வந்தாள்.

" உஷா! நீ எதுக்கு இப்போ ரெடியாகி இருக்க?"

" ஆபிஸ்க்கு போக தான் ஹனிபி, இது என்ன கேள்வி?"

" வாட்? உன்னை யாரு இப்போ ஆபிஸுக்கு கூப்பிட்டது? நீ ஒன்னும் வர வேண்டாம். நானும் ரித்தியும் எல்லாத்தையும் பாத்துக்குவோம். நீ நல்லா ரெஸ்ட் எடு போ"

" எவ்ளோ நேரம் தான்டி சும்மாவே இருக்க முடியும்? நான் அங்க வந்து சிஸ்டம் வொர்க் தான பண்ண போறேன்" என்று அவளை சமாளிக்க முயன்றாள்.

அவந்திகா அவள் கூற வந்த எதையும் காதில் போட்டுக் கொள்ளாமல் " நீ வர வேண்டாம். அண்ட் திஸ் இஸ் ஃபைனல்" என்று உறுதியாக சொல்லிவிட்டு சாப்பிட அமர்ந்தாள்.

அவளின் எதிர்புற இருக்கையில் அமர்ந்தவள் " நீ இருந்தாலும் ரொம்ப தான் பண்ணுற போ" என்று சொல்லிவிட்டு சாப்பிட ஆரம்பித்தாள்.

சிறிது நேரத்தில் வருண் ராகவ் வீணா என்று அனைவரும் வர , பேசி கொண்டே சாப்பிட ஆரம்பித்தனர்.

வீணா அவந்திகாவை பார்த்தவர் " அவந்திகா உனக்கும் ராகவுக்கும் தான் ஃபர்ஸ்ட் மேரேஜ் ஆச்சு. உங்களுக்கு அப்றமா கல்யாணம் பண்-

ணுனவங்க எங்களுக்கு குட் நியூஸ் சொல்லிட்டாங்க. நீங்க எப்போ சொல்ல போறிங்க?" என்று சாதாரணமாக கேட்டு வைத்தார்.

வேண்டா வெறுப்பாக சப்பாத்தியை சாப்பிட்டு கொண்டிருந்தவளுக்கு இதை கேட்டதும் புரை ஏறியது. தண்ணீரை குடித்து சமாளித்தவள் அவளை கண்டு கேலியாக சிரித்த ராகவை முறைத்து விட்டு வீணா-வுக்கு பதிலளித்தாள்.

" சோட்டிமா! எதோ அவங்களுக்கு பல வருஷத்துக்கு முன்னாடியே நாங்க கல்யாணம் பண்ண மாதிரி சொல்லுறிங்க? அவங்க மேரேஜுக்கு ஜஸ்ட் டூ டேய்ஸ் பிஃபோர் தான் எங்க மேரேஜ் நடந்துச்சு"

" இருக்கட்டுமே! அப்பிடி பாத்தா கூட உங்களுக்கு கல்யாணம் ஆகி 4 மாசம் ஆகுதேம்மா" என்று விடாமல் கேள்வி கேட்டார் அவர்.

என்னடா இந்தம்மா காலங்காத்தால என்னை கொஸ்டீனா கேட்டு சாகடிக்குது என்று எண்ணியவள் " ஆக்சுவலி இந்த கேள்வியை நீங்க ராகவை பாத்து தான் கேக்கனும். அவரு தான் சொன்னாரு அவந்திகா நீயே ஒரு கொழந்தை மாதிரி தான் இருக்க, இப்போ நமக்கு எதுக்கு இன்னொரு கொழந்தை, கொஞ்சநாள் போகட்டும்னு . சோ நீங்க அவரு கிட்ட கேளுங்க" என்று அவன் புறம் அவரை திருப்பிவிட்டு அவள் பாட்டுக்கு சாப்பிட்டாள்.

ராகவோ " என்னம்மா பொய் சொல்லுறா ஜான்சி ராணி!" என்று மனதில் வியந்தவன் " யெஸ் சாச்சி. நானும் முதல்ல அந்த மாதிரி தான் நெனச்சேன். இருந்தாலும் பேபி பொறந்தா நல்லா இருக்கும்னு ரீசன்டா எனக்கே தோண ஆரம்பிச்சிடுச்சு." என்று சொல்லவும்

வீணா " கேட்டுகிட்டியா சின்ன மருமகளே! என்ன தான் ஹஸ்-பென்ட் அண்ட் வைஃப் அந்நியோன்யமா இருந்தாலும் அவங்களோட கொழந்தை தான் அந்த அன்னியோன்யத்தை கடைசி வரைக்கும் காப்-பாத்த போற ஒரு ஜீவன். அது இல்லாம உங்க உறவு என்னைக்குமே முழுமை ஆகாது" என்று அட்வைஸை பொழிந்தார்.

எல்லாவற்றையும் கேட்டவள் பொறுமையாக "இப்போ நீங்க பண்-ணுனிங்களே இந்த அட்வைஸ் ஃப்ரீயா இல்ல சார்ஜ் எதாச்சும் பே பண்ணனுமா? சோட்டிமா அட்வைஸ் யாரு வேணாலும் பண்ணலாம்! பட் அத கேட்டு நடக்குறது ஆப்போசீட் பர்சன் கைல தான் இருக்கு. இப்போ என்னை பொறுத்தவரைக்கும் நீங்க சொன்ன அட்வைஸ் என் மண்டைல ஏறவே இல்ல. சாரி" என்று சொல்லிவிட்டு கை கழுவ

சென்றாள்.

வீணா ராகவிடம் " நீ உன் பொண்டாட்டிக்கு செல்லம் குடுத்து கெடுத்து வச்சிருக்க ராகவ்! எல்லாமே காலாகாலத்துல நடந்தா தான் நல்லது. ஒரு பொண்ணுக்கு தாயாகிறது எவ்வளவு பெரிய பாக்கியம் தெரியுமா?" என்று சொல்லி கொண்டே சொல்ல அவரை முறைத்த கிஷோரை பார்த்ததும் அமைதியானார்.

கிஷோரோ " பய்யா! ஒரு கொழந்தைய பெத்துட்டா மட்டும் போதாது. அதுக்கு என்ன பிடிக்கும், அத எப்பிடி வளக்கனும் இதல்லாம் யோசிச்சி நடந்துக்கிறவங்க தான் ஒரு நல்ல அம்மா! அதுக்கு கொஞ்சம் மெச்சூரிட்டி வேணும்! பாபி அதுக்கு தான் கொஞ்சநாள் போகட்டும்னு சொல்றாங்க! ஏன்னா இங்க சில பேருக்கு மூனு கொழந்தைங்க இருந்தாலும் அவங்களை கவனிக்கிறத விட ஊர் சுத்துறது தான் முக்கியம்னு தோணுது! பட் அவங்கல்லாம் பாபிக்கு அட்வைஸ் பண்ண வந்துட்டாங்க" என்று கடுப்புடன் சொல்லி விட்டு பாதி சாப்பாட்டிலேயே எழுந்து சென்று விட்டான்.

ராதிகா தட்டுடன் அவன் பின்னாலே செல்லவும் அவந்திகாவுக்கு ராதிம்மா குடுத்தா இவன் சாப்பிடமவா போய்டுவான் என்று மனதில் தோன்ற அவள் ராகவுடன் அலுவலகம் செல்ல தயாரானாள்.

அவளை ஆபிஸில் விட்டுவிட்டு அவனது அலுவலகத்துக்கு சென்று விட்டான் ராகவ்.

அதே நேரம் அவந்திகாவுக்கு உஷாவிடம் ஒரு சந்தேகம் கேட்க வேண்டியிருக்க ரித்திமா தானே போய் அவளிடம் கேட்டு வருவதாக சொல்லி வீட்டுக்கு சென்றாள்.

ரித்திமா ஏதோ விஷயமாக உஷாவை காண வந்தவள் அவளிடம் லேப்டாப்பை காட்டி ஏதோ கேட்டு கொண்டிருந்தாள். உஷா தண்ணீர் குடிக்க எழுந்திருக்க அவளை அமர சொல்லிவிட்டு தானே எடுத்து வர சென்றாள்.

வேகமாக நடந்து வந்தவள் எதிரே வந்த கிஷோரை கவனிக்கவில்லை. தண்ணீர் ஜக்குடன் அவன் மீது மோத அவனது கோட் முழுவதும் ஈரமாகிவிட்டது.

கடுப்புடன் இடித்தவரை திட்ட போனவன் தன் எதிரே நின்று கொண்டிருந்த ரித்திமாவை பார்த்ததும் ஒன்றும் சொல்லாமல் அவளை அமைதியாக பார்த்தான்.

ரித்திமா பதட்டத்துடன் " சாரி கிஷோர்! நீ வந்தத நான் கவனிக்கல! " என்று சொல்லிவிட்டு அவனை பாவமாக பார்க்க அவன் அவளை கேலியாக பார்த்து புன்னகைத்தான்.

" நமக்குள்ள என்ன சாரி ரித்தி? " என்று அவன் சாதாரணமாக தான் கூறினான். ஆனால் ரித்திமாவோ அவன் கோபத்தில் இருப்பதாக நினைத்தவள் " நான் வேனும்னே இடிக்கல கிஷோர்" என்று சங்கடத்துடன் விளக்கினாள்.

அவனோ அவளை கிண்டலாக பார்த்தவன் " இடிச்சாலும் தப்பில்லங்கிறேன்! இவ்ளோ அழகா சாரி கேட்டா யாருக்கு தான் மன்னிக்க தோணாது" என்று ரசனையுடன் அவளை பார்த்தபடி கூற அவளோ புருவத்தை உயர்த்தியவள் " உன் கிட்ட போய் சாரி கேட்டேன் பாரு! என்னை சொல்லனும்! பை த வே சாரி " என்று சொல்லிவிட்டு முறைத்தபடி நின்றவளை பார்த்து குழம்பினான் அவன்.

" இப்போ மறுபடி எதுக்கு சாரி?"

" பிகாஸ் உனக்கு தான் அழகா சாரி கேட்டா ரொம்ப பிடிக்குதே" என்று சொன்னவள் கையிலிருந்த ஜக்கில் மீதியிருந்த தண்ணீரையும் அவன் கோட்டில் ஊற்றிவிட்டு வேறு ஒரு ஜக்கில் தண்ணீர் கொண்டு சென்றாள்.

கிஷோரோ சிறிதும் கோபமின்றி தன் கோட்டை உதறி கொண்டவன் "பாலா! என் கோட்டை டிரையர்ல போட்டுருங்க" என்று சொல்லிவிட்டு வேறு உடை மாற்றுவதற்காக சென்றுவிட்டான்.

கடுப்புடன் தண்ணீரை நீட்டிய ரித்திமாவை புரியாது பார்த்தாள் உஷா.

" என்னடி ஆச்சு? ஏன் உன் முகம் ஜிஞ்சர் ஈட்டிங் மங்கி மாதிரி இருக்கு?"

" ஏன்டி சொல்ல மாட்ட? உன் மொத்த குடும்பத்துக்கும் ஹனிபி சொல்லுற மாதிரி கொழுப்பு கொஞ்சம் ஜாஸ்தி தான்"

" அஹான்! இருந்துட்டு போறோம்! இப்போ இந்த காது மூக்குல புகை வர்ர அளவுக்கு உன்னை கடுப்பாக்குனது யாரு?"

" வேற யாரு? உன்னோட சோட்டிம்மா பெத்து போட்டுருக்காங்களே ஒரு ஏலியன், அது தான்"

" யூ மீன் கிஷோர்? ஏய் ஹீ இஸ் சோ குட் னா"

" அவன் உனக்கு சோ குட்டா? போடி அவன் நூறு வருண், ஆயிரம் ராகவுக்கு சமம். உங்க முன்னாடி சைலண்டா இருக்கிறதால அவனை அன்டர் எஸ்டிமேட் பண்ணாத"

" ஓகே ஓகே! டென்சன் மத் கரோ" என்று சொல்லி அவளை அமர வைத்தவள் வேலை விஷயங்களை பேச அதன் பின் ரித்திமா கிஷோரை மறந்தாள்.

****

இரவு எப்போதும் போல தோட்டத்தில் தனிமையில் அமர்ந்து பாடல்களை கேட்டு கொண்டிருந்த அவந்திகா திடிரென்று நட்சத்திரம் எரிந்து கொண்டே விழுவதை கண்டதும் கண்ணை மூடி " உஷாவுக்கு என்னை மாதிரியே ஒரு க்யூட்டான , ஸ்மார்ட்டான பொண்ணு பொறக்கனும் காட்" என்று மெதுவாக முணுமுணுத்துவிட்டு கண்ணை திறந்தவள் பக்கத்தில் அவள் முகத்தையே பார்த்தபடி அமர்ந்திருந்த ராகவை கண்டதும் ஒரு நிமிடம் அதிர்ந்துவிட்டாள்.

" இங்க பாரு மைதாமாவு! எனக்கு ஹார்ட் கொஞ்சம் வீக்! சோ இனிமே சொல்லாம கொள்ளாம இப்பிடி வந்து உக்காந்து மனுஷிக்கு ஹார்ட் அட்டாக் வர வைக்காத"

" நான் உன்னோட வேண்டுதலை கேட்டுட்டேன் ஜான்சி ராணி. பட் எனக்கு ஒரு விஷயம் புரியல, பாபிக்கு ஏன் உன்னை மாதிரி பொண்ணு பொறக்கனும்?"

" இது கூடவா புரியல! என்னை மாதிரி ஒரு ஸ்மார்ட் கேர்ள் உஷாக்கு பொறந்தா அதுக்கு அப்புறமா அவ அந்த பொண்ணை நெனச்சு எந்த கவலையும் பட தேவையில்ல! ஷீ வில் டேக் கேர் ஆஃப் ஹெர் ஓன்! "

" எப்பிடி? உனக்கு கல்யாணம் ஆனதுக்கு அப்புறமும் இன்னும் நீ கௌசிம்மாவ எதாச்சும் பண்ணி டென்சன் பண்ணுறியே அந்த மாதிரியா?" என்று அவன் பதிலுக்கு கேட்கவும் அவனை பார்த்து சிரித்து வைத்தாள் அவந்திகா.

" உன்னோட சென்ஸ் ஆஃப் ஹியுமரை நீ என் கிட்ட ப்ரூவ் பண்ண வேண்டிய அவசியம் இல்ல! அண்ட் அதை பாத்துல்லாம் நான் இம்ப்ரெஸ்ஸும் ஆக மாட்டேன்"

" உன்னை இம்ப்ரெஸ் பண்ணுறதெல்லாம் எனக்கு ஒரு மேட்டரே இல்ல ஜான்சி ராணி! நீ ஆல்ரெடி என்னை பாத்து இம்ப்ரெஸ்

ஆனதுல்லாம் எனக்கு தெரியும்! பட் என்ன, நீ ஒத்துக்கவே மாட்ட. பிகாஸ் நீ அத அக்செப்ட் பண்ணிட்டனா உன் தலைல இருக்கிற கிரீடம் அப்பிடியே கீழே விழுந்திரும் பாரு"

" போடா! நான் அப்பிடி தான் பண்ணுவேன்! என்னை பண்ணுவ நீ? " என்று சொல்லிவிட்டு யூடியுபில் காமெடி பார்க்க ஆரம்பித்தாள்.

அவளுடைய போனை பிடுங்கியவன் "எப்போ பாரு உனக்கு லேப்-டாப், அது இல்லனா போன்! இது ரெண்டையும் விட்டுட்டு கொஞ்சம் பக்கத்துல இருக்கிற மனுஷனையும் பாரு" என்று தன்னுடைய பாக்-கெட்டில் போட்டு கொண்டான்.

" இங்க பாரு மைதாமாவு மரியாதையா என் போனை குடு" என்று அவள் எழுந்து நின்று மிரட்டவும் அவன் அலட்சியமாக பார்த்து வைத்-தான்.

" குடுடா" என்று அவனது தலைமுடியை பிடிக்க " ஏய்! ராட்சசி! வலிக்குது" என்று அவன் கத்த "அப்போ என் போனை குடு" என்று பதிலுக்கு மிரட்டினாள் அவள்.

அவன் சட்டென்று ஊஞ்சலிலிருந்து எழும்பவும் அவன் தலை அவளுக்கு எட்டவில்லை. எம்பி எம்பி பார்த்தவள் தலைமுடியை பிடிக்க முடியாமல் போகவே " இப்போ நீ என் போனை குடுக்கலனு வைய்-யேன், நான் நேரா ராதிம்மா கிட்ட போய் சொல்லிடுவேன்" என்று அடுத்த அஸ்திரத்தை பிரயோகித்தாள்.

அவனோ பாக்கெட்டில் கை வைத்தபடியே " போய் சொல்லிக்கோ போ" என்று அலட்சியமாக சொன்னவன் " பட் அதோட உன் போனை நீ மறந்துடு, நீ அம்மா கிட்ட சொன்னா நான் நேரா உன் போனை பாத்டப்ல போட்டு குளிப்பாட்டிடுவேன்" என்று சொல்லியவாறு வேகமாக வீட்டினுள் சென்றான்.

" என்னது ? டேய் அதுல என்னோட கிளையண்ட்ஸ் கான்டாக்ட் எல்லாம் இருக்குடா" என்று அவன் பின்னே ஓடியவள் ஹாலில் அமர்ந்திருந்த தாதியை பார்த்ததும் ஓட்டத்தை நிறுத்திவிட்டு அவரை பார்த்து புன்னகைத்து விட்டு வேகமாக படிகளில் ஏறினாள்.

வேகமாக தங்கள் அறைக்குள் சென்றவள் அவன் அங்கில்லாததை கண்டு திகைத்தாள்.

பின்னர் குளியலறையில் தண்ணீரின் சத்தம் கேட்டதும்" அட பாவி! என் போன் " என்று சொல்லிக் கொண்டே ஓடி உள்ளே வந்து பார்த்-

தவள் நிம்மதி பெருமூச்சு விட்டாள்.

ராகவ் காலை ஆட்டியபடி பாத்டப்பின் விளிம்பின் மீது உட்கார்ந்து தண்ணீரை மட்டும் திறந்து விட்டுருந்தான். போன் இன்னும் அவன் கையில் தான் இருந்தது.

" ஏன்டா இப்பிடி? என்னை டார்ச்சர் பண்ணறதுக்குனே உங்க அப்பா அம்மா உன்னை பெத்தாங்களா?" என்று மூச்சு இளைத்தபடி கேட்டவளை நக்கலாக பார்த்தான் ராகவ்.

" நாட் பேட், நல்லா வேகமா ஓடுறியே! ரன்னிங் ரேஸ்ல கலந்துக்கலாம் நீ" என்று அவளை இன்னும் சீண்ட அவள் வேகமாக அருகில் வந்து போனை பிடுங்க முயன்றாள்.

அவன் ஒரு கையிலிருந்து இன்னொரு கைக்கு மாற்றி கொண்டே " அது எப்பிடி என்னை பாத்து இம்ப்ரெஸ் ஆனாலும் நீங்க அத ஒத்துக்கவே மாட்டிங்க, கேட்டா நான் அப்பிடி தான் பண்ணுவேன்னு என் கிட்டவே திமிரா சொல்லுவிங்க" என்று கிண்டலாக கூற

அவந்திகா " ப்ளீஸ் ப்ளீஸ் ராகவ் ! எனக்கு உன் கை எட்ட மாட்டிக்குதுடா! போனை குடுத்துடு ப்ளிஸ்" என்று கெஞ்சினாள்.

" இத்துணூண்டு இருந்துட்டு என்ன சேட்டை பண்ணுற நீ? உன் போனை சும்மா உன் கிட்ட குடுக்கலாமா ? நெவர்" என்று சொல்லிவிட்டு அவளை ஒரு குறும்பு பார்வை பார்த்தான்.

அவந்திகா மனதினுள் " அவந்திகா! அவன் கிரிமினல்தனமா ஏதாச்சும் யோசிக்கிறதுக்குள்ள நீ ஏதாச்சும் பண்ணி அந்த போனை வாங்க பாரு" என்று எண்ணி கொண்டவள் எவ்வளவோ முயற்சி செய்தும் அவன் போனை கொடுக்கவில்லை.

முடியாமல் போகவும் கடுப்புடன் " சரி சரி! நான் ஒத்துக்கிறேன். நான் இம்ப்ரெஸ் ஆயிட்டேன். போதுமா? போனை குடு தெய்வமே" என்று பல்லை கடித்து கேட்டவளை ஆச்சரியமாக பார்த்தான் ராகவ்.

" நீ இப்பிடி சொன்னா மட்டும் நான் குடுத்துடுவேனா? அதுல்லாம் முடியாது" என்று உறுதியாக சொல்லி அவளை கூரியவிழிகளால் அளந்தபடியே குறும்புடன் " உனக்கு உன்னோட போன் வேணும்னா கிஸ் மீ" என்று கண்ணை மூடி காத்திருக்க அவந்திகா அவன் கன்னத்திலேயே பட்டென்று அடித்தாள் (மெதுவாக தான்).

" உன் புத்தி வர வர மோசமா போயிட்டுருக்கு. இது நல்லதுக்கு இல்ல" என்று சொல்லிவிட்டு அவன் பார்வையை சந்திக்க இயலாமல்

முகத்தை திருப்பி கொண்டாள்.

" நான் நல்லா தான் இருக்கேன் ஜான்சி ராணி! உனக்கு தான் மூளை இன்னும் அஞ்சு வயசுல இருந்து இருபத்து நாலு வயசுக்கு ஏத்த மாதிரி மெச்சூர் ஆகாம இருக்கு. அதெல்லாம் ஏன் வீணா பேசிக்கிட்டு? உனக்கு உன்னோட போன் வேனும்னா நீ என்னை கிஸ் பண்ணி தான் ஆகனும்"

" முடியாதுடா! "

" அப்போ போனை மறந்துடு" என்று பாத்டப்பினுள் போடச் செல்ல அவள் வேகமாக அவனது கையை பிடித்து தடுத்தாள்.

அந்த கையிலேயே இதழை ஒற்றி விட்டு எடுக்க ராகவ் அவளை ஒரு வினோத பார்வை பார்த்தான்.

" இதுக்கு பேரு கிஸ்ஸா உங்க ஊருல?"

" ஆமா...சரி போனை குடு"

அவனோ கையை உதறிக் கொண்டு " இதுல்லாம் கணக்குல வராது" என்று சொல்லி கண் மூடி நின்று " கேரி ஆன்" என்று சொல்ல அவளுக்கு இனி அவனை ஏமாத்த முடியாது என்று தோன்ற அவன் அருகில் சென்றாள்.

மெதுவாக எம்பி பெருவிரலால் நின்றவள் அவன் கன்னத்தில் அழுத்தமாக முத்தமிட ராகவ் அவளின் இதழின் ஸ்பரிசத்தை உணர்ந்-தபடியே அதில் தன்னை இழக்க தொடங்கினான்.

எவ்வளவு நேரம் இவ்வாறு நின்றார்கள் என்று தெரியவில்லை. அவந்திகாவின் போன் அடிக்கவும் அவள் அவனை விட்டு விலகினாள்.

ராகவ் யாரென்று பார்க்க அவளின் கிளையண்ட் என்று வரவே அவளிடம் போனை கொடுக்க அவளோ அவனது முகத்தை பார்க்கா-மலே போனை வாங்கி கொண்டு " ஹலோ! சொல்லுங்க" என்று பேசி கொண்டே அந்த இடத்தை காலி செய்தாள்.

போன் பேசி முடித்துவிட்டு வந்தவள் அவனை தவிர்க்க எவ்வளோ முயல அவனது குறுகுறு பார்வை அவளை துளைப்பதை அவளால் தவிர்க்க முடியவில்லை.

நேரே இடுப்பில் கை வைத்தபடி அவனை முறைக்க " ஜான்சி ராணி! சும்மா சொல்ல கூடாது. வாட் அ கிஸ்" என்று சிலாகிக்க அவள் தன் முகம் சிவப்பதை மறைக்க அரும்பாடு பட்டாள்.

அந்த சிவந்த முகத்தை ரசித்து கொண்டே அருகில் வந்தவன் அவளை இடையில் கை வைத்து இழுத்தவன் " இன்னொரு கன்னம் என்ன பாவம் பண்ணுச்சு? " என்று முகத்தை அவளது முகத்தின் அருகில் கொண்டு வர

அவளோ நகர வழியின்றி " ராகவ் ! " என்று அவனது பெயரை மட்டும் உச்சரிக்க அவன் கேலியுடன் " யெஸ் நான் ராகவ் தான். சோ வாட்?" என்று கேட்டு அவளை இன்னும் படபடக்க வைத்தான்.

" ஒரு கிஸ்ஸுக்கு உன் கிட்ட எவ்ளோ போராட வேண்டியதா இருக்கு" என்று கிண்டலடித்தான்.

பின் அவளுடைய கண்களை ஊடுருவி பார்த்து " லிசன் ஜான்சி ராணி! இனிமே என்னோட மார்னிங் அன்ட் நைட் ரெண்டுமே உன்னோட கிஸ்ல ஆரம்பிச்சு அதுல தான் முடியும். நீ அடம்பிடிச்சாலோ இல்ல பிடிவாதம் பிடிச்சாலோ நோ யூஸ்! ஓகே" என்று சொல்லி அவளின் நெற்றியில் அழுத்தமாக முத்தமிட்டு விட்டு தன் மனதை அவளுக்கு தெரியப்படுத்திவிட்டு சென்றான்.

அவனது இந்த செய்கையில் செய்வதறியாது திகைத்து நின்ற அவந்திகாவுக்கு அன்று இரவு முழுவதும் தூக்கம் வரவே இல்லை....

காலையில் கண்விழித்த அவந்திகாவுக்கு தலை பாரமாக இருக்கவே எழுந்து அமர்ந்தவள் தலையில் கைகளால் தாங்கிய படியே உட்கார்ந்துவிட்டாள்.

அவள் இன்னும் கீழே வராமல் இருக்கவே ராதிகா மேலே வந்தவர் அவள் தலையை பிடித்தபடி உட்கார்ந்திருந்ததை கண்டதும் " அவந்திகா என்னாச்சுடா? உடம்பு எதும் சரியில்லையா?" என்று வந்து அவளின் நெற்றி கழுத்தை தொட்டு பார்த்தார்.

" ராதிம்மா! நான் தூங்க லேட் ஆயிடுச்சு. அதான் ஹெட் கொஞ்சம் பெயினா இருக்கு" என்று அவர் மடியில் மீண்டும் படுத்து கொண்டாள்.

" நான் இன்னைக்கு ஆபிஸ் போகல ராதிம்மா" என்று சொன்னவளை கவலையோடு பார்த்தார் ராதிகா. அவள் என்றுமே அப்படி சொல்பவள் அல்ல என்பது இவ்வளவு நாட்களில் அவர் அறிந்த உண்மை.

" நான் வேணும்னா கீழே போய் உனக்கு கஷாயம் வச்சு கொண்டு வரவா?" என்று அவர் பரிவுடன் கேட்கவும்

சட்டென்று எழுந்தவள் " கஷாயாமா? அதுல்லாம் எதுக்கு? ஐயாம் ஆல்ரைட் நவ், நான் குளிச்சிட்டு ஆபிஸ் கௌம்ப போறேன். பை!" என்று சொல்லிவிட்டு விறுவிறுவென்று குளியலறையில் நுழைந்தாள்.

" இந்த பொண்ணை கௌசல்யா எப்பிடி தான் சமாளிச்சாங்களோ?" என்று சொல்லி சிரித்து கொண்டே அவர் எழும்புகையில் உள்ளே நுழைந்தான் அவரது சீமந்த புத்திரன்.

" மாம்! என்னாச்சு? நீங்க இவ்ளோ காலைலயே இங்க?" என்று கேட்க அவரோ செல்லமாக " ஏன்டா? நான் வர கூடாதா?" என்று கேட்டு முறைக்க

அவரை சிரித்து கொண்டே அணைத்தவன் " இந்த வீட்டுல நீங்க உங்க இஷ்டம் போல எங்க வேணாலும் போகலாம் " என்று சொல்ல அவர் அவந்திகா விஷயத்தை கூறிவிட்டு அவளை பார்த்து கொள்ளுமாறு சொல்லிவிட்டு சென்றார்.

" அவளுக்கு என்ன? நல்லா தான இருந்தா" என்று யோசித்தவாறே நின்றவன் அவள் குளித்துவிட்டு வரவும் அவளிடமே கேட்டு விட்டான்.

" ஜான்சி ராணி! உனக்கு உடம்பு எதும் சரியில்லயா?"

" உனக்கு என்னை பாத்தா உடம்பு சரியில்லாத மாதிரியா தெரியுது? நைட் தூங்க லேட் ஆனதால கொஞ்சம் ஹெட்பெயின். அப்போ தான் மதர் இந்தியா வந்தாங்க. ஏதோ கஷாயம் கொண்டு வர்ரேனு சொன்னதும் என் தலைவலி பறந்து போச்சு" என்று சொல்லிவிட்டு கண்ணாடியை பார்த்து கொண்டே பொட்டு வைத்தாள்.

தயாராகி கீழே வந்தவள் கிஷோரும் வீணாவும் விவாதிப்பதை கேட்டு கொண்டே இறங்கிவந்தாள்.

" உங்க இஷ்டத்துக்குல்லாம் என்னால இருக்க முடியாது. நான் என்னோட லைஃப்ப நான் நெனச்ச மாதிரி தான் வாழுவேன்"

" நான் மிஸ்டர் வர்மாவோட பொண்ணை முதல்ல பாத்ததுமே அவ தான் என்னோட மருமகள்னு முடிவு பண்ணிட்டேன் கிஷோர்"

" அவ உங்க மருமகளா இருந்தா எனக்கு என்ன? என்னோட வைஃபா நான் நெனைக்கிற பொண்ணு தான் வர முடியும். தேவை இல்லாம என் லைஃப்ல நீங்க எந்த டிசிஸனும் எடுக்காதிங்க ப்ளீஸ்" என்று கத்திவிட்டு சென்றான்.

வீணாவை பார்க்க அவந்திகாவுக்கு கஷ்டமாக இருந்தாலும் அவர்களின் குடும்ப விஷயத்தில் தலையிட அவள் விரும்பவில்லை. இருந்-

தாலும் கிஷோருடன் பேசி பார்க்க வேண்டும் என்று முடிவெடுத்தவள் அவனிடம் இன்று தன்னை அலுவலகத்திற்கு அவனது காரில் டிராப் செய்ய முடியுமா என்று கேட்டு அவனுடன் சென்று விட்டாள்.

காரிலிருந்து இறங்கியவள் அவனுடன் பேச வேண்டும் என்று சொல்லி அவனையும் அலுவலகத்துக்குள் அழைத்து சென்றாள். அவளுக்கு முன்னரே வந்திருந்த ரித்திமா அவனை பார்த்ததும் ஒன்றும் சொல்லாமல் அவனுக்கு ஒரு நாற்காலியை இழுத்து போட்டு விட்டு வேறு அறைக்கு சென்றுவிட்டாள்.

அவந்திகா கிஷோரை அமர சொன்னவள் " என்னாச்சு கிஷோர்? எதுக்கு நீ எப்போ பாத்தாலும் வீணாம்மா கிட்ட கத்திகிட்டே இருக்க? ஷீ இஸ் யுவர் மாம். இந்த உலகத்துல எல்லாருக்கும் அம்மா கூட இருக்கிற பாக்கியம் கெடைக்காது கிஷோர். உனக்கு அது கெடச்சி-ருக்கப்போ நீ ஏன் அதை நாசம் பண்ணிக்கிற ?" என்று அமைதியாக கேட்டாள்.

" பாபி! என்னை பொறுத்தவரைக்கும் ராதிம்மாவும் பிரியாமாவும் என்னோட அம்மாவா நான் நெனைக்கீறேன். நீங்க சொல்லுறவங்க என்னை பெத்ததோட சரி" என்று ஆரம்பித்தவன் அனைத்தையும் அவளிடம் சொல்ல ஆரம்பித்தான்.

வீணாவும் நிரஞ்சன் கபூரும் (வருண், ராகவின் சித்தப்பா) காதலித்து மணந்து கொண்டவர்கள். வீணா மத்தியதர வகுப்பை சேர்ந்தவர் என்பதால் திருமணமான புதிதில் கணவன் வீட்டின் செல்வசெழிப்பை கண்டவருக்கு மெல்ல மெல்ல அதை அனுபவிப்பதில் வந்த நாட்டம் கணவனையோ குழந்தைகளையோ கவனிப்பதில் சுத்தமாக இல்லை.

ஆனாலும் நிரஞ்சன் இது அனைத்தையும் தன்னுடைய காதலுக்காக கண்டுகொள்ளாமலே இருந்துவிட்டார். ஆனால் அவரின் பிள்ளைகளோ தாயின் போக்கை அறிந்தவர்கள் அவரிடமிருந்து மெதுவாக விலகி அந்த தாயன்பை ராதிகாவிடமும் பிரியாவிடமும் தேடி கொண்டனர்.

நிரஞ்சன் இருக்கும்வரை தான் அவ்வாறு என்றால் அவரின் மறைவுக்கு பின் வீணாவின் நிலை இன்னும் மோசமானது. காதல் கணவரின் மறைவை அவரால் தாங்கிக் கொள்ள முடியாமல் அதிலிருந்து மனதை திசை திருப்புவதற்காகவே வெளிநாடுகளிலேயே முக்கால்வாசி நேரத்தை செலவளித்தார்.

அதில் அவர் மறந்த விஷயம் இது தான். தன் பிள்ளைகளுடன் நேரத்தை செலவிட்டிருந்தால் கணவரின் இறப்பு ஒரு வருத்தமாக தோன்றி அவரை கரைக்காமல் அவர்களின் இனிமையான தருணங்களின் நியாபகார்த்தமாக இருந்திருக்கும். ஆனால் அதற்கு மாறாக அவர் வேறு வழிகளில் அதை மறக்க முயற்சித்து தானே தன்னுடைய பிள்ளைகளின் வாழ்விலிருந்து தன்னை விலக்கி கொண்டார்.

கிஷோர் கூறியதை அடுத்த அறையிலிருந்து ரித்திமாவும் கேட்டு கொண்டு தான் இருந்தாள்.

அவந்திகா அவனுடைய முகத்தை பார்த்தவள் அதில் மனதில் இருந்த பாரத்தை இறக்கி வைத்த தெளிவு தெரியவே அவனுக்கு தண்ணீரை கொடுத்தாள்.

" தண்ணிய குடி! ரொம்ப பேசிட்டல்ல" என்று சொல்லி அவன் கையில் டம்ளரை திணித்தாள்.

" நீ சொன்னதுல்லாம் ஓகே! பட் இப்போ அவங்களுக்கு வயசாயிடுச்சு. இனிமே தான் உன்னோட அன்பை அவங்க இன்னும் அதிகமா எதிர்ப்பார்ப்பாங்க. நீ அப்பிடியே அன்பை பொழியனும்னு நான் சொல்ல மாட்டேன். பட் இந்த ஹார்ஷான வேர்ட்ஸ் வேண்டாமே" என்று சொல்ல அவனும் அதை ஒத்து கொண்டான்.

அங்கிருந்து செல்லும் போது அவன் ஒரு தெளிவுடன் சென்றான்.

ரித்திமாவுக்கு " இவனும் பாவம் தான்" என்று மனதில் ஒரு ஓரத்தில் தோணவும் அதை ஒதுக்கிவிட்டு வேலையை தொடர்ந்தாள்.

ஆனால் அவந்திகா சிறிது நேரத்திலேயே தலைவலியால் வீடு திரும்பினாள்.

" சே ! இந்த தலைவலியால இன்னைக்கு என்னோட வொர்க் ஃபுல்லா ஜாம் ஆயிடுச்சு" என்று புலம்பியபடியே வீட்டுக்குள் வந்த அவந்திகா வீணாவின் பெரிய குரலில் வாசலிலேயே நின்றுவிட்டாள்.

" லிசன் ராகவ்! என்னால அவன் சொல்லுற அந்த மிடில் கிளாஸ் பொண்ணை மருமகளா ஏத்துக்கவே முடியாது! இந்த விஷயத்துல நீயாச்சும் என்னை புரிஞ்சுப்பனு நெனச்சேன். பட் நீயும் இவங்க எல்லார்கூடவும் சேந்து நான் தான் தப்புங்கிற மாதிரி பேசுறது எனக்கு ஷாக்கா இருக்கு"

" இதுல ஷாக் ஆகிறதுக்கு என்ன இருக்கு சாச்சி? அவன் அந்த பொண்ணை லவ் பண்ணுறான்னா அது அவனோட இஷ்டம். ஹீ இஸ்

நாட் அ கிட். அவனுக்கு யாரு லைஃப் பார்ட்னரா வந்தா நல்லா இருக்கும்னு அவனை விடவா நமக்கு தெரிஞ்சிட போகுது?" என்ற ராகவின் குரலும் அவளது காதில் ஒலிக்க அவள் அங்கே நின்று முழு விவாதத்தையும் கேட்க முடிவு செய்தாள்.

" எனக்கு புரிஞ்சு போச்சு. இது நீயா பேசல. உன்னோட மிடில் கிளாஸ் பொண்டாட்டியோட எண்ணங்கள் தான் உன்னோட வாய் வழியா வார்த்தையா வருது! நீ வேற வழியில்லாம அந்த மாதிரி ஒருத்தியை கல்யாணம் பண்ணிகிட்டா என் பையனும் அப்பிடி ஒருத்திய கட்டிகிட்டு வாழ்க்கை முழுக்க இந்த இடியட்டிக் தாட்ஸோட வாழனுமா? இந்த வீட்டுக்கு அந்த மாதிரி ஒருத்தி போதும்"

" என்னோட வைஃப் கிட்ட நீங்க என்ன குறையை கண்டுபிடிச்சிங்க சாச்சி? கொஞ்சம் அதிகமா பேசுவா, பட் அவ என்னைக்கும் பொய்யா பேசி நடிச்சது கெடயாது. நீங்க கூட்டிட்டு வந்திங்களே ஒருத்தி அவ என்ன பண்ணுனான்னு இந்த முழு குடும்பத்துக்கும் தெரியும். அவளையும் என்னையும் சேத்து ஒரு நியூஸ் வந்ததுக்கு அவ எவ்லோ பெரிய கலவரம் பண்ணுனா? அவளும் அவளோட அப்பாவும் சேந்து இல்லாத ஒரு விஷயத்தை எப்பிடி இருக்கிர மாதிரி டிராமா பண்ணுனாங்கன்னும் எல்லாருக்கும் தெரியும்.

அவந்திகாவ பத்தி அப்பிடி நியூஸ் வந்ததுக்கு எல்லாருமே டென்சன் ஆனாங்க. பட் அவ அன்னைக்கு கூட எனக்கு சப்போர்ட் பண்ணி தான் பேசுனா. ஷீ இஸ் சோ ஹானஸ்ட். நான் அந்த ஹானஸ்டிக்காக தான் அவளை கல்யாணம் பண்ணிகிட்டேனே தவிர வெறும் ரெஸ்பான்சிபிளிட்டினு நெனச்சிருந்தா நான் அதை எப்போவும் போல பணம் குடுத்து சரிகட்டி முடிச்சிருப்பேன்.

சோ இனிமே மறந்து கூட என் வைஃப மிடில் கிளாஸ் அது இதுனு பேசிடாதிங்க! அண்ட் ஒன் மோர் திங் கிஷோர் லவ் பண்ணுர பொண்ணு நீங்க சொல்லுற பொண்ணை விட ஸ்டேட்டஸ்ல கிளாஸ்ல கம்மியா இருக்கலாம். பட் அவ இந்த வயசுலயே தன்னோட சொந்த உழைப்புல வாழுறா. அத நெனச்சு நீங்க சந்தோசப்படனும்! இனியாச்சும் கிளாஸ் அப்பிடி இப்பிடினு பேசி டைம் வேஸ்ட் பண்ணாம மிஸ்டர் வர்மா கிட்ட பேசுன அலையன்ஸ கேன்சல் பண்ண பாருங்க" என்று சொல்லிவிட்டு தாதியை பார்க்க அவரும் அவன் சொன்னது தான் சரியென்பது போல வீணாவுக்கு அறிவுரை கூறி தன்னுடன் அழைத்து

சென்றார்.

அவன் மேலே அவனது அறைக்கு செல்ல அவந்திகாவும் சிறிது நேரம் ராதிகாவிடம் பேசிவிட்டு அவர்களின் அறைக்கே சென்றாள்.

மேலே செல்லும் போதே ராகவுடைய வார்த்தைகளை மனதில் அசை போட்டபடியே சென்றாள். அவளால் ராகவின் காதலை புரிந்து கொள்ள முடிந்தாலும் அவளுக்கு ஒரு தயக்கம் இருந்து கொண்டே இருந்தது. அவன் கடமைக்காக தன்னை மணந்து கொண்டானோ என்ற கேள்வி அவளை திருமணமான நாள் முதலே பாடாய்படுத்தி வந்தது அவள் மட்டுமே அறிந்த ஒன்று!!

ஆனால் இன்று ராகவ் அவளது நேர்மைக்காக அவளை மணந்தேன் என்று சொல்லவும் தன்னிடம் ஏதோ ஒன்று பிடித்து தான் அவன் தன்னை வாழ்க்கை துணையாக ஏற்றிருக்கிறான் என்ற செய்தியே அவள் மனதில் இளஞ்சாரல் வீச வைத்தது.

" ஷீ இஸ் சோ ஹானஸ்ட். நான் அந்த ஹானஸ்டிக்காக தான் அவளை கல்யாணம் பண்ணிகிட்டேன் " என்ற அவனின் குரல் காதில் கீதமாக ஒலிக்க புன்னகையுடன் உள்ளே சென்றாள்.

அங்கே அலுவலக அறையில் அமர்ந்திருந்தவனை பார்த்து புன்னகைத்து கொண்டே அவள் கடந்து செல்ல ராகவுக்கு " இவளுக்கு என்னாச்சு" என்று மனதில் தோணாமல் இல்லை.

உள்ளே சென்றவள் டிரஸ்ஸிங் டேபிள் முன் அமர்ந்து அங்கே நாற்காலியில் உட்கார்ந்து ஃபைலை புரட்டி கொண்டிருந்தவனை தான் பார்த்தாள்.

முதல் முறையாக அவனின் கம்பீரமான தோற்றத்தை கண்ணாடியில் பார்த்து கொண்டே " நீ இவ்ளோ ஹான்ட்சம்மா பொறந்திருக்க வேண்டாம்டா! அதான் எங்க போனாலும் எல்லாரோட பார்வையும் என் மார்ஸ்மாலோமேலயே விழுது " என்று சொல்லி திருப்தி பட்டு கொள்ள அவளது மனசாட்சியோ " என்னது உன்னோட மார்ஸ்மாலோவா? இது எப்போ? " என்று கேட்க " ஜஸ்ட் நவ் பேபி" என்று அதற்கு பதிலளித்து கொண்டே அவனை பார்த்தவள் திடீரென்று அவன் பார்த்ததும் சட்டென்று அவனை கவனிக்காததை போல காதிலிருந்து கம்மலை கழற்றி கொண்டிருந்தாள்.

அவனோ இருக்கையிலிருந்து எழுந்தவன் அவளது டிரஸ்ஸிங் டேபிள் அருகே அருகில் ஒரு மோடாவை இழுத்து போட்டு அமர்ந்த-

வன் " ஜான்சி ராணி! ரொம்ப நேரமா இத கழட்ட டிரை பண்ற மாதிரி தெரியுது? விடு நான் ஹெல்ப் பண்றேன்" என்று சொல்லி அதை கழற்றி அவளது கையில் கொடுத்தான்.

" இதுக்கா உனக்கு இவ்ளோ நேரம்?" என்று கண்ணாடியில் தெரிந்த அவளின் பிம்பத்தை பார்த்தவாறு கேட்டான்.

" ம்ஹூம்! இவ்ளோ நேரம் நான் உன்னை தான் பாத்துட்டு இருந்-தேன்" என்று வாய் விட்டு உளறினாள் அவந்திகா.

" என்னை எதுக்கு பாத்துட்டு இருந்த?" என்று அவன் குறும்புடன் கேட்க அவளோ மெதுவாக அவனது பிம்பத்தை பார்த்தே பதிலளித்தாள்.

" சும்மா! என் புருஷனை நான் பாக்குறேன்! இதுல உனக்கு என்ன பிரச்சனை?"

அவளின் பின் நின்று அவளை அணைத்து கொண்டவன் " வேற என்னல்லாம் பண்ணுனிங்க ஜான்சி ராணி ?" என்று தன் தாடையை அவள் தலையில் அழுத்தியவாறு கேட்டான்.

" நான் உனக்கு நியூ நிக் நேம் ரெடி பண்னிருக்கேன்" என்று அவள் கண்களில் ஒளியுடன் கூறினாள்.

" இப்போ என்ன நிக் நேம்?"

" **மார்ஸ்மாலோ** ...நல்லா இருக்கா?"

" இந்த நேம் வச்சதுக்கு எதாச்சும் காரணம் சொல்லுவியே நீ"

" கண்டிப்பா! பிகாஸ் நீயும் அதுவும் சேம் கலர்"

" அவ்ளோ தானா ரீசன்?"

" அதோட நீயும் மார்ஸ்மாலோ மாதிரி சோ ஸ்வீட்" என்று நிமிர்ந்து பார்த்து அவனது தாடையை பிடித்து கொஞ்சினாள் அவள்.

உடனே அவளை அணைப்பிலிருந்து விடுவித்தவன் அவளது நெற்றி கழுத்தில் கை வைத்து பார்க்க அவந்திகா " நான் நல்லா தான் இருக்-கேன்" என்று கூறி அவனை பார்த்தாள்.

" நீ வழக்கமா இப்பிடில்லாம் பேச மாட்டியே" என்று குறுகுறுவென்று பார்க்க அவளோ தலையிலடித்து கொண்டாள்.

" இந்த உலகத்துல அவன் அவன் என் பொண்டாட்டி என் கிட்ட பாசமா பேச மாட்டாளானு தவம் கெடக்கிறான். நீ இவ்லோ பாசமா பேசுறேன், என்னையவே டவுட்டா பாக்குற?"

" அப்பிடி இல்ல. நம்ம திருமண வாழ்க்கை வரலாறுல நீ ஃபர்ஸ்ட் டைமா இப்பிடி பேசுறியா அதான் கொஞ்சம் கன்ஃபியூஸ் ஆயிட்டேன்"

" சரி நீ கன்ஃப்யூஸ் ஆக வேண்டாம். நான் இனிமே இப்பிடி நடந்-துக்க மாட்டேன்" என்று அவள் விலகி செல்ல அவனோ வேகமாக அவளை இழுத்தவன் த்ன்னுடன் சேர்த்து அணைத்து கொண்டான்.

பின்னர் " அவந்திகா ! மேரா ஜானு! நீ எப்பிடி பிஹேவ் பண்-ணாலும் எனக்கு பிடிக்கும்" என்று அவளது கன்னத்தில் முத்தமிட அவளுக்கு இனி அவனிடம் எந்த தயக்கமும் இருக்க போவதில்லை என்பதை அவளது கண்ணிலேயே அறிந்துகொண்டான் அவளின் கணவன்!

மெல்ல தலையுயர்த்தி அவனை பார்த்தவள் " எல்லாம் ஓகே! இந்த ஜானுனா என்ன?" என்று கேட்க அவனோ "டார்லிங்" என்று சொல்-லிவிட்டு " ரொம்ப கேள்வி கேக்குற நீ " என்று செல்லமாக சலித்தபடி அவளின் மூக்குடன் தன் மூக்கை உரசியவனை பார்த்து கன்னம் குழிய சிரித்தாள் அவந்திகா!

10

அத்தியாயம்

அன்று சீக்கிரமாகவே அலுவலகத்துக்கு வந்துவிட்டாள் ரித்திமா. கதவை திறந்தவள் உள்ளே சென்று பேகை வைத்துவிட்டு தண்ணீரை குடித்தவள் அவந்திகாவுக்கு போன் செய்து உஷாவின் செக்கப் பற்றி நினைவூட்டி அவளுடன் மருத்துவமனைக்கு செல்லுமாறு கூறினாள்.

தானே இன்று அலுவலகத்தை பார்த்து கொள்வதாக கூறி போனை வைத்தவள் யாரோ வருவது போல் அரவம் கேட்க "இன்னைக்கும் வந்துட்டானா" என்று சலித்தபடி வருபவனுக்காக காத்திருந்தாள்.

" ஹாய் ஹாய்! என்ன பண்ணிட்டிருக்க டார்லிங்? " என்று பேசி கொண்டே உள்ளே வந்தவன் கிஷோர்.

" இன்னைக்கும் வந்துட்டியா?" என்று கேட்டு கொண்டே அவனை பார்க்காமலே லேப்டாப்பில் தன்னுடைய கவனத்தை வைத்தாள்.

" நீ தான் 3 மாசமா பதிலே சொல்லவே இல்ல. பட் நான் அப்பிடியே விட்டுட முடியாது இல்லயா?" என்று சொல்லிவிட்டு ஒரு சேரை அவள் அருகில் போட்டு அமர்ந்தான்.

" உனக்கு வேற வேலையே இல்லயா?"

" நெறயா இருக்கே! பட் ராகவ் பய்யா தான் இப்போ விஹான் டெலிகாம் டேக் ஓவர் பண்ணதால என் வொர்க் பர்டன் இப்போ அவ்ளோவா இல்ல"

" சோ நீங்க லவ் டிராக் ஓட்டுறதுக்கு வந்துட்டிங்க...ஆனா பாருங்க எனக்கு நெறைய வேலை இருக்கு! சோ நீங்க கௌம்புறிங்களா?"

" ப்ளீஸ் ரித்தி! நீ வொர்க் பண்ணுவியாம்! நான் உன்னை டிஸ்டர்ப் பண்ணாம சமத்தா இருப்பேனாம்" என்று சொல்லி நகர மறுத்தவனை எப்பிடியோ போ என்று தோளை குலுக்கிவிட்டு அமர்ந்து வேலையை செய்ய தொடங்க அவன் கன்னத்தில் கை வைத்து அவளையே பார்க்க ஆரம்பித்தான்.

ஆனால் ராகவோ இரண்டு கம்பெனிகளின் வேலைகளையும் இழுத்து போட்டு செய்து கொண்டிருந்தான். கிஷோர் சொன்னபடி ராகவ் இந்த மூன்று மாதங்களில் இரண்டு கம்பெனிகளின் மேலாண்மையையும் பார்த்து கொண்டதால் அவனுக்கு அவந்திகாவிடம் சண்டை போடவோ செலவளிக்கவோ நேரம் கிடைக்கவில்லை.

அதனால் அவள் அவன் மீது கடுப்பிலே சுற்றி கொண்டிருந்தாள். ராகவுக்கும் அது தெரிந்திருந்தும் அவனால் அவளுக்கு நேரம் ஒதுக்க இயலவில்லை. அவளால் அதை புரிந்து கொள்ள முடிந்தாலும் அவளது மனதை அவளால் சமாதானம் செய்ய முடியவில்லை.

அன்று அலுவலகத்திலிருந்து வந்தவனிடம் " மிஸ்டர் உனக்கு கல்யாணம் ஆயிடுச்சுங்கிறது நியாபகத்துல இருக்கா? நான் தான் உன்னோட வைஃப். ஒரு மாசமா லண்டன் போறேனு சொல்லிட்டு நல்லா ஊர் சுத்திட்டு வந்த. அப்புறம் கிட்ட தட்ட டூ மன்த்ஸ் நீ ஆபிஸ் போறதும் தெரியல. வர்ரதும் தெரியல! சன் டே கூட என் கூட உன்னால டைம் ஸ்பெண்ட் பண்ண முடியாதுல்ல " என்று சண்டை போட ஆரம்பித்தாள்.

அவன் பொறுமையாக அமர்ந்தவன் " வொர்க் லோட் ஜாஸ்தி! இன்னும் 2 மன்த்ஸ் இப்பிடி தான் இருக்கும் அவந்திகா! " என்று சொல்லிவிட்டு டையை கழற்றினான்.

" இன்னும் டூ மன்த்ஸா? இம்பாஸிபிள்! நாளைக்கு ஃபுல்லா நீ என் கூட தான் இருக்க போற" என்று சொல்லிவிட்டு அவன் அருகில் அமர்ந்தாள்.

" பட் ஜான்சிராணீ....."

" மூச்! எதுவும் பேசாத! நான் சொன்னா சொன்னது தான்! நீயும் நானும் டுமாரோ ஒரு லாங் டிரைவ் போறோம்! நோ மோர் ஆர்கியூமென்ட்ஸ்! " என்று அவனது உதட்டில் விரல் வைத்து கூற சிரித்தவன் சரியென்று தலையசைத்துவிட்டு ஃப்ரெஷ் ஆக சென்றான்.

திரும்பி வந்தவன் காரை சர்வீஸுக்கு விட்ட விஷயம் நினைவுக்கு வரவும் சர்வீஸ் ஸ்டேசனுக்கு போன் செய்து நாளை காலை கார் தனக்கு வேண்டுமென்று சொல்லிவிட்டு போனை வைத்துவிட்டு அவந்திகாவை பார்த்தான்.

அவள் நாளை அணிய போகிற டிரஸை கண்ணாடி முன் நின்று வைத்து பார்த்து கொண்டிருந்தாள்.

" ராகவ் ! இந்த யெல்லோ டாப் எப்பிடி இருக்கு?" என்று அதை தன் மேல் வைத்து காண்பிக்க ராகவ் அதை பார்த்து விட்டு தன் பெரு-விரலை கீழ் நோக்கி காண்பிக்க " நல்லா இல்லையா?" என்று கேட்டு விட்டு வேறொரு டாப்பை எடுத்து அதே மாதிரி காண்பிக்க அதற்கும் சேம் ரியாக்சன் காட்ட அவள் கடுப்பாகி விட்டாள்.

" அப்போ எதாச்சும் ஒரு டிரஸ் நீயே செலக்ட் பண்ணி சொல்லு" என்று உர்ரென்று சொன்னவளை பார்த்து சிரித்தவன் " இது நல்லா இருக்கு !" என்று ஒரு லாங் ஸ்கர்ட்டை காண்பிக்க அவளுக்கும் அது பிடித்திருக்கவே சந்தோசத்துடன் அதை எடுத்து வைத்தாள்.

அவர்கள் இருவரும் அந்த லாங் டிரைவை பற்றிய கனவுகளுடன் உறங்கினர்.

அதே நேரம் அந்த சர்வீஸ் ஸ்டேசனில் ரிப்பேர் சர்வீஸ் எல்லாம் முடிந்து பளபளப்புடன் நின்றது ராகவின் கார்.

அந்த காரின் கீழே இருந்து வெளியே வந்த மெக்கானிக் தன் சூப்-பர்வைசரிடம் எல்லாம் சரியாக இருப்பதாக கூறவும் அவர் திருப்தியுடன் சென்றார்.

அவர் சென்றதும் போனை எடுத்த அந்த மெக்கானிக் " ஹலோ ! சார் நீங்க சொன்ன மாதிரியே எல்லாம் பக்காவா பண்ணிட்டேன்" என்று இன்னும் சில வார்த்தைகள் பேசிவிட்டு போனை வைத்தவன் காரை ஒரு பார்வை மட்டும் பார்த்துவிட்டு சென்றான்.

அவனிடம் பேசியவன் வேறு யாருமில்லை. சிராஜ் மெஹ்ரா தான். சிராஜிற்கு அன்று உறக்கம் வரவே இல்லை. டெலிகாம் இண்டஸ்ட்ரியின் மிக பெரிய கான்ட்ராக்ட் ஒன்று அவன் கையிலிருந்து நழுவி விஹா-னுக்கு சென்றதால் வந்த கோபம் அவனை உறங்க விடவில்லை.

ராகவிற்கு பின் கிஷோரால் அவனது போட்டியை சமாளிக்க முடி-யாது என்று தப்பு கணக்கு போட்டவன் எப்படியாவது அந்த கான்ட்-ராக்டை கைப்பற்ற பெரும் முயற்சி செய்தும் கடைசி நேரத்தில் ராகவின்

தலையீட்டால் அது கிஷோருக்கே செல்ல அவன் நெஞ்சில் ராகவின் மேல் இருந்த கோபம் தீரா பகையாக மாறியது அந்த கணமே!

அவனது குறுக்குபுத்தி தீட்டிய கேவலமான திட்டத்தில் அவன் 90 சதவீதம் வெற்றி பெற்று விட்டான். ஆனால் நாளை அதற்கான மீதமுள்ள 10 சதவீத வெற்றியை சுவைக்க ஆவலுடன் காத்திருந்தான்.

ஆனால் அந்த மோசமான நாளின் விடியல் என்னவோ அழகாகவே இருந்தது.

காலையில் எழுந்ததும் அவந்திகா லாங் டிரைவ் செல்வதற்கான ஆர்வத்துடன் தயாராக ராகவ் சர்வீஸ் ஸ்டேசனுக்கு போன் செய்து கார் தயாராகி விட்டதா என்று கேட்க அவர்களோ சிறிய வேலை இருப்பதாக கூறவும் அவன் தான் நேரே அங்கே வந்து காரை எடுத்து கொள்வதாக கூறி போனை வைத்து விட்டான்.

கேள்வியாக பார்த்த அவந்திகாவின் அருகில் சென்றவன் அவள் தலைமுடியை கலைத்துவிட்டு குளிக்க சென்றான்.

" போடா ! நான் அகெய்ன் ஹேரை செட் பண்ணனும் உன்னால" என்று சிணுங்கியவள் தலைமுடியை வார ஆரம்பித்தாள்.

எல்லாம் முடித்துவிட்டு கண்ணாடியில் பார்த்தவள் " நீ அழகி டி" என்று சொல்லிவிட்டு கீழே சென்றாள்.

அங்கிருந்த ராதிகா பிரியாவிடம் விஷயத்தை கூறியவள் உஷாவை பார்த்து கொள்ள ரித்திமாவை வர சொல்லியிருப்பதாக கூறினாள்.

அதே நேரம் ராகவ் போனில் வருணுடன் பேசி கொண்டு வந்தவன் "சீக்கிரமா இந்தியா வாங்க பய்யா! என்னால மேனேஜ் பண்ணிக்க முடியும். பட் ஐ நீட் யுவர் சப்போர்ட்" என்று பேசி போனை வைத்தவன் தன் அம்மாவிடமும் பெரியம்மாவிடமும் சொல்லி கொண்டு கிஷோரையும் அவந்திகாவையும் அழைத்து கொண்டு கிஷோரின் காரில் ஏறினான்.

" கிஷோர் ! அந்த சர்வீஸ் ஸ்டேசன் இடியட் நேத்து நைட்டே கார் ரெடினு சொன்னவன் இன்னைக்கு மார்னிங் ஏதோ வேலை இருக்குனு சொல்லி டிலே பண்ணிட்டான். நீ காரை அங்க விடு! நாங்க அங்க போய் என்னோட காருக்கு ஷிஃப்ட் ஆயிக்கிறோம்" என்று சொல்லிவிட்டு அவன் அருகில் அமர கிஷோர் காரை ஓட்ட ஆரம்பித்தான்.

சர்வீஸ் ஸ்டேசனை அடைந்த ராகவ் அவசரத்தில் காரில் எதையும் செக் செய்யவில்லை. அவசரமாக காரை வெளியே எடுத்து வந்தவன்

கிஷோரிடம் சொல்லிவிட்டு அவந்திகாவை காரில் அமர சொன்னான்.

கிஷோரும் பெட்ரோல் லெவல் பற்றி கேட்க மறந்தான். இருவரும் பை சொல்லிவிட்டு கிளம்ப அவன் வீட்டுக்கு வண்டியை விட்டான்.

கிஷோரின் கார் வீட்டை நோக்கி செல்ல அதே நேரத்தில் பெங்களூரு மைசூர் ஹைவேயில் சென்று கொண்டிருந்தது ராகவின் கார்.

அவந்திகா தான் வளவளவென்று பேசி கொண்டே வந்தாள். ராகவ் அவள் கேட்ட கேள்விகளுக்கு பதில் அளித்து கொண்டே வந்தான்.

அவள் கடுப்பில் " இப்பிடி சைலண்டா வர்ரதுக்கு நீ என்னை கூட்டிட்டு வந்திருக்கவே வேண்டாம். இன்னும் கூர்க் வர்ரதுக்கு 4 ஹவர்ஸுக்கு மேல இருக்கு. அது வரைக்கும் நீ இப்பிடியே தான் வர போறியா ராகவ்?" என்று கேட்டவள் அதற்கும் அவன் புன்னகையையே பதிலாக தர முகத்தை திருப்பி கொண்டு வெளியே வேடிக்கை பார்க்க ஆரம்பித்தாள்.

காலை நேரம் வாகன வரத்து குறைவாக இருந்ததால் கார் மிதமான வேகத்தில் சென்றுகொண்டிருந்தது. அமைதியாக வந்தவள் பின்னர் போர் அடிக்கவும் மீண்டும் ராகவிடம் சினிமா கதைகளை பேச ஆரம்பிக்க அவனும் கேட்டு கொன்டே காரை ஓட்டினான்.

" நீ அயன் மூவி பாத்திருக்கியா ராகவ்? அதுல பிரபு சாரும் சூரியாவும் இப்பிடி தான் கார்ல போய்ட்டு இருப்பாங்க. அப்போ ஒரு லாரி வேகமா வரும்" என்று அவள் பாவனையுடன் கூற

பதறிய ராகவ் " அம்மா தாயே ! நல்ல சீன் எதுவுமே உன் வாய்ல வராதா?" என்று சொல்லி விட்டு சாலையில் கண்ணை பதித்தான்.

" அட மூவி தானே ! ஒரு சீன்ல அந்த வில்லன் காரோட வீல்ல இருக்கிற நட்டை ஃபுல்லா கழட்டிடுவான். கார் பேலன்ஸ் இல்லாம போகும். அப்போ அவன் இன்னொரு கார்ல வந்து ஒரு பன்ச் டயலாக் பேசுவான் பாரு " என்று அவள் அந்த சீனில் மூழ்கி அதை விவரித்து கொண்டே வருகையில் அவர்களின் கார் அதிர்ந்தது.

திடுக்கிட்டவள் " விளையாடதே ராகவ்! நான் இனிமே அந்த சீனை சொல்ல மாட்டேன் " என்று சொல்லவும் மீண்டும் கார் அதிர அவள் பின்னே திரும்பி பார்க்க அவர்களின் காரை ஒரு லாரி வேகமாக இடித்ததை கண்டு அதிர்ந்தாள்.

ராகவோ வேகத்தை கூட்டி முன்னேற லாரி டிரைவரும் அவனுக்கு இணையான வேகத்துடன் வரவே அவளுக்கு இது எதுவுமே சாதாரண

நிகழ்வாக தோணவில்லை.

" ராகவ் சர்வீஸ் ரோட்ல வண்டிய ஸ்டாப் பண்ணு! "

" அதுக்கு இன்னும் கொஞ்சதூரம் போகனும் அவந்திகா! இந்த ராஸ்கல் ஏன் இப்பிடிலாம் பண்றானு புரியலயே" என்று பல்லை கடித்தபடியே காரை ஓட்டினான்.

இருவரும் பதட்டத்தில் பெட்ரோல் அளவை கவனிக்க தவறினர்.

சிறிது தூரத்தில் சர்வீஸ் ரோடு வரவும் ராகவ் வேகத்தை குறைத்தான். வண்டியை நிறுத்த ப்ரேக்கை அழுத்தியவன் அது வேலை செய்யாமல் இருக்கவே திகைத்தான்.

அவனால் காரை நிறுத்தவும் முடியவில்லை. வேகத்தை குறைக்கவும் ஒரு அளவுக்கு மேல் முடியவில்லை.

" என்னாச்சு இந்த காருக்கு?" என்று அவன் டென்சனாகும் போதே லாரி மீண்டும் இடிக்கவும் அவனால் நடப்பதை ஓரளவுக்கு புரிந்து கொள்ள முடிந்தது. ஆனால் பெட்ரோல் லெவல் குறைய குறைய காரின் வேகம் குறைந்ததை அவன் உணரவே இல்லை.

இந்த நிலையில் சென்றால் ஒன்று கார் எதன் மீதாவது மோதி விபத்துக்குள்ளாகும், அப்படி விபத்தின்றி சமாளித்து கொண்டு சென்றாலும் பின்னால் வரும் லாரி தங்களது காரை விடாது என்று புரிந்து கொண்டவன் அவந்திகாவை பார்த்தான்.

அவள் டென்சனில் சிலை போல் அமர்ந்திருக்க ராகவ் " அவந்திகா லுக் அட் மீ! இப்போ உன் சைட்ல இருக்கிற டோரை ஓப்பன் பண்ணதும் நீ கார்ல இருந்து குதிக்கணும் " என்று சொல்லவும் அவள் திகைப்புடன் அவனை பார்த்தாள்.

மீண்டும் சைட் மிரரை பார்த்தபடியே " அந்த லாரி கண்டிப்பா காரை நசுக்காம விடாது. டூ வாட் ஐ சே" என்று பல்லை கடித்தான்.

" அப்போ நீ?" என்று அவள் அதிர்ச்சியுடன் கேட்க அவனோ " நான் உன்னை ஜம்ப் பண்ண சொன்னேன் டேமிட். தேவை இல்லாம பேசாத" என்று கத்திவிட்டு பதற்றத்துடனே தனக்கும் லாரிக்குமான தொலைவை சிறிது அதிகரிக்க முயன்றான்.

" முடியாது! நான் நீ இல்லாம எங்கயும் குதிக்க மாட்டேன்" என்று அவள் அழுத்தமாக உரைக்கவும் அவன் " இது பிடிவாதம் பிடிக்கிறதுக்கான நேரம் இல்ல. இப்போ நீயும் உள்ளேயே இருந்தா என்னோட சேந்து மேல தான் போகனும். ஒழுங்கா நான் டோர் ஓப்பன் பண்ணதும்

ஜம்ப் பண்ற நீ" என்று கோபத்துடன் உரைத்தான்.

" சோ வாட்? எனக்கு சாவை பாத்து என்னைக்குமே பயம் கெடயாது. ரொம்ப சின்ன வயசுல அத என் கண் எதிர்ல பாத்துட்டேன்" என்று அவந்திகா இறுகிய குரலில் சொல்ல

" லிசன் அவந்திகா! உனக்காக அங்க கௌசிம்மா, பாபி, ரித்தினு எல்லாரும் வெயிட் பண்ணுவாங்க" என்றான் ராகவ் வேதனையான குரலில்.

" அப்போ உனக்காக வெயிட் பண்ண மாட்டாங்களா? நீ இல்லாம நான் மட்டும் என்ன பண்ண போறேன் ராகவ்?" என்று அவள் கண்ணீருடன் கேட்கவும் அவனால் பதிலளிக்க முடியவில்லை.

லாரியோ வேகத்துடன் காரை பின் தொடர ராகவ் அவந்திகாவை வெளியேற்ற எவ்வளோவோ முயன்றும் முடியவில்லை.

அவந்திகாவின் நினைவலைகளில் இதே காட்சியை தான் அனுபவித்த நிமிடம் நியாபகத்துக்கு வந்தது.

" தாரிணி! கார்ல பிரேக் பிடிக்கல மா!" என்று கலவரத்துடன் கூறிய தன் தந்தையுடைய முகமும் " ஏதாச்சும் பண்ணுங்க ரவி! கொழந்தை ரொம்ப பயப்படுறா " என்ற தாயின் வருத்தமும் கண் முன் படம் போல் விரிந்தது.

அவரோ முயன்று தோற்றவர் தாரிணியை பார்த்து ஒரு உயிரற்ற புன்னகை சிந்த அதன் அர்த்தத்தை புரிந்து கொண்ட தாரிணி " அவந்திகா! இப்போ அம்மா இந்த டோரை தொறந்து விடுவேனாம்... நீ கண்ணை மூடிட்டு ஜம்ப் பண்ணனும் ஓகே! "என்று சொல்ல அவந்திகா மறுத்ததும் அவளுக்கு நினைவில் வந்தது.

தூரத்தில் வரும் லாரியை பார்த்து கலவர முகத்துடன் மகளை அணைத்தவர் அவளை இறுக முத்தமிட்டு " அம்மா அப்பா ரெண்டு பேரும் உன்னை ரொம்பவே லவ் பண்ணுறோம்" என்று கண்ணீருடன் சொல்ல தாயின் பேச்சில் அவள் உருகிய தருணத்தில் அவளை காரிலிருந்து தள்ளிவிட அவள் விழுந்த இடம் புதராக இருந்ததால் தலையில் சிறு காயத்துடனும் கை கால்களில் சிராய்ப்புடனும் தப்பித்தாள் அவந்திகா.

காலை நொண்டியபடி எழுந்தவள் தங்களின் காரை எதிரில் வந்த லாரி வேகமாக மோத " அம்மா " என்று கத்தியது இன்றும் அவளின் காதில் ஒலித்தது.

திரும்பி ராகவை பார்த்தவள் காரின் வேகம் குறைவதை அப்போது தான் உணர்ந்தாள். தன்னை காக்க முயலும் அவனது பிரயத்தனங்களை பார்த்தவள் " ராகவ் எனக்கு நீன்னா ரொம்ப பிடிக்கும், உன் கூட எப்பிடில்லாம் வாழனும்னு நான் நெறைய கனவு வச்சிருந்தேன் தெரியுமா? எதுவுமே நடக்க போறது இல்ல இனிமே" என்று சொல்லவும் ராகவுக்கு தன் இதயத்தை யாரோ துண்டு போடுவது போல தோன்றியது.

"நோ அவந்திகா...நீ குதிச்சுடு"

" நான் குதிக்க மாட்டேன்...நீ தான் ஜம்ப் பண்ணனும்"

" நீயில்லாம எனக்கு இந்த லைஃப் தேவையே இல்ல. புரிஞ்சுதா உனக்கு ?" என்று பல்லை கடித்தவன் செய்வதறியாது காரை அதன் போக்கில் விட்டான்.

" ராகவ் என்னை கொஞ்சம் பாரு" என்று சொன்னவளை அவன் பதற்றத்துடன் பார்க்க " இத உன் கிட்ட இனிமே சொல்ல முடியுமானு தெரியல! ஐ லவ் யூ ராகவ்" என்று சொல்லி அவன் இதழை தன் இதழால் மூடியவள் அவன் நெகிழ்ந்த நேரத்தில் அவன் புறமிருந்த காரின் கதவை திறந்து விட்டு அவளின் பலம் அனைத்தையும் திரட்டி அவனை தள்ளிவிட்டாள்.

அதை எதிர்ப்பார்க்காத ராகவ் சாலையின் சரிவுகளின் உருண்டவன் மெதுவாக எழுந்து பார்க்கையில் காரின் வேகம் சுத்தமாக குறைந்து இருப்பதை பார்த்து நிம்மதி பெருமூச்சு விட்டான்.

வேகமாக காரை நோக்கி ஓடியவனின் நிம்மதி அதிக நேரம் நிலைக்கவில்லை.

கார் தானாகவே நின்றதும் பதற்றம் குறைந்த அவந்திகா காரை விட்டு வெளியேற முயல அவளது ஸ்கர்ட்டின் முனை எதிலோ சிக்கி கொண்டது. குனிந்து அதை இழுத்து கொண்டவள் காரை நோக்கி வேகமாக வந்து கொண்டிருந்த அந்த லாரியை கண்டதும் அதிர்ச்சியில் உறைந்தாள்.

ராகவோ வேகமாக காரை நோக்கி ஓடி வர, அதற்குள் சாலையின் ஒரு புறம் ஒதுங்கி நின்ற காரை அந்த லாரி இடித்ததால் அது மறுபுற சரிவில் பயங்கரமாக இடித்து கொண்டே உருண்டது.

அதை கண்டவன் உள்ளே இருந்தவளை எண்ணி தன் நெற்றியிலிருந்து வழிந்த இரத்தத்தையும் பொருட்படுத்தாமல் முட்கள் நிறைந்த அந்த சரிவில் வேகமாக இறங்கினான்.

கார் சற்று தொலைவில் நொறுங்கிய நிலையில் நிற்க " அவந்திகா" என்று கத்தி கொண்டே அருகில் சென்றவன் அவள் கார் உருண்ட வேகத்தில் தூக்கி எறியப்பட்டு சற்று தொலைவில் கிடப்பதை கண்டு அவளிடம் ஓடினான்.

குப்புற கிடந்தவளை நிமிர்த்தியவனுக்கு இரத்தத்தில் நனைந்த அவளின் முகமே அவள் இருக்கும் அபாய நிலையை தெரிவிக்க அவளை தூக்கி கொண்டு காருக்கு ஓடினான்.

அதில் செல்போனை தேடியவன் அது கிடைக்காமல் போகவே அவளை சிரமத்தோடு தூக்கியவன் சாலையின் ஒரு புறம் நின்று வரும் வாகனங்களை மறிக்க தொடங்கினான்.

" நீ இப்பிடி பண்ணிருக்க கூடாது அவந்திகா! உனக்கு ஏதும் ஆக நான் விடமாட்டேன்" என்று தனக்கு தானே தைரியம் சொல்லி கொண்டான்.

கடவுளின் அருள் போல அங்கே வந்த ஒரு கார் நிற்கவே அவந்திகாவின் நிலையை பார்த்ததும் பதற்றத்துடன் அவர்களை காரில் ஏற்றிக் கொண்டு மருத்துவமனையை நோக்கி விரைந்தது.

அவர்களை இறக்கிவிட்ட காரின் சொந்தக்காரர் அவந்திகாவை அட்மிட் செய்யும் வரை அவன் கூடவே இருந்து மருத்துவமனையின் வழிமுறைகளை முடித்துவிட்டு சிறிது நேரம் ராகவுடனே இருந்தார். பின்னர் அவன் தானே பார்த்துக் கொள்வதாக சொல்லவும் அவனுக்கு தைரியம் சொல்லிவிட்டு கிளம்பினார் அவர்.

செல்பவரை பார்த்தபடியே ஐ.சி.யூ வாசலில் நின்றான் ராகவ். மருத்துவர்கள், நர்ஸ் என்று பரபரப்பாக இருந்தது அந்த இடம். கதவை மூடவும் அங்கிருந்த நாற்காலியில் அமர்ந்தான் அவன்.

சிறிது நேரத்தில் வந்த மருத்துவர் அவனிடம் " சார் அவங்களுக்கு விழுந்த ஃபோர்ஸ்ல கையிலயும் கால்லயும் ஃப்ராக்சர்ஸ், தென் ஹெட் இன்ஜுரிஸும் பலமா இருக்கு. இன்டர்னல் ப்ளீடிங் இருக்கிறதால 6 ஹவர்ஸ்குள்ள அவங்கள ட்ரீட் பண்ணனும். ஹெவி ப்ளட் லாஸ். அவங்க ப்ளட் குரூப் ஓ நெகட்டிவ். இப்போ எங்க ப்ளட் பேங்க்ல அது ஸ்டாக் இல்ல" என்று அவளின் நிலையை விளக்க

" நானும் சேம் குரூப் தான் டாக்டர்....நான் குடுக்கிறேன்" என்று அவன் சொல்லவும் ஒரு நர்சை அனுப்பி அவனிடம் இரத்தம் எடுக்குமாறு சொல்லிவிட்டு சென்றார்.

இரத்தம் கொடுத்துவிட்டு வந்தவன் அங்கேயே தலையில் கை வைத்தபடி அமர்ந்து விட்டான். பின்னர் நினைவு வந்தவனாக ரிஷப்சனுக்கு சென்றவன் கிஷோரின் எண்ணை அழைத்து மிகுந்த சிரமத்துடன் வார்த்தைகளை கோர்வையாக பேசி அவனிடம் விஷயத்தை கூறி இங்கே வருமாறு கூறினான். கூடவே ரித்திமாவை மட்டும் அழைத்து வரச் சொல்லிவிட்டு சோர்வுடன் நாற்காலியில் அமர்ந்தான்.

அவந்திகா அளவுக்கு இல்லையென்றாலும் அவனுக்கும் சிறியளவு காயம் பட்டு தான் இருந்தது. ஆனால் வலி எதும் தெரியாத வண்ணம் அவனது உடலும் மனமும் சேர்ந்து மரத்துவிட்டது போன்று அவனுக்கு தோன்றியது.

கண்ணை மூடியவனுக்கு " இத உன் கிட்ட இனிமே சொல்ல முடியுமானு தெரியல! ஐ லவ் யூ ராகவ்" என்ற அவந்திகாவின் குரலே காதில் ஒலிக்க அவனால் எதுவுமே செய்ய இயலாத ஒரு நிலை!

கண் எதிரே தன் உயிராக நினைப்பவள் சாவின் விழிம்பில் இருக்க அதை காணும் துயரம் தன் எதிரிக்கு கூட வரக் கூடாது என்று எண்ணி கொண்டவன் ஐ.சி.யூ வாசலிலேயே தவமிருந்தான்.

ஒரு மணி நேர போராட்டத்துக்கு பிறகு வெளியே வந்த மருத்துவர் " பிளட் லாஸை பேலன்ஸ் பண்ணியாச்சு. தென் இன்டர்னல் ப்ளீடிங் ஸ்டாப் ஆகுறதுக்கு மெடிசின் குடுத்துருக்கோம். பட் ஷீ இஸ் ஸ்டில் இன் அன்கான்ஷியஸ் ஸ்டேஜ். இந்த மெடிசின்க்கு அவங்க பாடி ரெஸ்பான்ட் பண்ணுறத பாத்து தான் ஃபர்தரா சர்ஜரி பத்தி யோசிக்க முடியும்" என்று சொன்னவர் அவனுடைய நிலையை கண்டு நர்ஸிடம் அவனுக்கு டிரெஸ்ஸிங் செய்ய சொல்லிவிட்டு சென்றார்.

நர்ஸ் மருந்துடன் வந்து காயத்தை சுத்தம் செய்து கட்டு போட்டது கூட அறியாமல் தன்னினைவு இழந்தவனாக சிலை போல் அமர்ந்திருந்தான் ராகவ்.

அதே நேரம் ராகவ் போன் செய்து விஷயத்தை சொன்னதும் வேகமாக கிளம்பிய கிஷோர் வீட்டினரிடம் பிஸினஸ் விஷயமாக செல்வதாக சொல்லி சமாளித்துவிட்டு ரித்திமாவையும் கையோடு கூட்டிக் கொண்டு கிளம்பினான். அவள் வழியெங்கும் கேட்ட கேள்வி எதற்கும் பதிலளிக்காமல் மருத்துவமனையை வந்தடைந்தான்.

" இப்போ எதுக்கு நாம இந்த ஹாஸ்பிட்டல்க்கு வந்திருக்கோம்? அட்லீஸ்ட் இப்போவாச்சும் சொல்லு கிஷோர்" என்று கேட்ட ரித்தி-

மாவை பார்த்து உயிரற்ற புன்னகையை சிந்திய கிஷோர் அவளை உள்ளே அழைத்து சென்று விவரம் கேட்டு ஐ.சி.யூ வார்டு நோக்கி நடக்க ஆரம்பித்தான்.

அவனை மவுனமாக பின் தொடர்ந்த ரித்திமா ஐ.சி.யூவின் வாயிலில் கை கால்களில் கட்டுகளுடன் அமர்ந்திருந்த ராகவை கண்டதும் பதறி போய் வேகமாக அவனை நோக்கி ஓடினாள்.

" ராகவ்! என்னாச்சு? ஏன் உங்களுக்கு அடி பட்டிருக்கு ? ஹனிபி எங்க?" என்று கேள்விகளால் திணறடிக்க அவனால் அவளுக்கு மவுனத்தை மட்டுமே பதிலாக அளிக்க முடிந்தது.

அந்த நேரம் நர்ஸ் உள்ளே இருந்து வந்தவர் ராகவிடம் " சார்! உங்க வைஃப் பாடி மெடிசின்க்கு குயிக்கா ரெஸ்பான்ட் பண்ணிருச்சு! டாக்டர் வந்து சின்ன சர்ஜரி ஒன்னு பண்ணுவாரு. அதுக்கு அப்புறமா தான் எதுவுமே சொல்ல முடியும்" என்று அவளது நிலையை விளக்கி விட்டு செல்ல ரித்திமா குழப்பத்துடனும் அதிர்ச்சியுடனும் அந்த கதவிலிருந்த கண்ணாடி வழியே பார்க்க அங்கே லைஃப் சப்போர்ட்டிங் சிஸ்டம் உதவியுடன் சுவாசித்து கொண்டிருந்த அவந்திகாவின் கட்டு போட்ட உடல் தெரியவும் அதிர்ச்சியில் உறைந்தவளின் தொண்டையிலிருந்து மெதுவாக சின்ன கேவல் எழுந்தது அவளிடம்.

பின்னர் அது கட்டுப்படுத்த முடியாத அழுகையாக மாறவும் ராகவாலும் அவனை சமாளிக்க முடியவில்லை. ரித்திமாவை சமாதானப்படுத்த கிஷோரால் முடியவில்லை.

அழுது அழுது கண்ணீர் வற்றிவிட ரித்திமா " இது எப்பிடி நடந்துச்சு ராகவ்? சொல்லுங்க! " என்று அழுகையினூடே கேட்டாள்.

ராகவ் கண்ணை மூடி நடந்ததை உணர்ச்சியற்ற குரலில் கூறி முடித்தான்.

அதே நேரத்தில் உள்ளே அவந்திகாவுக்கு சிகிச்சையும் நடந்து கொண்டிருக்க கிஷோர் கட்டணம் செலுத்திவிட்டு இருவருக்கும் தைரியம் கூறி கொண்டு இருந்தான்.

நான்கு மணி நேரம் கழித்து வெளியே வந்த டாக்டர் " சர்ஜரி முடிஞ்சாச்சு. பட் அவங்க இன்னும் லைஃப் சப்போர்ட்டிங் சிஸ்டம் இல்லாம மூச்சுவிட சிரமப்படுறாங்க! அவங்க இன்னும் ஃபார்ட்டி எய்ட் ஹவர்ஸ் அப்சர்வேசன்ல வச்சிட்டு தான் நாங்க எதுவும் சொல்ல முடியும்! தென் இந்த ஃபார்ட்டி எய்ட் ஹவர்ஸ்குள்ள அவங்களுக்கு கான்-

ஸியஸ் வந்தா மட்டும் தான் அவங்க சீக்கிரமா ரெகவர் ஆவாங்க. அதர்வைஸ் ரொம்ப கஷ்டம். தைரியமா இருங்க" என்று சொல்லி ராகவின் தோளை தட்டி விட்டு சென்றார்.

கிஷோர் " பய்யா! நீங்க வேணா பாருங்க! பாபி சீக்கிரமா கண் முழிச்சிடுவாங்க" என்று சொல்லும் போதே நர்ஸ் வந்து "சார் இவருக்கும் சின்ன சின்ன இன்ஜூரிஸ் இருக்கு. இவரும் கொஞ்சம் ரெஸ்ட் எடுக்கிறது பெட்டர்" என்று சொல்ல கிஷோர் அவரிடம் தலையாட்டியவன் இருவரையும் கஸ்டப்பட்டு அங்கிருந்து அழைத்து சென்றான்.

அவ்வாறு அந்த இரவு கடந்து சென்றது.

ஆனால் மறுநாள் காலையும் அவளுக்கு நினைவு திரும்பாமலிருக்க ரித்திமா மிகவும் பயந்து போனாள். கிஷோரோ ராகவையும் ரித்திமாவையும் ஒரு புறம் சமாளித்தவன் மறுபுறம் தன் குடும்பத்தினருக்கு இந்த விவரம் தெரியாமல் மறைக்க மிகவும் சிரமப்பட்டு போனான்.

சுவரை வெறிக்க வெறிக்க பார்த்தவாறு கை கட்டி அமர்ந்திருந்த ராகவை கண்டவன் " பய்யா! எல்லாம் சரியாயிடும்" என்று சொல்லி அவனுக்கு தைரியம் கூறினான்.

அதற்கு கசப்பான புன்னகையை மட்டும் பதிலாக அளித்தவன் "எல்லாத்துக்கும் நான் தான் காரணம் ! அவ சாதாரண அவந்திகாவாவே இருந்திருந்தா இந்த நெலமை அவளுக்கு வந்திருக்காது. என்னால, என்னை கல்யாணம் பண்ணிகிட்ட ஒரே காரணத்துக்காக இன்னைக்கு இப்பிடி வாழ்வா சாவா கன்டிசன்ல இருக்கா!" என்று உடைந்த குரலில் கூறவும் கிஷோருக்கு கஷ்டமாக இருந்தது.

அவன் அறிந்த ராகவ் கொஞ்சம் கொஞ்சமாக மாறி இன்று அவந்திகாவின் ராகவாக அவன் கண்களுக்கு தெரிந்தான்.

ரித்திமா என்ன செய்வதென்று அறியாமல் இடிந்து போய் தான் அமர்ந்திருந்தாள்.

இவ்வாறு அவர்கள் மூவரையும் பயமுறுத்திவிட்டு முப்பது மணி நேரம் கழித்து கண்விழித்தாள் அவந்திகா.

நர்ஸ் டாக்டரை அழைத்து காட்டவும் அவர் அவளை பரிசோதித்தார். மருந்தின் வீரியத்தால் அவளால் தெளிவாக பேச முடியவில்லை. தலை ஏதோ பாரமாக இருப்பது போல மட்டும் உணர்ந்தவள் மீண்டும் மயக்கத்துக்கு சென்றாள்.

டாக்டர் வெளியே வந்து அவள் அபாயக்கட்டத்தை தாண்டி விட்டதாகவும், ஆனால் மருந்துகள் மற்றும் வலியில் காரணமாக மயக்கத்தில் இருப்பதாகவும் இனி பயப்பட எதுவும் இல்லையென்றும் கூறிவிட்டு சென்றார்.

அதை கேட்டதும் தான் மூவருக்கும் போன உயிர் திரும்பி வந்ததை போல் இருந்தது. கண்ணாடி வழியாக அவந்திகாவை பார்த்த ராகவ் அவளின் மூச்சு சீராக இருப்பதை பார்த்து விட்டு ஒரு சின்ன நிம்மதியுடன் நின்றான்.

இவ்வாறே அவந்திகா இடையிடையே விழித்தவள் ஒரு வாரகாலம் ஐ.சி.யூவில் இருக்க அந்த ஏழு நாட்களில் நரகம் எப்படி இருக்கும் என்பதை ராகவ் உயிரோடிக்கும் போதே அனுபவித்து விட்டான்.

எட்டாவது நாளில் தான் அவர்கள் அவளை பார்ப்பதற்கே அனுமதிக்க பட்டனர்.

உள்ளே வந்தவர்களை பார்த்து சிரமத்துடன் இமையை பிரித்தவள் சிறிய புன்னகையை சிந்தியபடி மாஸ்கை சுட்டி காட்ட அருகில் இருந்த நர்ஸ் அதை அகற்றினார்.

அவளால் சிரமமின்றி மூச்சுவிட முடிவதை உறுதி செய்தவர் அவர்களிடம் நீண்ட நேரம் அவளுடன் பேச வேண்டாம் என்று சொல்லிவிட்டு தான் சென்றார்.

மெதுவாக அவர்களை நோக்கி ஒரு கரத்தை உயர்த்த முயன்றவளின் கரம் பற்றி அவள் அருகில் அமர்ந்தான் ராகவ்.

அவளை கண்ணிலே ஒற்றி கொண்டவன் கட்டுப்படுத்தமுடியாமல் கண்ணீர் விட்டான். எப்பேர்ப்பட்ட ஆணாக இருந்தாலும் தான் காதலிக்கும் பெண்ணை இந்த நிலையில் பார்த்தால் கண்ணீர் விட தான் செய்வான்!

அவனுடைய கண்ணீர் கிஷோரையும் அசைத்துவிட அவனால் கட்டுப்படுத்த முடியாமல் திரும்பி நின்று கொண்டான்.

நிமிர்ந்த ராகவ் "ஜான்சி ராணி! நீ எங்களை ரொம்ப பயமுறுத்திட்ட தெரியுமா?" என்று தழுதழுத்த குரலில் சொல்லிவிட்டு அவளது தலையில் இருந்த கட்டை ஆதரவாக தடவி கொடுத்தான்.

சிரமத்தினூடே " உன்னை பாத்து நான் கூட பயந்து போய்ட்டேன், தெரியுமா?" என்று அவள் திரும்பி பதில் அளிக்கவும் மூவரும் புரியாது விழித்தனர்.

" பின்ன , உன் மூஞ்சிய பாரு கண்ணாடில! நீ என்னோட மார்ஸ்-மாலோ இல்ல! அகோரி பாபா மாதிரி இருக்க" என்று அவனது ஒரு வார தாடியை கேலி செய்தாள்.

" ஹனிபி! இந்த கன்டிசன்லயும் உனக்கு கிண்டல் பண்ண வருது பாரு! இந்த எட்டு நாளா நாங்க தவிச்ச தவிப்பு அந்த கடவுளுக்கு தான் தெரியும்" என்று தழுதழுத்த குரலில் பேசினாள் ரித்திமா.

அவந்திகா பின்னர் யோசனையுடன் " வீட்டுல எல்லாருக்கும்....." என்று மெதுவாக வீட்டினரை நினைவுறுத்தி கேட்டாள்.

" பாபி! அவங்க எல்லார்கிட்டவும் நாம இங்க ஒரு மீட்டிங்குக்கு வந்ததா சொல்லி சமாளிச்சு வச்சிருக்கேன்! பட் ரொம்ப நாளைக்கு இந்த பொய்ய காப்பாத்த முடியாது"

" பட் சொன்னா அவங்க கஷ்டப்படுவாங்க கிஷோர்" என்றாள் ரித்-திமா

" சொல்லி தான ஆகனும்! இன்னும் எத்தனை நாளுக்கு நாம இங்க இருக்க போறோம்? நார்மல் வார்ட் ஷிஃப்ட் பண்ணுற ஸ்டேஜ்ல நாம பாபிய கூட்டிட்டு போயிடலாம் " என்று அதற்கு பதிலளித்தான் கிஷோர்.

" பட் அவ பாடி கன்டிசன் அதுக்கு ஒத்துக்கனுமே!" என்று ரித்திமா யோசிக்க

" நம்ம டாக்டர் கிட்ட கேட்டுட்டு வந்துடுவோம்" என்று சொல்லி கொண்டே ரித்திமாவை தன்னுடன் அழைத்து சென்றான் கிஷோர்.

அவ்வளவு நேரம் அவளை விழியகலாமல் பார்த்து கொண்டிருந்த-வன் அவள் அவனை நோக்கி திரும்பவும் மனதில் இருந்ததை கேட்டே விட்டான்.

" ஏன் இப்பிடி பண்ணுன அவந்திகா? அந்த ரத்த வெள்ளத்துல உன்னை பாத்ததும் எனக்கு உயிர் வாழனும்கிற ஆசையே போய்டிச்சு. பதில் சொல்லு"

" பிகாஸ் ஐ லவ் யூ ராகவ்! " என்று சொல்லி அவனை காதலுடன் பார்க்க ராகவ் இவ்வளவு காதலுக்கு தான் தகுதியானவனா என்று தன்-னையே கேட்டு கொண்டான்.

" என்னால அப்போ எதுவுமே யோசிக்க முடியல! அப்பா அம்மா நான் இப்பிடி ஒரு கண்டிசன்ல இருந்தப்போ அம்மா என்னை இப்பிடி தான் சமாளிச்சாங்க! அவங்களுக்கு அவங்க பொண்ணோட உயிர் முக்-

கியமா தோணுன மாதிரி எனக்கு என் புருசனோட உயிர் முக்கியம்னு தோனுச்சு! என்னை காப்பாத்துறதுக்காக தானே சாக தயாராகுற அளவுக்கு உனக்கு என் மேல லவ் இருக்குனா எனக்கும் அதே அளவு லவ் இருக்கு ராகவ்" என்று சிரமத்தினூடே உரைத்தவளின் நெற்றியில் முத்தமிட்டான் அவளின் ராகவ்!

11

அத்தியாயம்

அவந்திகா அபாய கட்டத்தை தாண்டி ஓரளவு சாதாரணமாக பேச ஆரம்பித்தாலும் மருத்துவர் அவளை இன்னும் நார்மல் வார்டுக்கு மாற்ற ஒத்து கொள்ளவில்லை. தலையில் காயம் பலம் என்பதால் இன்னும் ஒரு வாரம் கழித்து தான் மாற்ற முடியும் என்று கூறியதால் அவளை பெங்களூருவிற்கு அழைத்து செல்லும் எண்ணத்தை அப்போதைக்கு ஒத்தி வைத்தனர் மூவரும்.

மற்ற காயங்கள் எல்லாம் ஓரளவுக்கு ஆறினாலும் தலையில் உள்ள காயமும் கை கால் ஃப்ராக்சரும் இன்னும் சரியாகவில்லை. அதற்கு கொஞ்சம் நாள் எடுக்கும் என்று மருத்துவரும் அவளை பரிசோதனை செய்துவிட்டு கூறினார்.

அந்த ஏழு நாட்களில் அவள் உடல்நிலை குறித்து ரித்திமாவும் ராகவும் கவலைப்பட்டனர் என்றால் கிஷோரோ வீட்டில் உள்ளவர்களை சமாளிப்பதற்குள் ஓய்ந்து போனான்.

அவனால் தாதி கேட்ட கேள்விகளுக்கு எல்லாம் பதிலளிக்க முடியவில்லை. அவந்திகா ஏன் இத்தனை நாளாக பேசவில்லை என்று கேட்டவருக்கு பதிலளிக்க முடியாமல் அவன் திணறி போனான்.

அவளுக்கு வேலை இருப்பதாக கூறி அவரை சமாளித்து வைத்தான். ஒரு நாள் இரண்டு நாள் என்றால் பரவாயில்லை. பதினேழு நாட்களாகவா அவளுக்கு வேலை என்று அவனை வறுத்தெடுத்து விட்டு தான் போனை வைத்தார் அவர்.

இந்த நிலையில் இந்த விபத்து பற்றி காவல் துறையில் புகார் கொடுத்திருப்பதால் காவல் துறை அதிகாரிகளும் அவ்வபோது வந்து போயினர். அவர்கள் மருத்துவர் உதவியுடன் அவந்திகாவிடம் ஸ்டேட்-மென்ட் வாங்கிக் கொண்டு ராகவிடம் விசாரித்து விட்டு சென்றனர்.

இவ்வாறாக ஒரு வாரம் ஒரு யுகம் போல் கழிந்தது. அதன் பின் வழக்கமான பரிசோதனைகளை செய்து விட்டு அவந்திகாவினால் பயணம் செய்ய முடியும் என்ற உத்திரவாதத்தை மருத்துவர் கொடுத்ததும் ராகவ் பெங்களூர் சிட்டி ஹாஸ்பிட்டலுக்கு அவளை மாற்றுவதற்கான ஏற்பாடுகளை செய்துவிட்டு அவளை அந்த மருத்துவமனையிலிருந்து டிஸ்சார்ஜ் செய்ய மருத்துவரிடம் கூறிவிட்டான்.

அந்த பதினேழு நாட்களில் வீட்டின் பெண்மணிகள் மருமகளும் மகனும் தங்களிடம் ஒரு வார்த்தை கூட பேசாததால் கொஞ்சம் குழப்பத்-தில் இருந்தனர். அவர்களிடம் பேசிய கிஷோர் கூறிய காரணங்கள் எல்-லாமே அவர்களுக்கு சாக்குபோக்காவே தோன்ற மோகனிடமும் குணா-லிடமும் கூறி புலம்பினர்.

ஆனால் அவர்களாலும் பெரிதாக ஒன்றும் செய்தியை அறிய முடி-யாத காரணத்தால் வீட்டினர் அனைவரும் ஒரு வித நிம்மதியின்மையு-டனே சுற்றி கொண்டிருந்தனர்.

" இந்த வீட்டு ஆம்பிள்ளைங்க தான் பிஸினஸ்னு போனா வீட்-டையே மறந்துடுவாங்க! இப்போ மருமகளையும் அவங்கள மாதிரியே மாத்திட்டாங்க" என்று ஆதங்கத்துடன் புலம்பினார் ராதிகா.

" அவங்க திரும்பி வரட்டும் அண்ணி! நான் அவந்திகா கிட்ட பேசுறேன். இனிமே பிசினஸ் டிரிப்னு எது போனாலும் வீட்டுல இருக்-கிறவங்க கிட்ட டெய்லி பேசனும்னு ஸ்டிரிக்டா சொல்லிடுறேன்" என்று அவரை சமாதானம் செய்தார் கௌசல்யா.

" என்ன தான் வேலையா இருந்தாலும் ஒரு வார்த்தை எப்பிடி இருக்கிங்கன்னு கேக்க கூடவா உன் பொண்ணுக்கு நேரம் இல்லாம போகும்? வரட்டும். நான் அவ கூட பேசவே போறது இல்ல" என்று சிறு பிள்ளை மாதிரி பிடிவாதமாக கூறிய சுமித்ராவை பார்த்து சிரித்தார் பிரியா.

" உங்களால அவ கூட பேசாம இருக்க முடியாது சாஸுமா! நீங்க வேஸ்டா சபதம் போடாதிங்க" என்று சொன்னவருடன் கௌசல்யாவும் ராதிகாவும் இணைந்து கொண்டனர்.

இதை கேட்டுக் கொண்டிருந்த மோகனும் குணாலும் எப்படியோ பேச்சு தங்கள் பக்கம் வராமல் போய்விட்டது என்று நிம்மதி பெருமூச்சு விட்டு கொண்டனர்.

சிட்டி ஹாஸ்பிடல், பெங்களூரு....

அவந்திகாவை நன்கு பரிசோதித்த மருத்துவர் தலைகாயம் கட்டு பிரிக்கும் வரை கட்டாயம் மருத்துவமனையில் தான் அவள் இருக்க வேண்டும் என்று சொல்லிவிட்டார்.

காயத்தை பொறுத்தவரை அது இப்போது ஆறும் நிலையில் இருப்பதாகவும் வீட்டுக்கு அழைத்து சென்றால் நோய்த்தொற்று ஆவதற்கு வாய்ப்பு இருப்பதால் அது முழுவதுமாக ஆறும் வரை அவள் அங்கே தான் இருந்தாக வேண்டும் என்று உறுதியாக சொன்னார்.

கை கால் ஃப்ராக்ஸர் குணமாக எப்படியும் இன்னும் இரு மாதங்களாவது ஆகும் என்று கூறிவிட்டு சென்றார்.

அவந்திகாவால் ஒரு கையையும் காலையும் அசைக்க முடியவில்லை. அதனால் அவளுக்கு உதவியாக ரித்திமா அவளுடனே இருப்பதாக கூற கிஷோரும் ராகவும் வீட்டுக்கு செல்ல ஆயத்தமாயினர்.

போகும் முன் அவந்திகா " ராகவ்! இதுக்கு மேல அவங்க கிட்ட பொய் சொல்ல வேண்டாம். நீ ஆக்சிடென்ட் பத்தி அவங்க கிட்ட சொல்லிடு. நான் தான் நல்லா ஆயிட்டேன் தானே! இப்போ என்னை பாத்தாலும் அவங்க டென்சன் ஆக மாட்டாங்க" என்று சொல்ல

ராகவ் " என்னால யார வேணா சமாளிக்க முடியும். பட் கௌசிம்மாவ எப்பிடி சமாளிக்க போறேன்னு தான் தெரியல. பை த வே நீ இன்னும் முழுசா சரி ஆகல. சோ கைய கால வச்சிட்டு கொஞ்சம் சும்மா இரு. எது வேணும்னாலும் ரித்தி கிட்ட கேளு. டோன்ட் மூவ். அன்டர்ஸ்டாண்ட்?" என்று கேட்க அவளும் தலையாட்டினாள்.

" ராகவ் போறதுக்கு முன்னால எனக்கு ஒரு மிர்ரர் வாங்கி குடுத்துட்டு போ" என்று அவள் அமர்த்தலாக சொல்ல

" மிர்ரரா? எதுக்கு ஜான்சி ராணி?" என்று புரியாமல் கேட்டாமல் ராகவ்.

" இந்த ஆக்ஸிடென்டால என்னோட ஃபேஸ்ல எதாச்சும் அடி பட்டு என் பர்ஷனாலிட்டி கம்மியா ஆயிருக்கா இல்லயானு தெரிஞ்சுக்க தான்" என்று கேட்கவும் ராகவ் இடுப்பில் கை வைத்து அவளை முறைத்தான்.

" இங்க அவன் அவன் வீட்டுல இருக்கிறவங்களை எப்பிடி சமாளிக்கன்னு தெரியாம முழிச்சிட்டுருக்கான். இப்போ உன் பர்ஷனாலிட்டி பத்தி தான் உனக்கு கவலை! " என்று கடுப்பில் பொரிந்து விட்டான்.

" அது உன்னோட கவலைபா! அதுக்கு நான் என்ன பண்ணுறது? எனக்கு கண்ணாடி பாத்தே ஆகனும்"

அடுத்த சில நிமிடங்களில் அவள் கையிலிருந்த கண்ணாடியில் தன் முகத்தை பார்த்து திருப்திபட்டு கொண்டாள் அவந்திகா.

" நல்ல வேளை ஃபேஸ்ல சின்ன அடி கூட படல...தேங்க்யூ சோ மச் கடவுளே" என்று சொல்லிவிட்டு கண்ணாடியை ஒரு ஓரமாக வைத்துவிட்டு தன்னையே பார்த்து கொண்டிருக்கும் மூவரையும் புருவம் உயர்த்தி ஒரு பார்வை பார்த்துவிட்டு தலை கட்டை தடவிக் கொண்டாள்.

" பாபி! என்னாச்சு? தலை வலிக்குதா ?" என்று கிஷோர் பதற்றத்துடன் கேட்க "இல்லையே! இந்த கட்டு ரொம்ப டிஸ்டர்பா இருக்கு. அதான் சும்மா டச் பண்ணி பாத்தேன்" என்று கேலி செய்துவிட்டு ராகவை பார்த்து சிரித்தாள்.

அவன் கிளம்புவதற்காக திரும்பும் போது " ராகவ்" என்று மீண்டும் அழைத்தாள் அவந்திகா.

பெருவிரலால் நெற்றியில் கீறிக் கொண்டே திரும்பியவன் " இப்போ என்ன?" என்று புருவம் உயர்த்தி அவளை கேட்க " ஒன்னும் இல்ல! வீட்டுக்கு போன உடனே ஃபர்ஸ்ட் இந்த தாடிய ஷேவ் பண்ணு. நீ பாக்க அகோரி பாபா மாதிரி இருக்க " என்று சொல்லவும் அவள் அருகில் குனிந்தான் அவன்.

" உன்னை மாதிரி ஒருத்திய கல்யாணம் பண்ணா வேற எப்பிடி இருக்க முடியும்?" என்று கேலி செய்துவிட்டு நெற்றியில் முத்தமிட்டு கிளம்பினான்.

அவன் செல்வதை பார்த்து கொண்டே முகம் சிவந்தவளை ரித்திமா கிண்டல் செய்தே பாடாய் படுத்திவிட்டாள்.

அடுத்த சில நிமிடங்களில் வீட்டிற்குள் நுழைந்தான் ராகவ். வீட்டுக்குள் நுழையும் போதே கௌசல்யாவின் குரலை கேட்டவன் அப்படியே சிலையாகி விட்டான். கிஷோர் தான் அவனை தைரியம் சொல்லி உள்ளே அழைத்து சென்றான்.

உள்ளே நுழைந்த இருவரையும் பார்த்து குடும்பத்தினர் சந்தோசப்-பட்டனர். எல்லாம் ஒரு நொடி தான். அனைவரி அடுத்த கேள்வி " அவந்திகா எங்கே?"

கிஷோர் தயங்கி விட்டு நடந்ததை கூற ஆரம்பித்தான்.

முடிக்கும் போது அனைவரும் சிலை போல் நின்றதை பார்த்தவன் " பட் டோன்ட் வொர்ரி! அவங்க இப்போ ரெகவர் ஆயிட்டாங்க" என்று சொன்னாலும் யாருடைய முகத்திலும் பயம் அகலவில்லை.

" ராகவ் கார் கீய குடுங்க. நாங்க ஹாஸ்பிட்டல் போகனும்" என்ற உஷாவின் குரலில் அனைவரும் சுயநினைவுக்கு வந்தனர்.

" வாட்? நீங்க இந்த நெலமைல டிரைவ் பண்ண போறிங்கலா? ப்ளீஸ் பாபி. அது கொழந்தைக்கு நல்லது இல்ல"

" கொழந்தைக்கு நல்லதா இல்லயாங்கிறத நான் பாத்துக்கிறேன். நீங்க கீய மட்டும் குடுங்க"

" ஏன் இவ்ளோ பிடிவாதம் பிடிக்கிறிங்க? இப்போ அங்க போய் நீங்கல்லாம் என்ன பண்ண போறிங்க? அவ இப்போ தான் கொஞ்சமா ரெகவர் ஆக ஆரம்பிச்சிருக்கா! இதுல நீங்க எல்லாரும் அங்க போய் அவளை ஏன் டிஸ்டர்ப் பண்ணனும்?"

" அவ இன்னைக்கு தான் உங்க பொண்டாட்டி சார். பத்து வரு-ஷத்துக்கு முன்னாடியே எனக்கு ஃப்ரெண்ட். அவளுக்கு ஆக்சிடென்ட் ஆகி இருபது நாள் ஆகியும் எங்க யார் கிட்டவும் ஒரு வார்த்தை கூட சொல்லாம மறைச்சிட்டிங்க! சரி! நாங்க டென்சன் ஆகி பயந்து-டுவோம்னு நீங்க நெனச்சிருக்கலாம். பட் இங்க வந்ததுக்கு அப்றமும் பாக்க கூடாதுனா என்ன அர்த்தம்? "

" பாபி! இப்போவே போக வேண்டானு தான் நான் சொல்லுறேன். ஈவ்னிங் நானே எல்லாரையும் கூட்டிட்டு போறேன். நீங்க வீணா டென்-சன் ஆகி உங்க உடம்பை கெடுத்துக்காதிங்க. அண்ட் அன்னைக்கு எனக்கும் தான் அடி பட்டுச்சு. அன்ட் இந்த ட்வெண்டி டேய்ஸ்ல நான் கிட்டதட்ட பைத்தியம் மாதிரி ஐ.சி.யு வாசலே கதினு கெடந்திருக்கேன்! ஐ டூ நீட் சம் ரெஸ்ட்" என்று அவன் சொல்லவும் உஷா இன்னும் பதற்றமடைந்தாள்.

" வாட்? உங்களுக்கும் அடி பட்டுச்சுனா நீங்க ஏன் இவ்ளோ அவச-ரமா வந்திங்க ராகவ்? ட்ரீட்மென்ட் ஃபுல்லா முடிஞ்ச அப்றமா வந்-திருக்கலாம் தானே" என்று அவள் இன்னும் படபடக்க ராதிகா தான்

அவளை அவளது அறைக்கு அழைத்து சென்றார்.

மௌனமாக நின்ற கௌசல்யாவின் அருகில் வந்தவன் " கௌசிம்மா! ஐயாம் ரியலி சாரி! நான் உங்க பொண்ணை பத்திரமா பாத்துப்பேன்னு சொல்லி இந்த நெலமைக்கு கொண்டு வந்துட்டேன் " என்று தழுதழுத்த குரலில் கூற அவனது தலையை வருடி கொடுத்தார் அவர்.

" நீ இல்லாம வேற ஒருத்தன் அவளோட புருஷனா இருந்தா இந்நேரம் என் பொண்ணு உயிரோட திரும்பிருக்க மாட்டா ராகவ்! உன்னை விட வேற யாருமே அவளை புரிஞ்சிக்கவும் முடியாது, அவளை நல்லபடியா பாத்துக்கவும் முடியாது. இதுல உன் மேல ஒரு தப்பும் கெடயாது. அவளுக்கு நேரம் சரி இல்ல. அவ்ளோ தான். பட் அப்பிடி பட்ட டைம்ல கூட கடவுள் உன்னை அவ பக்கத்துல இருக்க வச்சிருக்காரு பாத்தியா?" என்று சொல்லி அவனை தேற்றினார்.

அவர் கொடுத்த தைரியத்தில் தங்களின் அறைக்கு சென்றவன் அங்கே இருந்த ரிஷப்சன் போட்டோவிற்கு அருகே சென்று அதை வருடி கொடுத்தவாறே பேச ஆரம்பித்தான்.

" உன்னோட கோவத்தோட மின்னுன அந்த அழகான கண்ணுல தான் நான் விழுந்தேன் அவந்திகா! பட் எனக்கு அப்போ இதுக்கு பேரு என்னன்னு புரியல. அந்த ஃபீலிங் தான் லவ்னு நீயும் நானும் புரிஞ்சிகிட்ட நேரத்துல எங்க நீ என்னை விட்டு போயிடுவியோனு இந்த 20 நாள்ல நான் செத்து செத்து பொழச்சிருக்கேன் தெரியுமா? இனிமே யாராலயும் உனக்கு எதுவும் ஆகுறதுக்கு நான் விடமாட்டேன்" என்று மனம் போன போக்கில் பேசியவன் திரும்பி கண்ணாடியை பார்த்தான்.

அதில் தெரிந்தது தானா என்று அவனுக்கே சந்தேகமாக இருந்தது. கசங்கிய சட்டை, தூக்கமிழந்த விழிகள், வாராத தலை அதனுடன் அந்த 20 நாள் தாடியுடன் பார்க்க அவந்திகா கூறியது போல அவன் அகோரி பாபா மாதிரி தான் அவன் கண்ணுக்கும் தெரிந்தான்.

அவளது பேச்சின் நினைவில் அவனை அறியாமல் அவன் இதழ்கள் புன்னகைக்க ஆரம்பிக்க குளியலறைக்குள் சென்றான் ராகவ்!

மாலை நேரம்....

அவந்திகா ரித்திமாவுடன் சேர்ந்து ஏதோ பேசி கொண்டிருக்க அங்கே வந்த நர்ஸ் அவளுக்கு மாத்திரை கொடுத்துவிட்டு சென்றார்.

அதை வாங்கும் போதே முகத்தை சுழித்தவள் வேறு வழியின்றி வாயில் போட்டு தண்ணீரை குடித்தாள்.

" இந்த மாத்திரையை கண்டுபிடிச்சவன் மட்டும் என் கைல மாட்டு-னான்னு வையேன் ரித்தி, நான் அவனை காலி பண்ணிடுவேன்! சை! என்ன கசப்பு! முடியல! இதுக்கு கான்ஷியஸ் திரும்பாமலே இருந்திருக்-கலாம் போல" என்று சொல்லும் போதே ராகவுடன் உள்ளே நுழைந்த ஐந்து பேரையும் பார்த்துஅவந்திகா பேச்சை நிறுத்தினாள்.

நன்றாக சென்ற மருமகள் இப்படி தலை கை கால்களில் பேன்டே-ஜுடன் பார்த்ததும் ராதிகாவுக்கு மயக்கம் மட்டும் தான் வரவில்லை. தலையில் போடப்பட்டிருக்கும் கட்டை பார்த்ததுமே நடந்த விபத்தின் அபாய தன்மையை உணர்ந்தவர் அவளின் அருகில் சென்றதும் கண் கலங்கி விட்டார்.

" அவந்திகா! வலிக்குதாடா" என்று அவர் வருத்தம் நிறைந்த குர-லில் கேட்க அவளோ கேலி போல சிரித்து " இல்ல மாமியாரே! எனக்கு யாரோ கிச்சு கிச்சு மூட்டுற மாதிரி இருக்கு" என்று சொல்லவும் அவருக்கு அந்த நேரத்திலும் சிரிப்பு வந்தது.

" அட வாயாடி! இந்த வாய கொஞ்சம் கன்ட்ரோல் பண்ணிட்டு சீக்கிரமா குணமாகி வீட்டுக்கு வர பாரு! எப்பவுமே உன் சத்தம் கேட்டு பழகி போச்சா, நீ இல்லாம வீடே ரொம்ப அமைதியா இருக்கு" என்று சுமித்ரா அவளை பதிலுக்கு கேலி செய்தார்.

பிரியா " நீ வந்ததும் உன் கிட்ட நெறைய விஷயம் பேசனும், அது மட்டும் இல்லாம நம்ம வீட்டுல அடுத்து இன்னொரு கல்யாணம் வேற நடக்க போகுது" என்று சொல்லவும் அவந்திகா ஆர்வத்துடன் கிஷோரை பார்த்தாள்.

அவனோ ரித்திமாவை பார்த்து கண் சிமிட்ட அவள் அருகில் நின்-றவனின் கையில் கிள்ளி விட்டு ஒன்றும் தெரியாதது போல் நின்று கொண்டாள். கத்த முடியாமல் அமைதியாக வலியை அனுபவித்தவனை பார்த்து சிரித்த அவந்திகாவை இருவரும் ஒரு சேர பார்த்துவிட்டு தலையை குனிந்து கொண்டனர்.

எல்லாரும் பேசி முடிக்கும் வரை அமைதியாக இருந்த உஷா ரித்-திமா தவிர அனைவரையும் வெளியே அனுப்பிவிட்டு அவந்திகாவின் பெட்டின் பக்கவாட்டில் அமர்ந்தாள்.

" ரொம்ப வலிச்சுதா ஹனிபி? என்று கண்ணீருடன் கேட்டுக் கொண்டே அவளது தலையை தடவி கொடுத்தன அவளது விரல்கள்.

அவளிடம் மறைக்க இயலாதவள் " ம்ம்ம்...ரொம்ப வலிச்சுது. உங்க யாரையும் பாக்காமலே போயிடுவேனோனு நான் பயந்துட்டேன் தெரியுமா? இப்போவும் வலிக்குது. பட் அப்ப வலிச்ச அளவுக்கு இல்ல" என்று சொல்லி முகத்தை சுருக்கி வலியை மறைத்தாள்.

" நாங்கல்லாம் இருக்கிற வரைக்கும் உன்னை அப்பிடியேல்லாம் போக விட்டுருவோமா? நீ இல்லன்னா என் பேபிம்மா கூட யாரு சண்டை போடுவாங்க? ராகவை யாரு டார்ச்சர் பண்ணுவாங்க? வீணாம்மாக்கு யார் பதிலடி குடுப்பாங்க? உனக்கு இவ்ளோ கடமை காத்திருக்கிறப்போ அப்பிடியே எல்லாத்தையும் அம்பொனு விட்டுட்டு போயிடுவியா நீனு?" என்று உஷா கூற அவந்திகா வாயை கையால் பொத்தி கொண்டு சிரித்தாள்.

சிரித்து கொண்டே இருவரையும் அருகில் வர சொன்னவள் அவர்களின் கன்னத்தில் முத்தமிட்டாள்.

அவர்களும் அவளை தோளுடன் அணைத்து கொள்ள " உங்களை விட்டுட்டு நான் எப்பிடி தனியா போவேன்? மை டியர்ஸ்! நம்ம மூனு பேரையும் சாவால கூட பிரிக்க முடியாதுடி! அதான் நானும் திரும்பி வந்துட்டேன்" என்று கேலியாக சொல்ல மூவரும் சிரித்தனர்.

அன்று அவந்திகாவுக்கு தலையிலிருக்கும் கட்டை பிரிக்க போகும் நாள். மருத்துவருக்கு காத்திருந்த அவந்திகா பொறுமை இழந்தாள்.

" ராகவ்! ஒரு சிஸர் இருந்தா நானே இத ரிமூவ் பண்ணிடுவேன். இதுக்கு போய் அந்த டாக்டர் அங்கிள் வர்ர வரைக்கும் வெயிட் பண்ணனுமா? அவர் எப்போ வந்து எப்போ கட்டை பிரிச்சு நான் வீட்டுக்கு கௌம்புறது?" என்று அவள் சலிப்புடன் கூறினாள்.

" ரித்திமா! ப்ளீஸ் அவளை கொஞ்சம் வாய மூடிட்டு இருக்க சொல்லு! நானே டாக்டர் வந்து என்ன சொல்ல போறாரோனு டென்சன்ல இருக்கேன்! இவ வேற காமெடி பண்ணிகிட்டு" என்று பல்லை கடித்தபடி கூறிவிட்டு அவளை ஒரு முறை முறைத்தான்.

" அத டேரக்டா என் கிட்டவே சொல்லு ! எதுக்குடா ப்ராக்ஸி?" என்று அவள் அவனை இன்னும் எரிச்சல்படுத்துவதற்கு முன் வந்து சேர்ந்தார் மருத்துவர்.

அவளை பார்த்து புன்னகைத்தவர் " மிசஸ் கபூர்! ஹவ் டு யூ ஃபீல் நவ்?" என்று கேட்கவும் அவரை புரியாமல் பார்த்தாள் அவந்திகா.

" யார சொல்லுறிங்க டாக்டர்?" என்று அவள் கேட்கவும் அவருக்கு ஒரு வேளை இந்த பெண்ணிற்கு ஆக்சிடென்டில் எதுவும் மறந்துவிட்டாளோ என்று ஒரு நிமிடம் தோன்றிவிட்டது.

"டாக்டர் மிசஸ் கபூர்னு சொன்னிங்களே! இங்க நிக்கிறாளே " என்று சொல்லிவிட்டு உஷாவை காண்பிக்க " அவளும் மிசஸ் கபூர் தான். இப்போ சொல்லுங்க! யாரை சொல்லுறிங்க?" என்று புருவம் உயர்த்தி அவரை கேட்டாள்.

" சரி சரி! அவந்திகா! இப்போ ஹேப்பியா?" என்று சொல்லிவிட்டு நர்ஸை அழைத்து கட்டை பிரிக்க ஆரம்பித்தார்.

காயம் நன்றாக ஆறிவிட்டாலும் மருந்து போட வேண்டியதன் அவசியத்தை ரித்திமாவிடம் விளக்கி விட்டு இனி பயப்பட எதுவும் இல்லை என்று சொல்லிவிட்டு சென்றார். ஆனால் கை கால்கள் இன்னும் பாதி சரியாகதால் அவள் இன்னும் சில நாட்களுக்கு வீல்சேரை உபயோகித்தால் கால்களுக்கு நல்லது என்றும் சொல்லிவிட்டு சென்றார்.

உஷாவும் கிஷோரும் டிஸ்சார்ஜ் ஃபார்மாலிட்டிஸை கவனிக்க செல்ல அவந்திகாவுடன் ரித்திமாவும் ராகவும் மட்டுமே இருந்தனர்.

அவந்திகா கண்ணாடியை எடுத்து தன்னை பார்த்தவள் அதிர்ந்தாள். தலை காயத்திற்கு சிகிச்சை செய்வதற்காக அவளது கூந்தல் வெட்டப்பட்டு பார்ப்பதற்கு பையன் மாதிரி தெரியவும் அவளுக்கு திகைப்பானது தன்னுடைய இந்த புது ஹேர்ஸ்டைலை பார்த்து!

" என்னடா பண்ணி வச்சிருக்கிங்க என்னை? கோலிவுட் ஹீரோயின் மாதிரி இருந்த என்னை கொரியன் ஹீரோ மாதிரி ஆக்கி வச்சிருக்கிங்க?" என்று முகத்தை சுருக்கி சொல்ல ரித்திமாவுக்கும் ராகவுக்கும் சிரிப்பு தான் வந்தது.

" டோண்ட் வொர்ரி ஜான்சி ராணி! ஹேர் சீக்கிரமா வளந்துடும்" என்று அவளது தலையை தடவி கொடுத்தான்.

" ஹனிபி! இந்த பையன் கெட்டப்லயும் நீ செமயா இருக்க" என்று ரித்திமா நேரம் புரியாமல் கலாய்த்து வைத்தாள்.

" ரெண்டு பேரும் ரொம்ப சிரிக்காதிங்க! பல்லு எல்லாம் கொட்டிட போகுது! " என்று தலையை சிலுப்ப அவர்களுக்கு இன்னும் சிரிப்பு தான் வந்தது.

உள்ளே வந்த கிஷோரும் " நீங்க யாரு? அண்ணியோட தம்பியா?"என்று கேட்டுவிட்டு ராகவிடம் ஹைஃபை கொடுக்க அவந்திகா-

வுக்கு காதில் இருந்து புகை வராத குறை தான்.

" இல்லடா! நான் அவளோட தாத்தா! உங்க குடும்பம் மொத்தத்துக்கும் எதுல ஒத்து போதோ இல்லையோ இந்த குசும்புல நல்லா ஒத்து போகும்! வாட் எவர்" என்று சொல்லி தோளை குலுக்கியவள் நர்ஸ் வீல் சேருடன் வரவும் அதில் அமருவதற்காக மெதுவாக காலை எடுத்து தரையில் வைத்தாள்.

ராகவ் அவளை கை காட்டி நிறுத்திவிட்டு வீல் சேரை காரில் கொண்டு வைக்க சொல்லிவிட்டு அவள் அருகில் வந்தான். குனிந்து அவளை தூக்க முயல அவந்திகா " வேண்டாம் ராகவ்! எல்லாரும் பாப்பாங்க" என்று தயங்கினாள்.

" பாத்தா என்ன? என்னோட வைஃப் , நான் தூக்கிட்டு போறேன்! இதுல மத்தவங்களுக்கு என்ன பிரச்சனை" என்று மறுமொழி கொடுத்துவிட்டு அவளை தன் கைகளில் தூக்கி கொண்டான்.

வெளியே வந்ததும் காரில் உட்கார வைத்து சீட் பெல்ட்டை மாட்டிவிட்டு "போலாமா?" என்று புன்னகையுடன் கேட்க தலையாட்டினாள் அவந்திகா.

சிறிது நேரத்தில் வீட்டுக்கு வந்து இறங்கியவன் மீண்டும் அவளை தூக்க குனிய அவள் இன்னும் தயக்கத்துடன் பார்த்தாள். அதற்கு ஒரு முறைப்பை பதிலாக அளித்துவிட்டு அவளை கையில் ஏந்திக் கொண்டே சென்றான்.

வெளியே வந்து நின்ற மோகன் " மை சன்! நாட் பேட் டா! எல்லாரும் பொண்டாட்டியை கைல வச்சு தாங்குவேன்னு வார்த்தையால சொல்லுவாங்க! நீ செஞ்சே காமிச்சிட்ட" என்று அவனை கேலி செய்தார்.

" ஹலோ அங்கிள்! அது உள்ளங்கைல வச்சு தாங்குறதுனு சொல்லுவாங்க! பட் என்னோட வெயிட்டை அவரோட உள்ளங்கை தாங்காது" என்று பதிலுக்கு கேலி செய்தாள் அவள்.

" மருமகளே! இப்பிடில்லாம் பேச ஆள் இல்லாம நாங்க ரெண்டு பேரும் ரொம்ப கஷ்டப்பட்டுட்டோம்மா! " என்று உண்மை வருத்தத்துடன் கூறினார் குணால்.

" உங்க கதைய அப்புறமா பேசுங்க! ஃபர்ஸ்ட் அவங்களை உள்ள கூட்டிட்டு போங்க" என்று சொல்லியபடியே உள்ளே கூட்டி சென்றார் சுமித்ரா.

சிறிது நேரம் ஹாலில் அனைவருடன் பேசி கொண்டிருந்தவள் களைப்பாக இருப்பதாக கூற ராகவ் அவளை தங்களின் அறைக்கு தூக்கி சென்றான்.

கௌசல்யா அவர்களை புன்னகையுடன் பார்த்துவிட்டு பிரியாவுடனும் ராதிகாவுடனும் பேச ஆரம்பித்தார். ரித்திமாவோ இனி அவந்திகாவை ராகவ் பார்த்து கொள்வான் என்ற நிம்மதியுடன் உஷாவை அவளது அறைக்கு அனுப்பிவிட்டு அவளுக்கு ஜூஸ் எடுத்து சென்றாள்.

ராகவ் தங்கள் அறையில் அவந்திகாவை விட்டவன் "உனக்கு எது வேணும்னாலும் என்னை கூப்டு " என்று சொல்லிவிட்டு அலுவலக அறைக்கு செல்ல முயல அவந்திகா அவனது கையை பிடித்தாள்.

" எனக்கு இப்போ உன் கூட இருக்கனும் போல இருக்கு! நீ இங்கேயே என் பக்கத்துலேயே இருக்கிறியா?" என்று ஆர்வமாக கேட்டவளை பார்த்து புன்னகைத்தவன் அவள் அருகிலேயே அமர்ந்தான்.

சிறிது நேரம் அமைதியில் கழிய அவந்திகாவால் பேசாமல் இருக்க முடியவில்லை. உடனே ராகவின் தோளில் தட்டியவள் " என் கூட இருனு சொன்னேன்! இப்பிடி சைலண்டா இருன்னு சொல்லவேயில்ல! ஏதாச்சும் பேசு ராகவ்! எனக்கு போர் அடிக்குது" என்று சொல்ல அதற்கும் சிரித்தவனை பார்த்து சலித்து கொண்டாள்.

" சரி நீ பேச வேண்டாம்! நானே பேசுறேன்! " என்று சொல்லிவிட்டு அவன் கரத்தை பிடித்தபடி பேச ஆரம்பித்தாள்.

" ராகவ்! உனக்கு உன்னோட வைஃப் பத்தி ஒரு இமேஜினேஷன் இருந்திருக்கும்ல! அவங்க எப்பிடி நடந்துக்கனும், எப்பிடி இருக்கனும்! இந்த மாதிரி. அதை கொஞ்சம் சொல்லு, கேப்போம் "

" ம்ம்ம்...பெருசா ஒன்னும் இல்ல! என்னோட வொர்க்ல தலையிட கூடாது. ரொம்ப கேள்வி கேக்க கூடாது, தென் எதுக்கெடுத்தாலும் என்னை எதிர்ப்பார்க்க கூடாது! அவ்ளோ தான்"

" ஐயோ பாவம்ல நீ! ஐ ரியலி ஃபீல் பிட்டி ஃபார் யூ" என்று அவனது தோளில் தட்டி ஆறுதல் கூறியவளை கேலியாக பார்த்தான் ராகவ்.

" சரி நீ சொல்லு! "

" நான் தான் ஆல்ரெடி என் ட்ரீம் பாய் பத்தி சொல்லிட்டேனே! அதுல ஸ்டார்ட்டிங்லயே நீ டிஸ்குவாலிஃபைட்! எல்லாம் என் நேரம் !! பட் நீ எனக்காக இரக்கப்பட வேண்டாம். பிகாஸ் என் ட்ரீம் பாயோட

குவாலிட்டிஸ் சிலது உன் கிட்டவும் இருக்கு! இல்லாத விஷயத்தை நான் அட்ஜஸ்ட் பண்ணிக்கிறேன்"

" இன்னும் என்ன எக்ஸ்பெக்டேஷன் வச்சிருந்த நீ" என்று கேட்டு-விட்டு ராகவ் ஆர்வத்துடன் அவளின் பதிலுக்காக காத்திருந்தான்.

அவள் தாடையில் விரலால் தட்டி யோசித்தவள் " ஹா! இருந்துச்சு! சொல்றேன்! " என்று அவன் புறம் திரும்பி அமர்ந்து சொல்ல தொடங்-கினாள்.

" ரொம்ப பெரிய ஆசைலாம் எனக்கு கெடயாது. என்னோட ட்ரீம் பாய் மாதிரி ஒருத்தனோட ஒரு கியூட்டான லைஃபை வாழனும், அவ்ளோ தான். எங்களுக்குனு ஒரு அழகான குட்டி வீடு , சுத்தி மரம் செடி கொடினு ஒரு ரம்மியமான இடத்தில அது இருக்கும். அதோட வராண்டால நின்னு ஒரு கைல காபி கப், இன்னொரு கையை என்-னோட ஹப்பி கூட கை கோர்த்துட்டு மார்னிங் சன் ரைஸை ரசிக்-கனும்! அப்புறம் ரெண்டு பேருமா ஜாலியா பேசிட்டே குக் பண்னனும்! ஈவ்னிங் டைம் ஒன்னா உக்காந்து டிவி பாக்கனும்! வீக் என்ட்ல எங்க-யாச்சும் போய் கால் வலிக்க சுத்தனும்! மொத்தத்துல வாழுற ஒவ்வொரு செகன்ட்டையும் ரசிச்சு வாழனும்! அவ்ளோ தான்! "

அவள் தன்னுடைய கனவுகளை விவரித்த அழகில் அவன் தொலைந்து போனான்.

அவள் முகத்தை தன் கைகளில் ஏந்தியவன் " உன்னோட எல்லா கனவும் நெஜமாகும்! இன்னும் கொஞ்ச நாள்ல நீ பழைய படி ஆனதும் ஃபர்ஸ்ட் வேலையா உன்னோட ட்ரீம் சீன்ஸ் எல்லாமே நம்ம என்ஜாய் பண்றோம்! ஓகே வா?" என்று கேட்க அவந்திகா மகிழ்ச்சியுடன் தலை-யாட்டினாள்.

" சரி! அதுக்கு அட்வான்ஸா எதாச்சும் குடுக்கிறது!" என்று அவளை குறும்பாக அவந்திகா திருதிருவென்று விழித்தாள் எதுவும் புரி-யாமல்!

" ஜானு! கண்ணை உருட்டறத விட்டுட்டு குடுக்க வேண்டியத குடுத்தா நானும் கொஞ்சம் பிரிஸ்கா ஃபீல் பண்ணுவேன்" என்றவனின் விரல்கள் அவளின் இதழ்களை வருட அவந்திகாவுக்கு விஷயம் புரிந்து விட்டது.

அவன் விரலை தட்டிவிட்டவள் " போடா! என் கனவு கனவாவே இருக்கட்டும்" என்று கிண்டலாக கூற

ராகவ் " மேடம் அன்னைக்கு மட்டும் நீங்களாவே கிஸ் பண்ணு-னிங்க! இப்போ நானே கேட்டும் ஆட்டிட்டியுடா காமிக்கிற?" என்று பதி-லுக்கு கேலி செய்தான்.

அவந்திகா பதில் சொல்ல தெரியாமல் தடுமாற அவளின் மவுனத்தை சம்மதமாக ஏற்றவன் அவளின் இதழில் தன்னுடைய இதழால் முத்த-மென்னும் அடையாளத்தை பதித்தான்.

இதழ் வழி உயிர் தீண்டிய அந்த உணர்வில் கண் மூடி இருந்தாள் அவந்திகா. அவன் விலகிய நொடி கண்ணை திறந்தவள் அவனை வெட்கத்துடன் பார்த்துவிட்டு அவன் தோளில் சாய்ந்து கொண்டாள்.

****

" ஓகே உஷா! நான் கௌம்புறேன்டி! டுமாரோ மார்னிங் நான் இங்-கேயே வந்துடுறேன்! அப்பப்போ ஹனிபிய பாத்துக்கோ! " என்று சொல்-லியபடியே கிளம்பினாள் ரித்திமா.

உஷாவின் அறையை விட்டு வெளியே வந்தவள் கீழே தாதியிடமும் பிரியாவிடமும் சொல்லிவிட்டு கிளம்பினாள்.

வெளியே வந்தவள் நடக்கும் பாதையின் குறுக்கே வந்து நின்றவனை பார்த்து இவனா என்று சலித்து கொண்டாள்.

பின்னர் " நீ இப்போ என் கிட்ட பேசுறத பாத்தா உன்னோட மாம்க்கு ஹார்ட் அட்டாக் வந்துட போகுது கிஷோர்! வழிய விடு" என்று சொல்லி அவன தோளை பிடித்து விலக்கிவிட்டு நடந்தாள்

." சோ அவங்களை நெனச்சு தான் நீ என் கூட சரியாவே பேச மாட்ற ? அம் ஐ ரைட்?" என்று கேட்டபடி அவன் பின்னாலே வரவும் அவள் நின்றாள்.

அவன் புறம் திரும்பியவள் " லுக்! நீ என்னை பத்தி வீட்டுல என்னை சொல்லிவச்சிருக்கன்னு எனக்கு தெரியல, பட் பிந்துவும் நேஹாவும் இன்னொரு தடவை என்னை பாபினு கூப்டாங்கன்னா நான் வீடு தேடி வந்து உன்னை உதைக்க வேண்டியிருக்கும்! பீ கேர்ஃபுல்! " என்று சொல்லி விட்டு அவள் செல்ல முயன்றாள்.

அவளை நகர விடாமல் அவள் கையை பிடித்தவன் " அப்பிடியாச்-சும் நீ என்னை தேடி வந்தா எனக்கு சந்தோசம் தான்" என்று சொல்லி-யபடி புன்னகை சிந்த நின்றவனை எப்படி தவிர்ப்பது என்று சத்தியமாக ரித்திமாவுக்கு புரியவில்லை.

அவனது பிடியிலுருந்து தன் கையை விடுவிக்க அவள் போராடவும் அவனே அவள் கையை விட்டான். பின்னர் " பட் ஒன் கன்டிஷன்! என்னை தேடி வந்த எதையும் நான் திருப்பி அனுப்ப மாட்டேன்! சோ உன்னோட மாம் டாட் பெர்மிஷனோட வா! நாம கல்யாணம் பண்ணிக்கலாம்" என்று சொல்லிவிட்டு கண்சிமிட்டி சென்றவனை பார்த்து திகைத்து நின்றாள் அவள்!

கிஷோரோ மனதில் உள்ள அனைத்தையும் ஒரே வார்த்தையில் சொல்லிவிட்டு சந்தோசத்துடன் விசில் அடித்தபடி வீட்டினுள் சென்றான்.

12

அத்தியாயம்

காலையில் எழுந்த அவந்திகா பழைய நியாபகத்தில் தரையில் காலை ஊன்ற போனவள் பின்னர் நினைவு வந்தவளாக கட்டிலிலேயே அமர்ந்-தாள். அவளுக்கு காலில் இன்னும் வலி இருக்கவே எழும்பாது ராகவ் வருவதற்காக காத்திருந்தாள்.

ஒரு மணி நேர காத்திருப்புக்கு பிறகு அறைக்குள் வந்தவனிடம் எப்-படி பேசுவது என்று தெரியாமல் விழித்தவளை நெருங்கியவன் அவளை தூக்கி சென்று குளியலறையில் விட்டு ஆடையையும் கையில் கொடுத்-தவன் "உனக்கு ஹாஃப் அன் ஹவர் டைம் ஜான்சி ராணி! அதுக்குள்ள குளிச்சிட்டு என்னை கூப்பிடுற! " என்று கட்டளையிட்டு விட்டு கதவை வெளிப்புறம் தாளிட்டு விட்டு சென்றான்.

சரியாக அரை மணிநேரத்தில் கதவு தட்டும் சத்தம் கேட்டதும் திறந்-தவன் உள்ளே சென்று அவளை தூக்கி கொண்டு வந்தவன் டிரஸ்ஸிங் டேபிளில் அமர வைத்தான்.

கையில் ஒரு டவலை எடுத்தவன் அவள் தலையை துவட்ட ஆரம்-பித்தான்.

அவந்திகா " ராகவ்! முடி சீக்கிரமா டிரை ஆயிடும்! எதுக்கு வேஸ்டா துவட்டுற?" என்று கேட்டு கொண்டே நிமிர்ந்து அவனை பார்த்து கொண்டிருந்தாள்.

" ஜான்சி ராணி! இன்ஜூரிஸ் வேணா ஹீல் ஆயிருக்கலாம். பட் இன்னும் கொஞ்ச நாளுக்கு தலைல ஈரம் தங்காம பாத்துக்கனும்னு டாக்டர் சொன்னது உன் மண்டைல ஏறவே இல்லயா?"

" திட்டாம தலைய துவட்டு மேன்! எங்க சித்தி சொல்லுவாங்க! தலை துவட்டுறப்போ திட்டிட்டே இருந்தா கொழந்தைங்க வளர மாட்டாங்கலாம்"

" நீ கொழந்தையா? உன்னை எல்லாம் இத்தனை வருசம் சமாளிச்சதுக்கு கௌசிம்மாக்கு நோபல் ப்ரைஸ் குடுக்கனும்"

" அஹான்! போடா! நான் என்ன அவ்ளோ டார்ச்சரா பண்றேன்? நீ ஒன்னும் தலை துவட்டி விட வேண்டாம் போ! " என்று அவன் கையை தட்டிவிட முயன்றாள்.

முடியாமல் போகவே உர்ரென்று முகத்தை வைத்து தலையை கொடுத்திருந்தவளை பார்த்து சிரிப்பு தான் வந்தது ராகவுக்கு! ஈரம் போக தலையை துவட்டியவன் அவளின் எதிரே முழந்தாளிட்டு அமர்ந்தான்.

அவள் அசிரத்தையாக பார்க்கவும் " என்ன ஜான்சி ராணிக்கு கோவமா?" என்று சொல்லி அவளது மூக்கை தன் விரலால் பிடிக்கவும் அவள் முகத்தை சுருக்கியபடியே அவன் கையை தட்டி விட்டாள்.

பின்னர் " ஐயாம் சீரியஸ்லி ஸ்பீக்கிங் ! இந்த வேலைலாம் நீ பண்ண வேண்டிய அவசியம் இல்ல ராகவ்! நீ யாராச்சும் நர்ஸ் அப்பாயின்ட் பண்ணு! அவங்க எனக்கு ஹெல்ப் பண்ணுவாங்க " என்று நிதானமாக கூறினாள் அவந்திகா.

" நோ வே! யார நம்பியும் நான் உன்னை பாத்துக்கிற பொறுப்பை குடுக்க போறது இல்ல ஜான்சி ராணி! இந்த விஷயத்துல நான் ரிஸ்க் எடுக்க மாட்டேன்" என்ற அவனது குரலில் தெரிந்த பிடிவாதம் அவளை அயற்சி அடைய வைத்தது.

" ராகவ்! நீ ஆபிஸ் போவியா? இல்ல என்னை பாத்துப்பியா? உனக்கு ஆல்ரெடி ஆயிரம் டென்சன் இருக்கும். இதுல இந்த வேலைலாம் நீ பண்ண வேண்டிய அவசியம் இல்லன்னு தான் நான் சொல்லுறேன்"

" சப்போஸ் உனக்கு பதிலா எனக்கு இப்பிடி ஆயிருந்தா அப்போ நீ என்னை நர்ஸ் கையில் ஒப்படைச்சிட்டு போயிருப்பியா அவந்திகா? எப்பிடி ஹஸ்பென்ட்கு வைஃப் உதவியா இருக்கனுமோ அதே மாதிரி தான் ஹஸ்பென்ட்டும். முடியாத சமயத்துல வைஃப் கூடவே இருந்து பாத்துக்க வேண்டியது ஒரு ஹஸ்பென்டொட கடமை. மத்தவங்க எப்பிடினு எனக்கு தெரியாது அண்ட் எனக்கு அதை பத்தி கவலையும் இல்ல.நான் இப்பிடி தான்" என்று சொல்லிவிட்டு செல்பவனை தடுக்க

அவளால் முடியவில்லை.

குளித்துவிட்டு வெளியே வந்தவனிடம் " ராகவ்! நான் வேணா சரி ஆகுற வரைக்கும் சித்தி கூட இருக்கவா?" என்று கேட்டவளுக்கு பதிலளிக்காமல் அவன் அவனது வேலையை பார்த்தான்.

அவந்திகாவுக்கு தான் வீணாக அவனுக்கு சுமையாக இருக்க வேண்டாம் என்ற எண்ணம். அதே போல் ஒவ்வொரு விஷயத்துக்கும் அவனை அழைக்கவும் தயக்கமாக இருக்கவே நர்ஸ் ஏற்பாடு பற்றி அவனிடம் பேசினாள் அவள். ஆனால் ராகவின் பிடிவாதத்தை பார்த்ததும் அவளால் எதுவும் செய்ய இயலாது போயிற்று.

ராகவ் அவளுக்கு பதிலடி கொடுத்தவன் நேரே கீழே சென்று அவர்கள் இருவரின் காலையுணவை அவர்களின் அறைக்கே கொண்டு செல்லுமாறு சொல்லிவிட்டு கிஷோரை பார்க்க அவனது அறைக்கு சென்றான்.

அவனிடம் இன்னும் கொஞ்சம் நாட்களுக்கு விஹான் டெலிகாமை பார்த்து கொள்ளுமாறு கூறிவிட்டு அவனது அறைக்கு திரும்பினான்.

அறையில் அவந்திகா குழப்பத்துடன் காத்திருக்க மெதுவாக அவள் அருகில் வந்தவன் தட்டில் உணவை வைத்துவிட்டு " சாப்டலாமா?" என்று அவளை எதுவும் நடக்காத மாதிரி கேட்டு விட்டு அவளுக்கு ஊட்டிவிட ஆரம்பித்தான்.

அவள் ஏதோ சொல்ல வர உதட்டில் கை வைத்து அமைதி என்று காட்டிவிட்டு அவளுக்கு ஊட்டி விட்டான் ராகவ். அப்படியே அவனும் சாப்பிட்டு விட்டு எழுந்தவன் அவள் மீண்டும் ஏதோ சொல்ல வர சரி கேட்போம் என்று அவள் அருகில் அமர்ந்து சொல்லுமாறு சைகை செய்தான்.

" ராகவ் ! நான் சித்தி கூட இருந்துட்டு சரியானதும் இங்க வர்ரேனே" என்று அவள் கூறவும் எரிச்சலானான் ராகவ்.

இருந்தாலும் பொறுமையை இழுத்து பிடித்த குரலில் " லிசன்! ஒரே விஷயத்தை அடிக்கடி பேசுறது எனக்கு சுத்தமா பிடிக்காது! நல்லா கேட்டுக்கோ! நீ எங்கேயும் போக போறது இல்ல! இங்க என் கூட தான் இருக்க போற! நான் தான் நீ சரியாகுற வரைக்கும் உன்னை பாத்துக்க போறேன்! அன்டர்ஸ்டான்ட்?" என்று கேட்டுவிட்டு அவளை பார்த்தான்.

அவந்திகா " நீ சொல்லுறதெல்லாம் சரி தான். பட் ஐயாம் நாட் அ கிட் அண்ட் யூ ஆர் நாட் மை பேபிசிட்டர்! " என்று கடினமான

குரலில் கூற ராகவ் சிரித்தான்.

சிரித்தபடியே அருகில் வந்தவன் " பட் ஐயாம் யுவர் ஹஸ்பென்ட்" என்று சொல்லவும் இப்போது எரிச்சல் படுவது அவந்திகாவின் முறை-யாயிற்று.

" நேத்தில இருந்து நான் உன் ஹஸ்பென்ட்ங்கிற வார்த்தைய நீ நூறு தடவையாச்சும் சொல்லிருப்ப! எனக்கு அதை கேட்டு கேட்டே என் காது வலிக்குது! நீ ஹஸ்பென்டாவே இருந்துட்டு போ! அதுக்காக இப்-பிடி ஹெல்ப் பண்றேனு சொல்லி என்னை தர்மசங்கடப்படுத்தாத ராகவ்"

" நீ முட்டாள் தனமா ஏதாவது யோசிச்சா அதுக்கு நான் பொறுப்பு இல்ல! நீ உன் இஷ்டத்துக்கு ஒலறிட்டே இரு! ஐ டோன்ட் கேர்" என்று சொல்லி விட்டு கிளம்பினான்.

அன்று மட்டும் அல்ல! அவளுக்கு கால் சரியாகும் வரை அவளை குழந்தையை கவனிப்பது போல ராகவ் பார்த்து கொண்டான். ஒரு கட்-டத்துக்கு மேல் அவந்திகாவுக்கும் அவன் கூடவே இருப்பது பிடித்துவிட அவள் மறுப்பு எதுவும் சொல்லாமல் இருக்க பழகினாள்.

மருத்துவர் இனி அவள் தாராளமாக நடக்கலாம் என்று அவளது ஸ்கேன் ரிப்போர்ட்ஸ் பார்த்துவிட்டு கூறிவிட்டார். ஆனால் இன்னும் கொஞ்ச நாட்களுக்கு காலுக்கு முடிந்தவரை அதிக வேலை கொடுக்க வேண்டாம் என்று மட்டும் அறிவுறுத்தினார்.

அதற்கிடையே விபத்து பற்றிய புகாரை விசாரித்த காவல்துறைக்கு லாரியை பற்றியோ டிரைவரை பற்றியோ சின்ன தகவல் கூட கிடைக்க-வில்லை.

ராகவ் காரில் பிரேக் துண்டிக்கப்பட்டதை பற்றி அறிந்து கொள்ள கார் சர்வீஸ் ஸ்டேசனுக்கு சென்று விசாரித்தான். ஆனால் அவனது காரை சர்வீஸ் செய்த மெக்கானிக் அவன் காரை எடுத்து சென்ற மறு-நாளே வேலையை விட்டு நீங்கி வெளியூர் சென்றுவிட்டதாக சர்வீஸ் ஸ்டேசன் ஓனர் கூறவும் அவன் சலிப்படைந்தான். இருந்தாலும் மீண்டும் அவனை பார்த்தால் தனக்கு தகவல் தெரிவிக்குமாறு கூறிவிட்டு வந்-தான்.

வருண் ஆஸ்திரேலியாவில் இருந்து பிஸினஸ் மீட்டை முடித்துவிட்டு இந்தியா திரும்பிவிட்டான். அவன் உஷாவை பார்த்து கொள்ளவே ரித்-திமா அவளை பார்க்க அவர்களின் வீட்டுக்கு போவதை முடிந்தளவு தவிர்த்தாள்.

நீண்ட நாட்களுக்கு பின் அலுவலகம் செல்வதற்காக தயாரானாள் அவந்திகா.

கண்ணாடி முன் நின்று தோள் அளவு வளர்ந்த கூந்தலை தடவி திருப்தி பட்டு கொண்டாள். அதை வேடிக்கை பார்த்து கொண்டிருந்த ராகவ் "போதும் ஜான்சி ராணி! எத்தனை தடவை நீ இழுத்து பார்த்தாலும் அதே நீளம் தான் இருக்கும்! " என்று அவளை கிண்டலடிக்க அவந்திகா அவனை பார்த்து உதட்டை சுழித்து விட்டு மீண்டும் கண்ணாடியை பார்க்க ஆரம்பித்தாள்.

அவனும் கோட்டை மாட்டியவன் இன்னும் கண்ணாடி முன் நின்று கொண்டிருந்தவளை இழுத்து கொண்டு சென்றான். அலுவலகத்தில் அவளை இறக்கிவிட்டவன் கவனமாக இருக்குமாறு அறிவுறுத்திவிட்டு அவனது அலுவலகம் நோக்கி காரை செலுத்தினான்.

அவந்திகா அவன் கார் செல்லும் வரை காத்திருந்தவள் அலுவலகத்தில் நுழைந்தாள். அலுவலகத்தில் நுழைந்ததும் அவந்திகா ரித்திமாவை தான் தேடினாள். அவள் போன் பேசி கொண்டு உள்ளே நுழையவும் " எங்க போன ரித்தி? " என்று கேட்டாள் அவந்திகா.

அவள் கையிலிருந்த ஜிலேபியை காட்டவும் ஆர்வத்துடன் அருகில் வந்து வாங்கிக் கொண்டாள் அவந்திகா.

" ரித்தி! எவ்ளோ நாளாச்சு ஜிலேபி சாப்பிட்டு ? குடுடி " என்று இருவரும் சாப்பிட தொடங்கினர்.

இருவரும் சாப்பிடும் போது யாரோ வரும் அரவம் கேட்கவும் வாசலை பார்த்தனர் இருவரும்! அங்கே நின்றவனை அவர்கள் சிறிதும் எதிர்பார்க்கவில்லை.

" ஹாய் மிசஸ் அவந்திகா கபூர்! ஒரு வழியா எழுந்து நடக்க ஆரம்பிச்சிட்டிங்க போல! " என்று நக்கலாக கேட்டு கொண்டு நின்றவன் சிராஜ்!

அவனை பார்த்ததும் கையிலிருந்த ஜிலேபியை தட்டில் போட்டுவிட்டு எழுந்தாள் அவந்திகா. அவள் கூடவே எழுந்த ரித்திமாவை பார்த்தவன் "நீங்க யாரு? உங்களை நான் பாத்ததே இல்லையே" என்று கேட்க அவந்திகா கடுப்பானாள்.

ரித்திமா " அது உங்களுக்கு தேவை இல்லாத விஷயம்! அடுத்தவங்க ஆபிஸ்குள்ள வர்ரப்போ பெர்மிஸன் கேக்கனுங்கிற பேசிக் மேனர் கூட இல்லாதவனுக்குல்லாம் நான் யாருனு சொல்ல வேண்டிய அவசி-

யம் எனக்கு இல்ல" என்று பல்லை கடித்து கொண்டு கூற அவனோ சிரித்த படியே அங்கிருந்த நாற்காலியில் அமர்ந்தான்.

அவந்திகா " நான் கோவப்பட்டு ராகவுக்கு கால் பண்ணுறதுக்கு முன்னாடி இங்க இருந்து கௌம்புனா உங்களுக்கு நல்லது" என்று வார்த்தைகளை கடித்து துப்பினாள்.

" வொய் ஆர் யூ வெயிட்டிங்? கால் ஹிம். அவன் இங்க வரட்டும்! வந்து என்ன பண்ணுவான்? என்னை அடிப்பானா? அவனால அது மட்டும் தான் பண்ண முடியும்! பட் என்னால என்ன பண்ண முடியும்னு இத்தனை நாள்ல உங்களுக்கு புரிஞ்சிருக்கனுமே மிசஸ் கபூர்! "

" என்ன ஒலறிட்டு இருக்கிங்க? " என்று பல்லை கடித்து கொண்டு கேட்டவளை பார்த்து அலட்சியமாக சிரித்தான் அவன்.

" நாலு மாசம் பெட்ல படுத்தும் இன்னும் அந்த திமிர் கொஞ்சம் கூட கொறையவே இல்லையே? ஓகே! சுத்தி வளைச்சு பேச விரும்பல மேடம்! உங்களுக்கு நடந்த ஆக்சிடெண்டுக்கு நான் தான் காரணம்! பட் இதுல டார்கெட் பண்ணவன் தப்பிச்சிட்டான்.. அது ஒன்னு தான் கொஞ்சம் கஷ்டமா இருந்துச்சு! அதுல அவன் பொண்டாட்டி இன்ஜூர்ட் சிவியர்லினு கேட்டதுக்கு அப்றமா ரொம்ப சந்தோசமா இருந்துச்சு. ஏன் தெரியுமா? நீன்னா அவனுக்கு உயிர்! உன் மேல ஒரு தூசி பட்டா கூட என்னை உயிரோட விட மாட்டேன்னு ராஜஸ்தான்ல என் கிட்ட சவால் விட்டான். இப்போ பாரு! அவன் பொண்டாட்டி அவனோட உயிரை 4 மாசம் நடக்கவிடாம பொழைப்பாளா இல்லையானு தெரியாத நெலமைக்கு நான் கொண்டு வந்தேனு கூட தெரியாம லாரிடிரைவரையும் மெக்கானிக்கையும் தேடிட்டு சுத்திட்டு இருக்கான் உன் புருசன்! " என்றான் சிராஜ் திமிருடன்

அவன் சொன்னதை கேட்டு அவந்திகாவுக்கு பற்றிக் கொண்டு வந்தாலும் அதை அடக்கியபடியே " அவனுக்கு தெரியாத வரைக்கும் உனக்கு நல்லது மிஸ்டர் மெஹ்ரா! மரியாதையா வெளியே போ! " என்று வார்த்தைகளை கடித்து துப்ப

" தெரிஞ்சாலும் எதுக்கும் ஆதாரம் இல்லையேமா! ஆக்சுவலி நான் இந்த பக்கமா வந்தது வேற ஒரு வேலையா! பட் ராகவோட கார் ஆபிஸ் வாசல்ல நிக்கிறத பாத்ததும் தான் ஸ்டிரைக் ஆச்சு! எனி ஹவ் இப்போ நீங்களும் நல்லபடியா உடம்பு தேறிட்டிங்க! இப்போ என்னோட அடுத்த மூவ் என்னவா இருக்கும்னு நீங்க யோசிக்கனும்ங்கிறதுக்காக

தான் நான் இவ்ளோ தூரம் பேசிட்டு இருக்கேன் மிசஸ் ராகவ்! " என்றான் தெனாவட்டாக.

" உனக்கும் நான் ஒரு விஷயம் சொல்லனும் மிஸ்டர் மெஹ்ரா! தொழில் போட்டி இல்லாம எந்த மனுஷனாலயும் முன்னேற முடியாது! ஆனா அதை புரிஞ்சிக்காம இப்பிடி கேவலமா கேம் பிளே பண்ணாம உங்க பிஸினஸ்ல கான்சென்ட்ரேட் பண்ணா அட்லீஸ்ட் என்னொட ராகவுக்கு அடுத்த இடத்தையாச்சும் நீங்க இந்த ஃபீல்ட்ல பிடிக்கலாம்! இல்லன்னா ரொம்ப கஷ்டம்! " என்று தோளை குலுக்க ரித்திமா அதை கேட்டு கிளுக்கென்று சிரிக்க அவமானத்தில் சிராஜ் முகம் கடினமுற அவர்களை பார்த்துவிட்டு விறுவிறுவென்று வெளியேறினான்.

அவன் சென்றதும் ரித்திமா " இவன் ஏன்டி இப்போ வந்து தேவை இல்லாம பேசிட்டு போறான்? பட் அவனுக்கு ஓவர் திமிரு தான். உன்னை ஆக்சிடென்ட் பண்ணுனத உன் கிட்டவே சொல்லிட்டு அவனை எதுவும் பண்ண முடியாதுன்னு தெனாவட்டா சொல்லிட்டு போறான் பாரு. நீ ஃபர்ஸ்ட் ராகவ் கிட்ட இத பத்தி சொல்லிடு" என்று சொல்ல அவந்திகா மறுத்தாள்.

" அவன் தேவை இல்லாம டென்சன் ஆவான். இத அவ்ளோ பெரிய இஸ்யூ ஆக்க வேண்டாம். அதான் நான் சரியாயிட்டேனே! இப்போ போய் சொன்னா தேவை இல்லாத பிரச்சனை தான் வரும். அதால ராகவோட கவனம் பிஸினஸ்ல இருந்து டைவர்ட் ஆகும். அது தான் இந்த சிராஜூம் எதிர்ப்பாக்குறான்! சோ இது ராகவுக்கு தெரியாம இருக்கிரதே நல்லது" என்று அந்த பேச்சுக்கு முற்றுபுள்ளி வைத்தாள் அவந்திகா.

ஆனால் அந்த விஷயம் அன்று முழுவதும் அவளின் மூளையில் ஓடிக் கொண்டே இருந்தது. டிவி ஓடி கொண்டிருக்க அதை கவனிக்காமல் புருவத்தை சுழித்து யோசித்து கொண்டிருந்தவளை ரொம்ப நேரமாக கவனித்து கொண்டிருந்தான் ராகவ். அவள் அருகில் அமர்ந்தவன் தோளில் கை போட்டு " என்னாச்சு ஜான்சி ராணிக்கு? எதோ பயங்கரமா ப்ளான் பண்ணுற போல " என்று சொல்லி அவளது தலையில் செல்லமாக முட்டினான்.

" அப்பிடிலாம் ஒன்னும் இல்லயே! " என்று சமாளித்தவளை பார்த்தவன் " என்னிக்காச்சும் எனக்கு தெரிஞ்சு தானே ஆகனும்" என்று சொல்ல அவள் சிரித்து சமாளித்தாள்.

" எப்போ பாரு என்ன டிவி மொபைல்னு இருக்க நீ? புருஷன்னு ஒரு ஜீவன் இருக்குங்கிற நியாபகமே உனக்கு சுத்தமா இல்ல ஜானு! ஃபர்ஸ்ட் அத ஆஃப் பண்ணு"

" ப்ளீஸ் ராகவ்! நான் சாங் பாத்துட்டு இருக்கேன்டா! ஒரே ஒரு சாங் ப்ளீஸ்"

" நோ வே" என்று எழுந்து சென்று டிவியை ஆஃப் செய்யவும் கடுப்பானவள் "சை ! இந்த வீட்டுல ஒரு சாங் கூட பாக்க முடியல" என்று பல்லை கடித்தாள்.

" ஃபர்ஸ்ட் ஒரு பொண்டாட்டியா உன்னோட கடமைய செய் ஜான்சி ராணி! அப்றமா டிவி பாக்கலாம்"

" இப்போ நான் எந்த கடமையடா செய்யல?"

" ஒரு பொண்டாட்டியா நீங்க இது வரைக்கும் என்னங்க செஞ்சுருக்கிங்க?" என்று குறும்பாக பார்க்கவும் பக்கத்திலிருந்த தலையணையை எடுத்து அவன் மீது எறிந்தாள் அவள்.

" காலைல எழுந்திருச்சதும் காபி குடுத்திருக்கியா ஒரு நாளாச்சும்? சரி அத விடு! ஒரு நாள் எனக்கு சாப்பாடு ஊட்டி விட்டிருப்பியா நீ ?"

" நீ என்ன கொழந்தையாடா உனக்கு ஊட்டிவிட?"

" ஏய்! பேச்சை மாத்தாத! ஆபீஸ் போயிட்டு நம்ம ஹஸ்பென்ட் டயர்டா வருவானே ! அவனுக்கு அட்லீஸ்ட் கால் அமிக்கி விடுவோம்னாச்சும் உனக்கு தோணிருக்குதா? வெரி பேட் ஜான்சி ராணி"

" வாட் த ஹெல்? கால் அமிக்கி விடனுமாமே! போடா! இன்னொரு தடவை என் கிட்ட இதே வார்த்தைய சொன்னனு வச்சுக்கோ, காலுக்கு பதிலா உன் கழுத்தை அமிக்கி கொன்னுடுவேன்! சரியான வளந்து கெட்டவன்" என்று கடுப்பாக உரைத்தவளின் கோபத்தை ரசித்தவன் இழுத்து அணைத்து கொண்டான்.

" உஷ்! எவ்ளோ கோவம்! ரொம்ப சூடாகாத ஜானு! " என்று கிண்டலடித்தவனின் தோளில் பட்டென்று அடித்தாள் அவந்திகா.

" அச்சோ கை வலிக்க போகுது" என்று சொல்லி அவள் கையில் முத்தமிட்டான் அவன்.

" இப்போ என்னை விட போறியா இல்லயா?"

மாட்டேன் என்று அவன் தலையாட்டவும் அவனது தலைமுடியை பிடிக்க அவள் முயலவும் அவன் எக்கி நின்றான் (நீ சாதாரணமா நின்னாலே அவளுக்கு உன் தலை எட்டாது)

அவள் சிரமப்படுவதை கண்டு தூக்கி கொண்டவன் " ஜான்சி ராணி! இப்போ என் தலையை என்ன பண்ணனுமோ பண்ணிக்கோ" என்று சொல்லவும் அவள் அவன் முடியை பிடித்து இழுத்து கலைத்து விட்-டாள்.

அவன் தலை கலைந்ததில் திருப்தியானவள் செல்லமாக அவன் தலையில் முட்ட அவன் அந்த சந்தர்ப்பத்தை நன்கு பயன்படுத்தி அவன் இதழை மூடினான்.

சிறிது நேரத்தில் விடுவித்தவன் " இனிமே என் கூட சண்டை போடுவ" என்று குறும்பாக கேட்கவும் அவந்திகா " இதுக்குல்லாம் நான் பயப்பட மாட்டேன்டா" என்று சொல்லி அவன் தலைமுடியை மீண்டும் கலைக்க அவர்களின் சிரிப்பொலி அந்த அறையை நிறைத்தது....

****

உஷாவுக்கு ஏழாவது மாதம் நடந்து கொண்டிருப்பதால் அவர்கள் முறைப்படி வளைக்காப்பு நடத்த ஏற்பாடுகள் செய்வதில் அவந்திகாவும் ரித்திமாவும் பிஸியாக இருந்தனர்.

வருணின் வீட்டிலேயே விழா நடத்துவதாக இரு குடும்பமும் சேர்ந்து முடிவெடுத்ததால் அதற்காக வீடு அலங்கரிக்க பட்டது. அது பெண்கள் மட்டுமே கலந்து கொள்ளும் விழா என்பதால் வருண், கிஷோர் , ராகவ் என்று யாருமே அதில் கலந்து கொள்ளவில்லை.

வழக்கம் போல் ரித்திமாவும் அவந்திகாவும் எல்லா வேலைகளையும் செய்ய வேண்டியிருந்ததால் விழாவுக்கு முந்தைய நாள் காலை வரையும் அவர்கள் அங்கும் இங்கும் ஓடி கொண்டிருந்ததில் விழாவுக்கு தயாரா-கவே இல்லை.

பின்னர் பிந்துவும் நேஹாவும் வந்து தாங்கள் மீதி வேலைகளை கவனித்து கொள்வதாக சொல்லவும் இருவரும் தயாராகுவதற்காக தங்-கள் அறைக்கு சென்றனர்.

ரித்திமா விருந்தினர் அறைக்கு சென்று தயாராகி வெளியே வரவும் அலுவலகம் செல்ல தயாராக கிளம்பி கொண்டிருந்த கிஷோர் எதிர்பட்-டான்.

" நாட் பேட்! மாடர்ன் டிரஸ்ல மட்டும் இல்ல டிரெடிஸ்னல் வியர்-லயும் நீ நல்லா தான் இருக்க பேபி! என்ன ஹைட் தான் கொஞ்சம் ஓவர்! பட் அது கூட நல்லது தான்! எதுனாலும் நேருக்கு நேர் பாத்து பேசிக்கலாம்" என்று அப்போதும் அவளை கலாய்த்தவனை ஏறிட்டு

பார்த்து விட்டு அவள் கையில் வளையலை திணித்து கொண்டிருந்தாள்.

" இது வேற! என்னை ரொம்ப இம்சை பண்ணுது! " என்று சொல்லி கொண்டே கிஷோரை ஒரு பார்வை பார்க்கவும் அவனுக்கு அவள் தன்னை தான் கூறுகிறாள் என்பது புரிந்து விட்டது.

இதற்கு எல்லாம் அவன் அசருபவன் இல்லையே! அவளது கையை பிடித்து வளையலை மெதுவாக மாட்டி விட்டவன் " பொண்ணுங்களுக்கு பொறுமை அவசியம்னு சொல்லி வச்சது ஏன் தெரியுமா? இந்த மாதிரி அவசரமா வளையல் மாட்டுனா ஒடைஞ்சு கைல காயம் பட்டுடும்கி-றதுக்கு தான் ! உன்னோட கைல காயம் பட்டுச்சுனா அது எனக்கு தானே வலிக்கும் " என்று ராகத்துடன் கேலி செய்தபடி அவள் கையை விட்டான்.

" யூ நோ ஒன் திங்? எனக்கு இப்போலாம் உன் மேல கோவமே வர்ரது இல்ல கிஷோர்! ஏன்னா நீ இப்பிடி நடந்துக்கிறது எல்லாமே என்னை கோவப்பட வைக்கதான்னு எனக்கு நல்லாவே தெரியும்டா! " என்று வார்த்தைகளை கடித்து துப்பினாள்.

" இப்போவும் நீ என்னை புரிஞ்சிக்கவே இல்லயே டியர்! இன்-னைக்கு உன்னோட மாம் அண்ட் டாட் வருவாங்க தானே! அப்போ நான் கண்டிப்பா அவங்க கிட்ட நம்ம மேரேஜ் பத்தி பேச போறேன்! பிகாஸ் இங்க எல்லாருமே என் பொறுமைய ரொம்பவே சோதிச்சிட்டிங்க" என்று அவன் அலட்சியமாக சொல்லவும் ரித்திமா அவன் பேச்சை கேட்டு திகைத்தாள்.

" எக்ஸ்யூஸ் மீ ! ஃபர்ஸ்ட் நானே உன்னை கல்யாணம் பண்ணிக்கி-றதுக்கு ஒத்துக்கல! இதுல அம்மா அப்பா கிட்ட பேசுனா மட்டும் என்ன ஆக போகுது? அவங்க என்ன சொன்னாலும் நான் தலையாட்டுவேனு நீ நெனச்சிருந்தா ஐயாம் ரியலி சாரி! நான் அப்பிடில்லாம் பேரன்ட்ஸ் சொன்னா கண்ண மூடிட்டு கேக்குற பொண்ணு இல்ல. சோ இந்த பேச்சை மறந்துட்டு வேற வேலைய பாரு!" என்றாள் அவள் அவசர-மாக.

அவளது பதற்றத்தை ரசித்தவன் " அட என்னம்மா நீ? சரி ! நீ சொல்லுற மாதிரியே இருக்கட்டும்! நான் கேக்குற கேள்விக்கு பதில் சொல்லு! நீ யாரையாச்சும் லவ் பண்றியா?" என்று கேட்க

" வாட்? அப்பிடிலாம் எதுவும் இல்ல" என்று தோளை குலுக்கினாள் ரித்திமா.

நிம்மதி பெருமூச்சுவிட்டவ " தென் கிரஸ் அந்த மாதிரி எதுவும்?" என்று கேட்டான் விடாப்பிடியாக.

" இல்ல" என்று அதற்கும் பொறுமையாக பதிலளித்தாள் அவள்.

" உங்க அம்மா அப்பா ஆல்ரெடி எந்த பையனையும் உனக்கு இவன் தான் புருஷன்னு டிசைட் பண்ணிட்டாங்களா?"

" நோ நோ! " என்று ரித்திமா பதற

" தென் யாருக்கும் தெரியாம எவனையாச்சும் கல்யாணம் பண்ணி-கிட்டியா நீ?" அவனது இந்த கேள்வியில் அவளின் பொறுமை தூர சென்றது.

அவனை நெருங்கி " டேய்! தேவை இல்லாம என் வாயை கௌ-றாத டா! உன்னை கல்யாணம் பண்ணிக்க எனக்கு விருப்பம் இல்லனா அதுக்கு அர்த்தம் இது எதாச்சும் ஒன்னா தான் இருக்கனுமா? இன்-னொரு தடவை இப்பிடி ஏதாச்சும் பேசுனனு வச்சுக்கோ! அப்புறம் நான் மனுசியாவே இருக்க மாட்டேன்" என்று எச்சரித்து விட்டு சென்றாள் அவள்.

அவள் சென்றதும் " இப்போ நான் என்ன கேட்டுட்டேனு இந்த பேச்சு பேசிட்டு போறா இவ? நான் சொன்ன எதுவுமே இல்லனா அப்பு-றம் என்னை கல்யாணம் பண்ணிக்கிறதுக்கு என்னாவாம்? இந்த பொண்-ணுங்களை புரிஞ்சுக்க தனியா கோர்ஸ் படிக்கனும் போல கிஷோர்!" என்று புலம்பி விட்டு கீழே சென்றான் அவன்.

அதே நேரம் அவந்திகா அவளின் அறையில் தயாராகி கொண்டி-ருந்தாள்.

அவந்திகா வேகமாக தயாரானவள் வழக்கம் போல பின்னால் கயிறை முடிச்சிட எக்கி எக்கி பார்த்தும் முடியாமல் போகவும் " சை! இனிமே எந்த டிரஸ்லயும் நாட் வச்சு ஸ்டிஷ் பண்ணவே கூடாது! எட்டி தொலைய மாட்டிக்குதே" என்று கண்ணாடி முன் நின்று திண்டாடி கொண்டிருந்தாள்.

அங்கே ராகவ் வரவும் " ஹப்பாடா! வந்துட்டான்டா! "என்று சந்-தோசத்துடன் திரும்பி " ராகவ்! கொஞ்சம் இந்த நாட்ட மட்டும் போட்டு விடு ப்ளீஸ்" என்று கேட்கவும் அவன் அருகில் வந்தான்.

" திரும்பு" என்று சொல்லி முடிச்சை போட்டு விட்டவன் " ஏன் ஜான்சி ராணி! அது தான் எட்டலையே, அப்போ எதுக்கு ஃபேஷன்கிற பேருல இத வச்சு ஸ்டிஷ் பண்ணுற? " என்று கேலியாக கேட்டு சிரித்-

தான்.

" நானா வைக்க சொன்னேன்? இது ரித்தியோட செலக்சன்! எனக்கு லெஹங்கா சூஸ் பண்ண தெரியாதுனு அவளை கூட்டிட்டு போய் வாங்குனேன்! பட் எனக்கு இது கொஞ்சம் கூட கம்ஃபர்டபிளா இல்ல ராகவ்! எனக்கு என்னோட ஜீன்ஸ், டாப், லெகின்ஸ் தான் கரெக்ட். போட்டோமோ போனோமோனு இருக்கும்! இத பாரு! இத ஒழுங்கா கட்டி முடிக்கிறதுக்குள்ள நான் கெழவி ஆயிடுவேன் போல"

" அப்போ உனக்கு டிரெடிஸ்னல் டிரஸ் பிடிக்காதா ஜான்சி ராணி?"

" பிடிக்காதுனு இல்ல. அத போட்டுட்டு என்னால மேனேஜ் பண்ன முடியாது. அவ்ளோ தான்" என்று தோளை குலுக்கியவளை பின்னிருந்து அணைத்தபடியே கண்ணாடியை காட்டினான் அவன்.

" லுக் தேர்! பாக்க அப்பிடியே அப்சரஸ் மாதிரி இருக்க! " என்று சொல்லி அவள் நெற்றியில் முத்தமிட்டான் அவன்.

" ஏய்! கண்ணு வைக்காத மார்ஸ்மாலோ! அப்புறம் என் அழகு கம்மியா ஆயிடும்"

" கண்ணு வைக்கிறதா? விட்டா நான் உன்னை கடிச்சு சாப்டிடுவேன் ஜானு! " என்று இறுக்கமாக கட்டி கொள்ள அவளோ " அய்யோ! மேன் ஈட்டரா நீ? தெரியாம கல்யாணம் பண்ணிகிட்டேனே! " என்று பொய்யாக ஆச்சரியம் காட்டி கண்ணை விரித்தாள்.

" உனக்கு ஃபங்ஷன் அட்டெண்ட் பண்ணனும்கிற ஐடியா இருக்கா?" என்று அவன் ஹஸ்கி வாய்சில் கேட்கவும் அவந்திகாவுக்கு நிஜமாகவே ஆச்சரியமாக இருந்தது.

" அப்போ இவ்வளவு நேரம் நான் பாத்து பாத்து ரெடியானது எதுக்கு சார்? கேக்குறான் பாரு கேள்வி" என்று சொல்லிக் கொண்டே அவன் காதை திருகினாள்.

" ஏய் வலிக்குதுடி! "என்று சொல்லி அவள் கையை விலக்கியவன் " நீ இப்பிடி கியூட்டா கண்ணை விரிச்சு பாத்தா எனக்கு உன்னை இந்த ரூம்ம விட்டு அனுப்புற நெனைப்பு எப்பிடி வரும்?" என்று சொல்லி அவள் தலையில் தன் நாடியை வைத்து கேட்டவனின் முகபாவத்தை கண்ணாடியில் கவனித்தவள் முகம் சிவந்தாள்.

பின்னர் திரும்பி அவனை பார்த்தவள் " இதுக்கு முன்னாடி நான் நெறைய தடவை இதே மாதிரி பண்ணிருக்கேனே ! அப்போலாம் சார்கு இப்பிடி தான் தோணுச்சா?" என்று சொல்லி கண் சிமிட்ட அவன்

அவளது தோளில் கை போட்டபடியே அந்த தருணங்களை விளக்க ஆரம்பித்தான்.

" நல்லா நியாபகம் இருக்கு. ஃபர்ஸ்ட் டைம் ஜெய்ப்பூர்ல ரோட் கிராஸ் பண்ணுறப்போ லாரி இடிக்கமா உன்னை தூக்குனப்போ நீ என்னை இப்பிடி தான் பாத்த ! அப்போவே இதே மாதிரி தான் எனக்கு தோணுச்சு! தென் வீர்ப்பூர்ல அந்த வீட்டோட பெட்ரூம்ல இதே மாதிரி இந்த கண்ணு ரெண்டையும் விரிச்சு பாத்தப்போவும் இப்பிடி தான் தோணுச்சு! என்ன பண்ணுறது? அப்போ அதல்லாம் நான் வாய் விட்டு சொல்லிருந்தா அந்த இடத்துலயே நீ என்னை காலி பண்ணிருப்ப! பட் இப்போ என்னை யாரும் எதுவும் செய்ய முடியாது! " என்றான் அவன் காலரை தூக்கிவிட்ட படி.

அவந்திகா அவன் கூறியதை ஆச்சரியத்துடன் கேட்டவள் " அஹான்! சோ அப்போவே உன்னோட மைன்ட்குள்ள இந்த மாதிரி தாட்ஸ் வச்சுட்டு தான் நீ என் கூட இருந்தியா? உன்னை போய் நான் ஜென்டில்மேன்னுலாம் நெனச்சேன் பாரு! என்னை சொல்லனும் " என்று முகம் சுருக்கி கூறினாள்.

" ஏய்! நான் ஒன்னும் முற்றும் துறந்த முனிவர் இல்ல! என் பக்கத்துலயே ஒரு அழகான பொண்ணை வச்சுகிட்டு அவளை பாக்காம இருக்கிறதுக்கு! இதுக்கே இப்பிடி சொன்னா இன்னும் நான் எவ்ளோவொ யோசிச்சேன்! " என்று ஓரக்கண்ணால் பார்த்த படி அவளை சீண்ட ஆரம்பித்தான்.

சட்டென்று திரும்பியவள் " இஸின்ட்? அவசரமே இல்ல! நீ இப்போ ரெடியாகி ஆபிஸ் போ. எனக்கும் ஃபங்சன் இருக்கு பாரு! ஈவ்னிங் சார் வீட்டுக்கு தானே வரணும்! அப்போ ஒரு லைன் விடாம என் கிட்ட சொல்லுற நீ " என்று சொல்லிவிட்டு சென்றாள்.

ராகவ் சிரித்து கொண்டே இருக்கவும் மீண்டும் உள்ளே வந்தவள் எப்போதும் போல எக்கி நின்று அவன் கன்னத்தில் முத்தமிட்டு விட்டு " இத பாத்துட்டு நான் என்னவோ சமாதானம் ஆயிட்டேனு தப்பா நெனச்சிடாதே! ஈவ்னிங் நீ சொல்லியே ஆகணும்" என்று அவனை மிரட்டி விட்டு சென்றாள்.

அவள் சென்றதும் "நீ இருக்கிற வரைக்கும் என் லைஃப்ல என்டர்டெயின்மென்ட்க்கு பஞ்சமே இருக்காது ஜானு!" என்று ரசனையுடன் கூறிவிட்டு அலுவலகம் செல்ல தயாரானான் ராகவ்.

அதே நேரம் கீழே விழா ஜகஜோதியாக ஆரம்பமானது.

அன்றைய விழாவின் கதாநாயகி சிவப்பு நிற லெஹங்காவில் ஆபரணங்கள் மின்ன அமர்த்தி வைக்க பட்டிருந்தாள். அவள் அருகில் பிந்துவும் நேஹாவும் இருந்து அவளை பார்த்துகொள்ள ரித்திமா வந்தவர்களை கவனித்து கொண்டிருந்தாள்.

அவந்திகா பூஜைக்கு தேவையானவற்றை எடுத்து வைத்து கொண்டிருந்தாள். உஷாவின் குடும்பத்தினர் வரவும் அவள் ஓடி சென்று கல்யாணி தேவியை அணைத்து கொண்டாள். அனைவரையும் உள்ளே அழைத்து வந்து அமர வைத்தவள் மைதிலியிடம் " மம்மி! எப்பிடி எங்க அரேஞ்ச்மென்ட்ஸ்? பக்காவா இருக்கா?" என்று கேட்க அவரோ " ரொம்ப அழகா இருக்கு, என் குட்டிமா மாதிரியே" என்று அவளது முகவாயை பிடித்து கொஞ்சினார்.

அதற்குள் சுமித்ரா, பிரியா, ராதிகா, வீணா என்று வீட்டு பெரியவர்கள் வரவும் அவர்கள் வழக்கமான கதைகளை பேச ஆரம்பித்தனர். ராஜ்வர்தனும் ரன்வீரும் குணால் மோகனுடன் சேர்ந்து பிஸினஸ் கதைகளை பேசி கொண்டிருந்தனர்.

ரித்திமா அவந்திகாவிடம் " ஹனிபி! வேர் இஸ் கௌசிக்கா? அவங்களும் அண்ணாவும் எப்போ வருவாங்கடி?" என்று கேட்க அவளோ " இன்னைக்கு அம்புவும் அஜ்ஜூவும் லீவுக்கு வர்ராங்கடி! சோ அவங்களையும் கூட்டிட்டு தான் வருவாங்க" என்று கூறிவிட்டு புரோகிதருக்கு இன்னும் என்ன வேண்டும் என்று கேட்க சென்றாள்.

ஒரு வழியாக அவர்களும் வந்துவிட விழா இனிதே பூஜையுடன் ஆரம்பித்தது..

13

அத்தியாயம்

பூஜை முடிந்த பிறகு அவர்களின் சம்பிரதாயப்படி உஷாவின் மடியில் தேங்காயை கொடுத்துவிட்டு பெரியவர்கள் ஆரத்தி எடுத்தனர். பின்னர் அவளுக்கு பரிசு பொருட்களை கொடுத்து ஆசிர்வதித்து விட்டு சென்றனர்.

அவர்கள் சும்மா சென்றிருந்தால் நன்றாக இருந்திருக்கும்! ஆனால் அவர்கள் அவந்திகாவிடம் வந்து " நீ எப்போ நல்ல செய்தி சொல்ல போறம்மா?" என்று கேட்டு வைக்க அவள் கடுப்பானாள்.

உஷாவின் காதில் " இவங்கல்லாம் உன்னோட வளைகாப்புக்கு தானடி வந்தாங்க! வந்தோமா வாழ்த்திட்டு போனோமானு இல்லாம என்னை ஏன்டி மாட்டி விடுறாங்க?" என்று கேட்டவளை யோசனையுடன் பார்த்தாள் உஷா.

" ஹனிபி! எனக்கு முன்னால உனக்கு மேரேஜ் ஆயிடுச்சுடி, அப்போ அவங்க கேக்க தான செய்வாங்க?"

" அடியே நீயும் அவங்கள மாதிரியே பேசாதடி! உனக்கு டூ டேய்ஸ் முன்னாடி தான் என்னோட கல்யாணம் நடந்துச்சு. பட் ஆக்சுவல் ப்ராப்ளம் என்னன்னு உனக்கு நல்லா தெரியும் தானே? நீயே இப்பிடி சொன்னா என்ன அர்த்தம்?"

" இப்போ தான் எல்லாமே நார்மல் ஆயிடுச்சே! இன்னும் எவ்ளோ நாள் லேட் பண்ணலான்னு நெனைக்கிற நீ? ஒரு நிமிசம் அங்க இருக்கிறவங்களை பாரு!" என்று சொல்லி அவர்களின் குடும்பத்தினரை நோக்கி கை காட்டினாள் உஷா.

" அங்க நிக்கிறவங்க என்னோட தாதி மட்டும் இல்ல. உன்னையும் அவங்க சொந்த பேத்தியா தான் பாக்குறாங்க! அவங்களுக்கு ஆசை இருக்காதா? கௌசிக்காவ பத்தி யோசிச்சு பாரு! உன்னோட இந்த கல்யாண வாழ்க்கை என்னாகுமோனு ஒவ்வொரு நிமிசமும் பயந்துட்டே இருந்தவங்க அவங்க! இன்னும் சொல்லிட்டே போகலாம்! பட் விஷயம் இது தான்! நாங்க எல்லாருமே உன் கிட்ட இருந்து ஒரு குட் நியூஸை எதிர்பாக்குறோம்! " என்று சொல்லி அடுத்து வந்த பெண்மணியிடம் ஆசிர்வாதம் வாங்கி கொண்டாள்.

அவர் ஏதோ சொல்ல வர அவந்திகா " உங்களுக்கு முன்னாடியே நெறையா பேரு கேட்டுட்டாங்க ஆன்ட்டி! என்னோட பதில் இது தான். கொஞ்சம் வெயிட் பன்னுங்க" என்று சிரித்தவாறே சொல்லி அவரை அனுப்பி வைத்தாள்.

இதற்கு மேல் வேலைக்கு ஆகாது என்று எண்ணியவள் ரித்திமாவை அங்கே நிற்க சொல்லிவிட்டு அவள் குடும்பத்தினருடன் சென்று அமர்ந்து கொண்டாள். அவர்களும் மாற்றி மாற்றி லெக்சர் அடித்து அவளது காதை தீய வைத்தது தான் மிச்சம்!

ஒரு வழியாக நடந்து முடிந்த அந்த விழா உஷாவின் மனதுக்கு அளவுக்கடந்த சந்தோசத்தையும் அவந்திகாவுக்கு குழப்பத்தையும் பரிசாக கொடுத்தது!

****

மாலையில் வருண் ராகவ் கிஷோர் மூவரும் வீ டு திரும்பும் போது அலங்காரங்கள் அனைத்தும் கலைக்கப்பட்டு வீடு பழைய நிலைக்கு மாறியிருந்தது.

கிஷோர் நேரே வந்தவன் ரித்திமாவின் அம்மா அப்பாவிடம் போய் ஏதோ பேச அவர்கள் அவனிடம் சிரித்தபடியே பேசியதை கண்டு ரித்திமாவுக்கு தான் மினி ஹார்ட் அட்டாக் வந்து சென்றது!

அவந்திகாவிடம் " ஹனிபி! உன்னோட பிரதர் இன் லாவ கொஞ்சம் அடக்கி வைடி! என்னை ரொம்ப இம்சை பண்ணுறான் அவன்! இப்போ அங்க போய் என்ன பத்த வைக்கிறானு தெரியலயே" என்று படபடத்தாள்.

அவந்திகாவோ " அவன் மரியாதை தெரிஞ்சவன்டி! வீட்டுக்கு வந்தவங்க கிட்ட முகம் கோணாம பேசிட்டு இருக்கான்! உனக்கு என்ன பிரச்சனை? " என்று சாதாரணமாக சொன்னவள் அம்புவிடமும் அஜ-

ஜுவிடமும் அரட்டை அடித்து கொண்டிருந்த ராகவை கண்ணாலே தங்களின் அறைக்கு வருமாறு சைகை காட்டினாள்.

அவன் அதை பார்த்தும் பார்க்காத மாதிரி அஜ்ஜுவிடமே கதை-யளந்து கொண்டிருந்தான். அவனது மனதில் " இப்போ நான் ரூம்க்கு போனா காலைல பேசுன விஷயத்தை விளக்கமா கேப்பாளே! முடிஞ்ச வரைக்கும் டிலே பண்ணு ராகவ்! டயர்ட்ல அவளே இன்னும் கொஞ்ச நேரத்துல தூங்கிடுவா! அப்றமா ரூம்க்கு போறது தான் நல்லது" என்று எண்ணி கொண்டான்.

அவந்திகாவும் அவனிடம் அந்த விஷயத்தை கேட்க எவ்வளவோ முயன்றும் அவன் பிடி கொடுக்காமல் ஒருவர் மாற்றி ஒருவரிடம் கதை-யளந்து கொண்டிருந்தான்.

மறுநாள் ஞாயிறு என்பதால் அவந்திகாவும் நாளைக்கு பார்த்து கொள்ளலாம் என்று தங்களின் அறைக்கு சென்றவள் குளித்துவிட்டு களைப்பில் உறங்கி விட்டாள்.

கௌசல்யா ரகுவுடன் அஜ்ஜு அம்புவை வழியனுப்பி விட்டு தங்க-ளின் அறைக்கு வந்தான் ராகவ். அவன் நினைத்த மாதிரியே அவந்-திகா தூங்கி கொண்டிருக்க சத்தம் எழுப்பாமல் ரெஃப்ரெஷ் ஆனவன் அமைதியாக வந்து படுத்து கொண்டான்.

அவன் அவந்திகாவின் புறம் திரும்பி அவளது முகத்திலிருந்த கூந்-தல் கற்றையை ஒதுக்கி விட அவள் விழித்துவிட்டான். கண்ணை திறந்து பார்த்தவளுக்கு இருட்டை தவிர எதுவும் தெரியாமல் போக டேபிளிலிருந்த விளக்கை போட்டாள்.

" இவ எப்பிடி முழிச்சா?" என்ற யோசனையுடன் அவளை பார்த்த-வன் "வாட் ஜான்சி ராணி? தூங்கலயா நீ?" என்று கேட்டான்.

" நீ ஃபுல் மேட்டரையும் சொல்ற வரைக்கும் எனக்கு ஒரு பொட்டு தூக்கம் கூட வராது. சொல்லுடா! இன்னும் என்னல்லாம் நெனைச்ச நீ? " என்று அவனது டிசர்ட்டை பிடித்து கேட்டாள்.

அவளது செய்கையில் வந்த சிரிப்பை அடக்கியவன் "நான் என்-னென்னமோ நெனைச்சேன்! எல்லாத்தையும் உன் கிட்ட சொல்ல முடி-யுமா? லீவ் இட் " என்று சாதரணமாக கூறிவிட்டு படுக்க முயல அவள் தூங்க விட்டால் தானே!

" அப்பிடிலாம் உன்னை விட முடியாது! இப்போவே சொல்லுற நீ" என்று அவள் மிரட்டவும் அவன் வேறு வழியின்றி சொல்ல ஆரம்பித்-

தான்.

" ஆக்சுவலி ஃபர்ஸ்ட் டைம் நீ என்னை திட்டிட்டு போனப்போ நான் நைட் ஃபுல்லா தூங்கவே இல்ல. பிகாஸ் என்னை யாருமே அப்பிடி இது வரைக்கும் திட்டினது கெடயாது. ஒரு மிடில் க்ளாஸ் பொண்ணு இப்பிடி திட்டிட்டாளேனு நான் ரொம்ப கோவமா இருந்தேன்! அதான் வேணும்னே ஃப்ளவர் அரேஞ்ச்மெண்ட்டை சேன்ஜ் பண்ண சொன்னேன்" என்று சொல்லவும் அவள் வாயை பிளந்தாள்.

மனதிற்குள்ளேயே " அடேய் ஃப்ராடு! அப்போ அவ்ளோவும் டிராமாவா?" என்று எண்ணி கொண்டவள் ஒன்றும் கூறாது அவன் பேசுவதை கேட்க ஆரம்பித்தாள்.

" அப்றமா ஃப்ளவர் வேர்ஹவுஸ் முன்னாடி நிக்குறப்போ ஒரு லாரி உன்னை இடிக்க வந்தப்போ நான் உன்னை காப்பாத்துறதுக்காக தூக்குனேன். அப்போ தான் இந்த கண்ணுல நான் ஃபர்ஸ்ட் டைமா விழுந்தேன்! என்ன கண்ணுடா! சான்சே இல்ல" என்று அன்றைய நினைவில் சிலாகித்தவன் மீண்டும் தொடர்ந்தான்.

"பட் அந்த மாதிரி ஒரு சிச்சுவேஷன்ல மாட்டிப்போனு நெனைக்கவே இல்ல! இன் ஃபேக்ட் அன்னைக்கு அந்த ரூம்ல உன்னோட முகத்தை ரொம்ப நெருக்கமா பாத்தப்போ என்னை ரொம்ப இம்ப்ரெஸ் பண்னது உன்னோட கண்ணு அப்புறமா உன்னொட இந்த குட்டி லிப்ஸ்! அப்போவே கிஸ் பண்ணலானு கிட்ட வந்தவன் திடீர்னு அறிவு வந்து என்னை கன்ட்ரோல் பண்ணிகிட்டேன்! " என்று சொல்ல அவந்திகா மனதிற்குள்ளேயே " இது எதுவும் புரியாம அவ்ளோ பச்சபிள்ளையாவா நான் இருந்திருக்கேன்" என்று அவளையே திட்டிகொண்டாள்.

" தென் அடுத்த நாள் மார்னிங் அந்த யெல்லோ லெஹங்கா, ரெட் அண்ட் வைட் பேங்கில்ஸோட நீ அந்த கார்டன்ல நடந்து வர்ரப்போ அப்பிடியே ஓடி போய் ஹக் பண்ணலாமானு தோணுச்சு! பட் சூழ்நிலை என் கைய கட்டி போட்டதால அமைதியா இருக்க வேண்டியதா போச்சு" என்று அவன் அனைத்தையும் கூறி முடித்துவிட்டு அவளை பார்த்தான்.

அவள் எதுவும் கூறாமல் தலையணையை எடுத்து அவனை அடிக்க ஆரம்பித்தாள்.

"ஏன்டா எவ்ளோ திமிரு இருந்தா நான் கஷ்டப்பட்டு பண்ண ஃப்ளவர் அரேஞ்ச்மென்டை மாத்த டிராமா பண்ணிருப்ப ? பாக்குறதுக்கு மைதாமாவு மாதிரி இருந்துட்டு மைன்ட் ஃபுல்லா டேர்ட்டி தாட்ஸ்"

என்று பலமாக அடித்தாள் அவள்.

" ஏய்! நிறுத்து! வலிக்குதுடி!" என்று அவள் கையிலிருந்த தலையணையை பிடுங்கி தூர எறிந்தான் அவன்.

" ஏன்டா! ஒரு தடவை கூடவா என்னை பாத்தா பாவமா தெரியல உனக்கு? "

" பாவமால்லாம் தெரியல! பட் என்ன இந்த பொண்ணு இவ்லோ டியூப் லைட்டா இருக்கேனு தோணும்" என்று சொல்லவும் அவன் தோளில் அடிக்க போனவளை இறுக்கி அணைத்து அடிக்க விடாமல் தடுத்தான் ராகவ்.

கோபத்தில் சிவந்திருந்த கன்னங்களில் அழுத்தமாக அவன் முத்தமிட அவள் கையால் துடைத்து கொண்டாள்.

அதை பார்த்து சிரித்தவன் " நீங்க தொடச்சிட்டிங்கன்னா நான் குடுக்க மாட்டேனா?" என்று மறுபடியும் முத்தமிட்டு அவளை வெட்கத்தில் முகம் சிவக்க வைத்தான்.

சில நிமிடம் கழித்து அவள் நிமிர்ந்து அவனை பார்க்கவும் " கோவம் போயிடுச்சா கொழந்தைக்கு?" என்று அவள் நெற்றியில் முட்ட"போயிடுச்சே!" என்று சொல்லி அவன் கன்னத்தில் முத்தமிட்டு அவனை அணைத்தபடி உறங்க தொடங்கினாள் அவந்திகா.

மறுநாள் காலையில் எழுந்தவள் வழக்கம் போல கீழே சென்று பார்க்கையில் வீட்டு பெண்கள் அனைவரும் ஹாலில் சோஃபாவில் அமர்ந்திருக்க அவந்திகா அவர்களை கேள்வியாக பார்த்துவிட்டு " எனக்கு காபி குடிக்கனும் போல இருக்கு ராதிம்மா! ப்ளீஸ் போட்டு தர்றிங்களா?" என்று கேட்டு அவர் அருகில் அமர்ந்தாள்.

" அவந்திகா அது வந்து ..."என்று பேச வந்தவரை " மூச்! இப்போ என் கூட கிச்சனுக்கு வர்ரிங்க! காபி போட்டு தர்ரிங்க! தட்ஸ் ஆல்! " என்று கூறி விட்டு அவரை கையோடு அழைத்து கொண்டு கிச்சனுக்குள் சென்றவள் கிச்சனில் நடந்து கொண்டிருந்த கலவரத்தை கண்டு அதிர்ந்துவிட்டாள்.

ஒரு புறம் கோதுமை மாவு சிந்தி கிடக்க , ஸ்டவ்வில் பால் கொதித்து பொங்கி வழிந்து கொண்டிருந்தது. இன்னொரு புறம் காய்கறி தோல் குப்பை போல் கிடக்க அதில் கால் வைத்து வழுக்கி விழ போனவளை ராதிகா தான் பிடித்து நிறுத்தினார்.

அங்கே குணால், மோகன் , வருண், ராகவ், கிஷோர் , அமர் ஐவரும் ஏப்ரனுடன் எதையோ தீவிரமாக டிஸ்கஸ் செய்து கொண்டு இருக்க பாலாவும் செஃபும் ஒரு ஓரமாக நின்று அவர்களை கையை பிசைந்தபடி பார்த்து கொண்டிருந்தனர்.

" வாட் த ஹெல் இஸ் கோயிங் ஆன் ஹியர்? உங்களை எல்லாம் யாரு கிச்சனுக்குள்ள அலோ பண்ணது?" என்று கடுப்புடன் கேட்டவளை பார்த்ததும் குஷியானார் குணால்.

" அட சின்ன மருமகளே! வெல்கம் டு கிச்சன்! " என்றவரை வித்தியாசமாக பார்த்தவள் " என்னை கிச்சனுக்கு வரவேற்கிறது இருக்கட்டும்! நீங்க இங்க என்ன பண்ணிட்டு இருக்கிங்க?" என்று கேட்டாள்.

அதை கேட்டதும் ராகவ் " நீ சொன்ன வார்த்தைய நாங்க ஃபாலோ பண்ணிட்டு இருக்கோம்! புரியலயா? நீ தானே சொன்ன, ஆம்பிள்ளைங்க கரண்டி பிடிச்சா ஒன்னும் தப்பில்லனு! எத்தனை நாள் தான் இவங்களே கஷ்டப்பட்டு நமக்கு சமைச்சு போடுவாங்க! அதான் ஒரு சேன்ஜுக்கு இனி வீக்கென்ட் நாங்க சமைக்கலாம்னு இருக்கோம் " என்று பெருமையாக சொல்லி முடித்தான்.

" என்னது?அப்போ எவ்ரி வீக்கென்ட் கிச்சன்ல இப்பிடி தான் கலவரம் நடக்குமா?" என்று விழிவிரித்து அவந்திகா கேட்க

" டெஃபனைட்லி பாபி!" என்று சொல்லி தோளை குலுக்கினான் கிஷோர்.

" ஹனிபி! உனக்கு காபி வேண்டாமா?" என்று கேட்டு ஒரு கப்பை நீட்டிய வருணை விட்டு சிறிது தூரம் நகர்ந்தாள் அவந்திகா.

" நான் காபி குடிக்கிற பழக்கத்தையே விட்டுட்டேன்டா ! என்னை விட்டுடு தெய்வமே!"

" அச்சோ! ஃபர்ஸ்ட் டைம் உனக்காக காபி போட்டேனே! நீ டேஸ்ட் பண்ணி சொல்லுவனு எவ்ளோ ஆர்வமா இருந்தேன் தெரியுமா?"

" பாய்சன் குடிச்சும் உயிர் பொழைக்கிற அளவுக்கு எனக்கு இம்யூனிட்டி பவர் இல்ல வருண்! ஐயாம் சாரி"

" வாட்? நான் போட்ட காபிய பாத்தா நீ பாய்சன்னு சொன்ன?"

" சே சே! இல்ல மிஸ்டர் நெட்டை கொக்கு! ஈவன் பாய்சன் ஹேஸ் சம் ஆன்டிடோட்! பட் உன்னோட காபிக்கு அப்பிடி எதுவும் இல்லயே! ஃபர்ஸ்ட் அத கண்டுபிடிச்சுட்டுல்ல நீ காபி போட போயிருக்கனும்"

" ஆக்சுவலி மருமகளுக்கு நம்ம குக்கிங் ஸ்டைல பாத்து இன்-செக்யூரிட்டி வருதுனு நெனைக்கிறேன்" என்று சொன்ன மோகனை ஒரு பார்வையால் அடக்கிய ராதிகா " நான் கண் மூடி திறக்கிறதுக்கு முன்-னாடி நீங்க அஞ்சு பேரும் வெளியே போயிடுங்க! அது தான் உங்க-ளுக்கு நல்லது" என்று பொறுமையை இழுத்து பிடித்து கூறினார்.

"மாம்! இந்த ஜான்சி ராணி தான சொன்னா..." என்று பேச வந்த ராகவை முறைத்தவர் " அவ உங்களை எங்களுக்கு ஹெல்ப் பண்ண தான் சொன்னா! இப்பிடி உபத்திரவ படுத்த சொல்லல! நீ தான் இவங்-களுக்கு ஹெட்னு எனக்கு நல்லாவே தெரியும்! சீக்கிரமா இங்க இருந்து கெளம்புங்க!" என்று சொல்ல அனைவரும் வெளியே செல்ல ஆரம்பித்-தனர்.

" அந்த ஏப்ரனை கழட்டி வச்சிட்டு போங்க! அத மாட்டுனா நீங்கல்-லாம் குக் ஆயிடுவிங்கலா?" என்ற ராதிகாவின் அதட்டலில் அதையும் கழட்டிவைத்து விட்டு சென்றனர்.

" ஐயோ! சாஸூம்மா! இத கிளீன் பண்ணுறதுக்கு மட்டும் ஒன் டே ஆகும் போல" என்று புலம்பியபடியே அவந்திகாவும் ராதிகாவும் கிச்-சனை சுத்தம் செய்து முடித்தனர்.

வெளியே வரும் போது ராகவ் பேசி கொண்டிருந்தது அவர்களின் காதில் தெளிவாக விழுந்தது.

" நல்லதுக்கே காலம் கெடயாது பாபி! நாங்க எவ்ளோ எஃபோர்ட்ஸ் போட்டு குக் பண்ன ஆரம்பிச்சோம்! டாட் இஸ் ரைட்! அவங்க ரெண்டு பேருக்கும் நம்ம குக்கிங் ஸ்டைல் பாத்து இன்செக்யூரிட்டி தான்!"என்று சொல்லி கொண்டு திரும்பியவன் அங்கே இருந்த ராதிகாவையும் அவந்-திகாவையும் பார்த்ததும் புன்னகைத்தான்.

" அட சீ சிரிக்காத! கிச்சனை நாசம் பண்ணிட்டு உனக்கு சிரிப்பு ஒன்னு தான் கேடு! உங்களை எங்களுக்கு ஹெல்ப் பண்ன சொன்னா கிச்சனை கதம் பண்ணி வச்சிருக்கிங்க! " என்று அவர்களை காய்ச்சி எடுத்தவள் "இதுக்கு அந்த பருத்தி மூட்டை கொடவுன்லயே இருந்தி-ருக்கலாம்" என்று தமிழில் முணுமுணுத்தாள்.

" ஜான்சி ராணி நீ தமிழ் பேசுனியா என்ன?""

" இல்ல ஹப்பி! நான் மேண்டரின்ல பேசுறேன்! "

" இப்போ ரெண்டு பேரும் கொஞ்சம் நிறுத்திறிங்களா? " என்ற ராதிகாவின் குரலில் அமைதியானார்கள் இருவரும்.

" இன்னைக்கு செஃப்க்கு லீவ் குடுத்தாச்சு! சோ இன்னைக்கு நம்ம மருமக தான் சமைக்க போறா! ராகவ் நீ அவளுக்கு ஹெல்ப் பண்ண போற! அண்ட் அவ என்ன சொல்லுறாளோ அத மட்டும் நீ பண்ணா போதும்! முக்கியமா அவளை தொந்தரவு பண்ணாம இருந்தா போதும்" என்று கட்டளையிட்டு சமையலறைக்கு இருவரையும் அனுப்பிவைத்தார்.

அவர்களுக்காக இல்லையில்லை அவர்கள் சமைக்க போகும் உணவுக்காக குடும்பத்தினர் ஆவலுடன் காத்திருக்க தொடங்கினர்.

கிச்சனுக்குள் நுழைந்ததும் அவந்திகா ராகவிடம் " நான் தாலும், நாணும் ரெடி பண்றேன் ராகவ்! எனக்கு காபி குடிக்காம கொஞ்சம் தலை வலிக்குது! நீ காபி போடு ! ஓகே" என்று கேட்டதும் பலமாக தலையாட்டிவிட்டு கிளாஸ் டாப்பின் ஒரு பர்னரில் பாலை சுட வைத்-தான்.

அவந்திகா அவன் காபி போடட்டும் என்று அவனை விட்டுவிட்டு நாணுக்கு மாவு மட்டும் தயார் செய்து வைத்துவிட்டு அவன் கொடுத்த காபியை குடித்தாள்.

" எப்படியிருக்கு ?" என்று ஆவலுடன் கேட்டவனிடன் மூன்று விரல்களை மட்டும் பதிலாக காட்டி விட்டு வெளியே உள்ளவர்களுக்கும் காபி போடுமாறு கூறியவள் தாலுக்கு பருப்பை வேக வைத்துவிட்டு நாணுக்கு மாவை எடுத்து உருட்ட ஆரம்பித்தாள்.

ராகவும் நல்ல பிள்ளையாக கையில் டிரேயை எடுத்து கொண்டவன் அனைவருக்கும் காபியை சென்று கொடுக்க ராதிகா " இந்த ஏப்ரனை மறுபடியும் மாட்டிகிட்டியா?" என்று முறைப்புடன் காபியை வாங்கி கொண்டார்.

ராகவ் கிச்சனில் நுழைந்தவனிடம் " இந்த தால் வேகுதானு மட்டும் பாத்தா போதும்! நான் இத சுட்டு எடுக்கிறேன்" என்று நீள்வட்ட வடி-வில் இருந்த மாவை காட்டவும் ராகவ் சிரித்தான்.

" இப்போ எதுக்கு சிரிக்கிற?"

" நத்திங்! உன் நாணோட சேப்பை நெனைச்சா சிரிப்பு தானா வருது ஜானு" என்று கன்னத்தை கிள்ளி விட்டு பருப்பை கவனிக்க ஆரம்பித்-தான்.

" உன்னோட குக்கிங் நாலேட்ஜ் ஜீரோனு இதுல இருந்தே தெரியுது. இது சப்பாத்தி இல்லடா, ரவுண்டா தேய்க்கிறதுக்கு" என்று சொல்லி-விட்டு ஒரு பகுதியில் தண்ணீர் தடவி தவாவில் மாவை ஒட்டியவள்

அரை வேக்காடு வெந்ததும் தவாவை எரிகின்ற தீயில் திருப்பி பிடித்து வாட்டினாள்.

அவள் செய்த லாவகத்தை பார்த்ததும் ராகவ் " ஜான்சி ராணி நீ நல்லா சமைப்ப போல இருக்கு?" என்று கேட்டு கொண்டே பருப்பை அடுப்பில் இருந்து இறக்கி வைத்தான்.

" ஓரளவுக்கு வரும்! எக்ஸ்பர்ட் இல்ல! " என்று சொல்லி நெய்யில் பூண்டையும் கொத்துமல்லி தழைகளையும் அரிந்து போட்டு அந்த கலவையை ஒரு பிரஸ் கொண்டு நாணின் மீது தடவினாள்.

" கார்லிக் நாண் ரெடி!" என்று புன்னகையுடன் கூறி அவற்றை ஹாட்பாக்ஸின் அடுக்கி வைத்தாள்.

பின்னர் ராகவுக்கு வாணலியில் போட வேண்டிய மசாலாக்களை சொல்லிவிட்டு பருப்பை அதை ஊற்றி தாலை இறக்கினாள். நெய்யில் சீரகத்தை தாளித்து கொட்டி அதையும் ஒரு பாத்திரத்தில் எடுத்து வைத்துவிட்டு கிஷோரையும் அமரையும் அழைத்து ராகவுடன் சேர்த்து அனைவருக்கும் பரிமாறுமாறு கூறிவிட்டு தங்களின் அறைக்கு சென்று விட்டாள்.

அவள் குளித்து முடித்து கீழே வரவும் குடும்பம் முழுவதும் அமர்ந்து சாப்பிட்டு கொண்டிருக்க அவளும் ராகவ் அருகில் அமர்ந்து நாணை எடுக்க போனாள்.

அவனோ அவள் அருகில் இன்னொரு பாத்திரத்தை வைக்க " என்ன இது?" என்று பார்வையினால் வினவியவளை திறந்து பார்க்கு-மாறு கண் காட்டினான் அவன்.

உள்ளே நூடுல்ஸ் அவளை பார்த்து புன்னகைத்தது. மணமும் நன்-றாகவே இருந்தது.

" நானே உனக்காக கஷ்டப்பட்டு இதை பண்ணுனேன் தெரியுமா?" என்று சொல்லவும் அனைவரும் அதை கேட்டு சிரித்தனர்.

சுமித்ராவோ " இந்த நூடுல்ஸை கஷ்டப்பட்டு சமைக்க என்னடா இருக்கு?" என்று கேலி செய்ய ராகவ் " வெரி ஃபன்னி தாதி" என்று சொல்லி தோளை குலுக்கினான்.

" என் ஹப்பி கஷ்டப்பட்டு செஞ்சத சாப்டாம இருக்க முடியுமா? நான் கண்டிப்பா சாப்டுவேன் " என்று சொல்லி அதனை தட்டில் வைத்து ஃபோர்க்கால் சுற்றி எடுத்து வாயில் வைத்தவளுக்கு காரத்தில் புரை ஏறியது.

தண்ணீரை குடித்தவளை ராகவ் கவலையான முகத்துடன் பார்த்து " நல்லா இல்லையா ஜானு?" என்று கேட்க அவந்திகா சிரித்து கொண்டே அவன் தாடையை பிடித்து கொஞ்சியவள் " நீ பண்ணுனா அது எப்பிடி நல்லா இல்லாம இருக்கும்? இட்ஸ் பெர்ஃபெக்ட்! ஏ ஒன்" என்று சொல்லி காலி செய்தாள்.

அனைவரும் சாப்பிட்டு முடித்ததும் ராதிகா "அவந்திகா லஞ்சுக்கு ஹோட்டல்ல ஆர்டர் பண்ணிடுடா! ப்ரேக் ஃபாஸ்ட் செஞ்சு நீ டயர்ட் ஆயிருப்ப" என்று சொல்லிவிட அவள் ஆப்பில் ஆர்டர் செய்தவள் காரம் இன்னும் நாக்கிலேயே இருக்க தண்ணீரை குடித்தாள்.

கார்டனை பார்த்து இருந்த சோஃபாவில் அமர்ந்திருந்தவளின் அருகில் உட்கார்ந்தான் ராகவ். அவள் பக்கத்தில் ஜக்கை வைத்து கொண்டு தண்ணீரை காலி செய்வதை பார்த்ததும் " என்னாச்சு அவந்திகா? ஏன் இவ்ளோ வாட்டர் குடிக்கிற நீ" என்று சற்று பதற்றத்துடன் கேட்டான்.

அவள் அவசரத்தில் " காரம் ஓவர்! அதான் " என்று தண்ணீரை வாயருகில் கொண்டு சென்றவள் தன் தலையில் குட்டி கொண்டாள். பின்னர் அவனை பார்த்து "காரம் தான் ஓவர்! பட் உன்னொட நூடுல்ஸ் செம " என்று விரல்களில் அபிநயம் பிடித்தவளை தோளோடு அணைத்து கொண்டான் ராகவ்.

" அவ்ளோ காரம் இருந்தா ஏன் சாப்டுற ஜான்சிராணி?"

" ஒருந்தவங்க பாசமா நமக்காக எது குடுத்தாலும் அதை குறை சொல்லாம சாப்டனும் ராகவ்"

" அப்போ வருண் பய்யா குடுத்த காபியை ஏன் குடிக்கல?"

" என்னது? பாசமா சாப்பாடை குடுத்தா அது டேஸ்ட் முன்ன பின்ன இருந்தாலும் அட்ஜெஸ்ட் பண்ணிக்கலாம்! பட் பாய்சனை குடுத்தா யாராச்சும் சாப்டுவாங்களா?" என்று சொன்னவளை பார்த்து சிரித்துவைத்தான் ராகவ்.

அதன் பின் வார விடுமுறையன்று இதுவே அந்த வீட்டில் வழக்கமானது. இதனால் அவந்திகாவும் சமையல் கலையில் ஏதோ தேறினாள். மற்ற படி அலுவலகம் செல்வது, ராகவுடன் சண்டை போடுவது எல்லாம் அது பாட்டுக்கு ஒரு புறம் நடந்து கொண்டே இருந்தது.

விடுமுறைக்கு வந்த அஜ்ஜூவும் அம்புவும் கௌசல்யாவுடன் சேர்ந்து ராகவின் வீட்டுக்கு வந்தவர்கள் அந்த குடும்பத்தினரின் நல்ல குணத்தை அனுபவத்தில் உணர்ந்தனர். சுமித்ராவும் அம்புவை போலவே அவந்தி-

காவை வாயாடி என்றே அழைக்க ஆரம்பித்து விட்டார்.

" சென்னைல இருந்து இந்த வார்த்தைய கத்து குடுக்க தான் பெங்களூர் வரைக்கும் வந்தியா அம்பு" என்று அவள் கேட்டதுக்கும் அசரவில்லை அவர்.

இதற்கிடையில் உஷாவுக்கு டெலிவரி டேட் அருகில் வரும் நேரம் அது. அந்த சமயத்தில் வருணும், ராகவும் லண்டன் செல்லும் சூழ்நிலை. ராகவ் வேண்டாமென்று சொல்லியும் உஷா வருணை சென்று வருமாறு அனுப்பி வைத்தாள்.

அவர்களும் லண்டன் சென்று ஒரு வாரம் ஆகிவிட்ட நிலையில் தினமும் ஸ்கைப்பில் பேசிய வருண் உஷாவுடன் இருக்கும் நேரத்தை மிஸ் பண்ணுவதாக புலம்பினான்.

பேசி கொண்டிருந்தவளுக்கு திடீரென்று ஒரு வலி தாக்க அவள் முகம் மாற ஆரம்பித்தது. வருண் பதற்றத்துடன் " உஷா ஆர் யூ ஒகே?" என்று வினவ அவள் முகம் சுழித்து வலியை வெளிப்படுத்தினாள்.

அவந்திகா உஷாவுக்கு தண்ணீர் கொடுக்க வந்தவள் அவளுக்கு லேபர் பெயின் ஆரம்பித்து விட்டதை கண்டவள் கிஷோரையும் அமரையும் அழைத்து அவளை காரில் வைக்குமாறு கூறிவிட்டு வருணை டென்சனாக வேண்டாம் என்று திடப்படுத்தி லேப்டாப்பை அணைத்தவள் காரில் சென்று உஷா அருகில் அமர்ந்து கொண்டாள்.

ஹாஸ்பிட்டலை அடைந்ததும் அவளுடைய அணிகலன்களை கழற்றி அவந்திகாவின் கையில் கொடுத்து விட்டு சென்றார் நர்ஸ் ஒருவர்.

மருத்துவர் லேபர் வார்டுக்குள் நுழைந்ததும் அவந்திகா " பெருமாளே! எந்த பிரச்சனையும் இல்லாம நார்மல் டெலிவரியா இருக்கனும்! என் உஷாக்கு ரொம்ப கஷ்டம் குடுக்காத ப்ளீஸ்" என்று வேண்டி கொண்டே கதவு திறக்கும் நேரத்துக்காக காத்திருக்க ஆரம்பித்தாள்.

கிஷோரும், அமரும் பதற்றம் நிறைந்த முகத்துடன் இருக்க , வீட்டினர் அனைவரும் சாய்பாபா கோயிலுக்கு சென்று திரும்பியவர்கள் பாலா கூறிய விவரத்தை கேட்டதும் சிட்டி ஹாஸ்பிடலுக்கு விரைந்தனர்.

ஆனால் அதற்குள் வருண் உஷாவின் சீமந்த புத்திரி இந்த உலகில் அவதரித்து விட்டாள். நர்ஸ் வந்து பெண்குழந்தை என்று கூறி அவளை முதலில் அவந்திகாவின் கையில் கொடுத்ததும் குழந்தையை தாங்கிய

அந்நொடி அவளை அறியாமல் ஆனந்த கண்ணீர் எட்டி பார்க்க " என் செல்லக்குட்டி! சித்திடா நான் " என்று குழந்தையை பார்த்து சொன்னவள் கிஷோர் அமரின் கையில் கொடுத்தாள்.

" ரோஸ் பட் மாதிரி இருக்கா என் ராஜகுமாரி! " என்று சொல்லியபடியே அமர் குழந்தையை நர்ஸிடம் கொடுத்து அனுப்பி விட்டான்.

எல்லாம் நடந்து சில கணங்களில் குடும்பத்தினர் அனைவரும் வந்து விட அவந்திகா அவர்களிடம் விவரத்தை கூறினாள்.

" கொழந்தை எவ்ளோ அழகு தெரியுமா சித்தி?" என்று அங்கு அவர்களுடன் நின்று கொண்டிருந்த கௌசல்யாவிடம் விளக்கி கொண்டிருந்தாள் அவள்.

உஷாவும் சிறிது நேரத்தில் கண்விழித்தவள் தன் அருகில் கொள்ளை அழகுடன் உறங்கி கொண்டிருக்கும் தன் மகளை பெருமையுடன் பார்த்தவள் அவளை கையில் அள்ளி எடுத்து கொண்டாள். கண்களை மூடியபடி மெதுவாக கையை அசைக்கும் அந்த சிறிய ரோஜாமொட்டை கண் கொட்டாமல் பார்த்தவள் உள்ளே வந்த அவந்திகாவிடம் " ஹனிபி! இவளுக்கு ஒரு நல்ல பேர் சொல்லுடி!" என்று ஆவலுடன் கேட்டாள்.

" ஏய் அதுக்கு என்னடி அவசரம்?"

" பர்த் சர்டிபிகேட்டுக்காக கேப்பாங்கடி! நீ தான் பேர் வைக்கிறதுல கில்லாடி! என் பொண்ணுக்கு அழகான ஒரு பேர வை பாப்போம்!"

சிறிது நேரம் கூகுளில் தேடியவள் " இன்னைக்கு இவ பொறந்த நேரத்துல பிறக்குற கொழந்தைங்களுக்கு 'ஆ" ல ஸ்டார்ட் ஆகுற நேம் வைக்கலானு இதுல போட்டுருக்கு. இப்போ என்ன பேரு வைக்கலாம்?" என்று சில நிமிடம் யோசித்தவளுக்கு ஒரு அழகிய பெயர் மூளையில் உதயமாகிவிட்டது.

புன்னகையுடன் உஷாவை பார்த்தவள் " என் செல்லக்குட்டிக்கு அழகான ஒரு பேரை சித்தி கண்டுபிடிச்சிட்டேன்" என்று சொல்லி அவள் அருகில் குனிந்தாள்.

அவள் தலையை வருடியபடி " ஆராதனா" என்றூ சொல்லி குழந்தையின் நெற்றியில் முத்தமிட்டாள்.

உஷாவுக்கும் அந்த பெயர் பொருத்தமாக தோண, அவள் பிறப்பு சான்றிதழுக்கு ஆராதனா என்ற பெயரை தன் குழந்தையின் பெயராக கொடுத்துவிட்டாள்.

பின்னர் குடும்பத்தினர் வந்து குழந்தையை மகிழ்ச்சியுடன் பார்த்து ஆசிர்வதித்தனர். சுமித்ராவுக்கு தான் இன்னொரு தலைமுறையையும் பார்த்த ஆனந்தம்!

அதே நேரம் மகளையும் மனைவியையும் ஸ்கைப்பில் பார்த்த வருணுக்கு சந்தோசத்தில் தலை கால் புரியவில்லை. ராகவ் அவனது நிலையை கவனித்தவன் அவனை அடுத்த ஃப்ளைட்டில் இந்தியா செல்லுமாறும் தான் இங்கே சமாளித்து கொள்வதாகவும் கூறிவிட்டான்.

வருணும் தன் மகளை பார்க்க சிட்டாக பறந்து வந்தான் விமானத்தில். ஏர்ப்போர்ட்டில் இறங்கியவன் நேரே மருத்துவமனைக்கு சென்று ரிசப்சனில் அவளது பெயரை சொல்லி வார்டை கேட்டு கொண்டிருக்கும் போது வந்த அவந்திகா அவனை கையோடு உஷா இருந்த வார்டுக்கு அழைத்து சென்றாள்.

அவனை உள்ளே அனுப்பி விட்டு ராகவுக்கு கால் செய்தாள்.

" ஏய்! இந்த நேரத்துல என்ன தூக்கம் உனக்கு? எத்தனை தடவை கால் பண்ணேன் தெரியுமா?"

" ஜான்சி ராணி! கூகுள்ல லண்டன் டைம் செக் பண்ணு ஃபர்ஸ்ட். தூங்கிற நேரத்துல கால் பண்ணிட்டு என்ன தூக்கம்னு வேற கேக்கிற நீ?"

" அய்யோ சாரிப்பா! நான் இந்தியன் டைம் நினைவுலயே பேசுட்டிருக்கேன்.சரி பரவால்ல! அதான் இப்போ முழிச்சிட்டல்ல! எப்போ இந்தியா திரும்புறதா ஐடியா?"

" எப்பிடியும் இன்னும் ஒன் மன்த் ஆகும்னு நெனைக்கிறேன்"

" வாட்? என்னை கல்யாணம் பண்ணதில இருந்து முக்கால்வாசி நாள் நீ லண்டன்ல தான்டா குப்பை கொட்டுற! யூ ஆர் சோ மீன் ராகவ்" என்ற அவளின் குற்றசாட்டு அவனுக்கும் புரிந்தாலும் நிலைமை அப்படி!

முடிந்தளவு சீக்கிரம் வர முயற்சிப்பதாக அவன் கூறவும் தான் அவள் குரலில் ஒரு உற்சாகமே வந்தது. அதன் பின் குழந்தையை பற்றி கூற ஆரம்பித்தாள்.

" என்ன அழகு தெரியுமா ராகவ்? ரோஸ் பெட்டல்ஸ் கலர்ல அப்பிடியே என்னோட உஷாவை உரிச்சு வச்சு பொறந்திருக்கா அவ! தூக்குறப்போ பஞ்சு பொதி மாதிரி அது ஒரு தனி ஃபீல்" என்று சிலாகித்தாள் அவள்.

" பட் எனக்கு தெரியாது அந்த ஃபீல்லாம்"

" ஏன் தெரியாது? "

" பிகாஸ் நான் இது வரைக்கும் என் கையால எந்த கொழந்தையும் ஏந்துனது இல்ல"

" ஓ! அதான் ப்ராப்ளமா? நீ சீக்கிரமா இந்தியாவுக்கு வா! ஏற்பாடு பண்ணிடலாம்" என்ற அவளின் வார்த்தையில் அவனுக்கு தூக்கம் பறந்தது.

முகமெல்லாம் பிரகாசிக்க " ரியலி?" என்று சந்தேகமாக கேட்டவனை முறைத்தவள் திரையை பார்த்தபடி " ஆமாடா! நீ வந்ததும் முதல் வேலையா ஆரா குட்டியை உன் கைல குடுக்கிறேன்! அப்போ உனக்கு புரியும் அந்த ஃபீல்" என்று சொன்னதும் அவன் முகம் பிரகாசத்தை இழந்தது.

" அப்போ நீ சொன்ன ஏற்பாடு இது தானா?" என்று புருவத்தை உயர்த்தி கேட்டவனுக்கு தன் தலையசைப்பை பதிலாக அளித்தாள் அவந்திகா.

கூடவே " நீ என்ன நெனச்சே மார்ஸ்மாலோ?" என்று கேள்வியாக நோக்கியவளை " நான் என்னென்னவோ நெனைச்சேன்! அதலாம் சொன்னா மட்டும் நீ அப்பிடியே புரிஞ்சிகிட்டு தான் மறுவேலை பாப்ப ! அட போம்மா!" என்று சலிப்புடன் கூறினான் அவன்.

" சரி ரொம்ப சலிச்சிக்காத ராகவ்! யூ ஹேவ் டு ரிட்டர்ன் டு இந்தியா அஸ் சூன் அஸ் பாசிபிள்" என்று அவள் கட்டளையிடவும் புன்னகையுடன் தலையசைத்தான் அவன்.

அவனுக்கு குட் நைட் சொல்லிவிட்டு அவளும் வருண் உஷாவுடன் சேர்ந்து குழந்தையை கொஞ்சுவதற்கு வார்டுக்குள் சென்றாள்.

14

அத்தியாயம் 1

மொத்த குடும்பமும் சேர்ந்து ஆராதனாவை கொண்டாடினார்கள். அவர்களை பொறுத்தவரை பெண்குழந்தை என்பது மகாலெட்சுமியின் அம்சம். வீட்டின் மூத்த வாரிசாக பெண் குழந்தை பிறப்பதை அதிர்ஸ்டமாக கருதுபவர்கள் அவர்கள்!

குழந்தை எப்போதும் உஷாவிடமோ அல்லது பிரியாவிடமோ பெரும்பாலான நேரம் இருந்தாலும் அவந்திகாவுக்கு அவள் என்றால் கொள்ளை பிரியம். மாலையில் அலுவலகத்திலிருந்து திரும்புபவள் வீட்டுக்கு வந்ததும் அவளை தூக்கி கொண்டே சுற்றுவதால் அவளும் அவந்திகாவை நன்கு அடையாளம் கண்டு கொண்டாள்.

உஷாவும் அவளும் எப்போதும் அமர்ந்து பேசும் இடத்தில் ஒரு சின்ன மாற்றமாக இப்போது ரித்திமாவும் குழந்தையும் அவர்களுடன் சேர்ந்து கொண்டனர். ரித்திமாவின் அம்மாவுக்கு மீண்டும் பணியிடமாற்றம் வந்ததால் அவர் பூனாவுக்கு சென்றுவிட்டார் (அரசு பணி வங்கி பணியில் இருப்பவர்களின் வாழ்க்கையில் இந்த டிரான்ஸ்ஃபர் தவிர்க்க முடியாத ஒன்று)

தனியாக இருப்பவளை சுமித்ரா தங்களுடனே தங்குமாறு கூறியதும் ரித்திமா இரண்டு காரணங்களுக்காக தயங்கினாள். முதல் காரணம் கிஷோர். சும்மாவே பின்னால் சுற்றுபவன் அவன் வீட்டிலேயே இருந்தால் இருபத்துநான்கு மணிநேரமும் அவனை அவளால் தவிர்க்க முடியாது. அடுத்த காரணம் அவனது அம்மா வீணா. அவருக்கு ஏனோ தன்னை பிடிக்கவில்லை என்று எப்போதோ தெரிந்து கொண்ட ரித்திமா

அவரை மனதில் வைத்தே கிஷோரை தவிர்த்தாள். இப்போது வீட்டுக்கு வரவும் மறுப்பு தெரிவித்தாள்.

ஆனால் வீணாவே அவளை அங்கு தங்குமாறு கூறியது அவளுக்கு ஆச்சரியம். அதனால் பிடிவாதம் பிடிக்காமல் அவர்களுடனே அங்கே வசிக்க தொடங்கினாள் அவள். வீணாவுக்கு அவளை அங்கே தங்க வைக்க ஒன்றும் பெரிய விருப்பம் இல்லை. ஆனால் என்ன செய்ய, கிஷோர் தன்னை கொஞ்சமாவது மதிக்க வேண்டுமென்றால் இதை-யெல்லாம் பொறுத்து தான் ஆக வேண்டும் என்று மனதை சமாதானம் செய்து கொண்டார்.

பிந்துவும் நேஹாவும் கூட இப்போது அவந்திகாவின் அலுவல-கத்துக்கு வர தொடங்கினர். அவர்களின் கல்லூரி புராஜெக்ட்டுக்காக அவர்கள் அங்கே அவர்களுடன் பணியாற்றி அவர்களின் அன்றாட பணிகளையும் அவர்களின் கணக்கு வழக்கு , வரிவிதிப்பு முறைகளை-யும் பற்றி அறிந்து கொண்டு அதை ரிப்போர்ட்டாக தங்களின் கைடுக்கு சப்மிட் செய்ய வேண்டும். ஆறுமாதகால அவகாசம் கொண்ட அந்த புராஜெக்ட்டில் நாற்பது சதவீதம் அவர்கள் முடித்திருந்தனர்.

இவ்வாறு எல்லாரும் ஒரு திசையில் ஓடி கொண்டிருக்க ராகவ் என்ற ஒருவன் மட்டும் இந்தியா திரும்புவேனா என்று சாதித்து கொண்-டிருந்தான். ஆராதனாவை கூட அவன் ஸ்கைப்பில் மட்டும் அவந்-திகாவுடன் பார்த்திருக்கிறான்! அவ்வளவு தான்! வருணும் குழந்தை பிறந்ததுக்கு இந்தியா வந்தவன் அவளுக்கு பெயர்சூட்டுவிழா முடிந்ததும் மீண்டும் லண்டன் சென்றான்.

இதில் பாவப்பட்ட ஜீவன் அவந்திகா மட்டும் தான்! அவன் குழந்தை பிறந்து ஒரு வாரத்தில் வருவான், பெயர்சூட்டு விழாவுக்கு வருவான் என்று எதிர்பார்த்து எதிர்பார்த்து ஏமாற்றம் மட்டுமே அடைந்தாள்.

அவளிடம் கூறிய படி இரண்டு மாதங்களை கடந்தும் அவன் சென்ற வேலை முடியாததே காரணம்! அதுவும் கடந்த சில வாரங்களில் அவனை ஸ்கைப்பில் கூட பிடிக்க முடியாத அளவுக்கு அவன் பிஸி என்று வருண் சொல்லி தான் அவளுக்கே தெரிய வர அவந்திகா நொந்து விட்டாள்.

" இவனை கல்யாணம் பண்ணதுக்கு எனக்கு இதுவும் வேணும் இன்-னமும் வேணும்! எப்பிடியும் இந்தியா வந்து தானே ஆகனும்! அன்-னைக்கு இருக்கு உனக்கு மைதாமாவு! " என்று மனதிலேயே பொருமி

கொள்வாள் அவள்.

மனம் பொறுக்காமல் சில நேரம் ராதிகாவிடம் புலம்புவாள் அவந்திகா. " போனா போன இடம் , வந்தா வந்த இடம்னு இருக்கனும்னா உங்க பையன் கல்யாணம் பண்ணாம சாமியாரா போயிருக்கனும் சாஸுமா! அத விட்டுட்டு கொஞ்சம் கூட வீட்டு யோசனை இல்லாம இருந்தா என்ன அர்த்தம் ? என் கிட்ட அவன் பேசியே 3 வீக்ஸ் ஆகுது தெரியுமா? " என்று புலம்புபவளை பார்த்து வருத்தப்பட்டார் ராதிகா.

மோகனிடம் " ராகவ் என்ன தான் பண்ணிட்டு இருக்கான் அங்க? அவனுக்கு கல்யாணம் ஆகி பொண்டாட்டினு ஒருத்தி இருக்கா! இன்னும் புரிஞ்சிக்காம இப்பிடி இருந்தா என்ன அர்த்தம்? பிஸினஸ் முக்கியம் தான் ! அதுக்குன்னு அவ கிட்ட ஒரு போன் பேச முடியாத அளவுக்கு அவனுக்கு அப்பிடி என்ன வேலை அங்கே?" என்று மனம் பொறுக்காமல் கேட்டுவிட்டார்.

அன்று இரவே ராகவிடம் பேசினார் மோகன். அவனோ பிஸினஸ் டென்சனில் இருந்தவன் தான் அவளிடம் பேசி கொள்வதாக கூறி போனை வைத்துவிட்டான்.

அவந்திகா நன்கு உறங்கி கொண்டிருந்தவள் திடீரென்று போன் அடிக்கவும் உறக்கம் கலைந்து எழுந்தாள். ராகவின் கால் வரவும் அதை அட்டெண்ட் செய்தவள் ஆவலுடன் "ஹலோ" என்க அவனுக்கு வாயில் சனி இருந்திருக்க வேண்டும். போனை எடுத்தவுடன் பொறிய தொடங்கினான்.

" ஆர் யூ அ கிட்? மனுஷனுக்கு ஆல்ரெடி ஆயிரம் டென்சன். இதுல உனக்கு கால் பண்ணி பேசுறதுக்கு எனக்கு எங்க டைம் இருக்கு? யூ நோ ஒன் திங் , த்ரீ வீக்சா எனக்கு சரியான தூக்கம் கூட இல்ல! இது எதையும் யோசிக்கிறது இல்ல! உடனே எல்.கே.ஜி கொழந்தை மாதிரி போய் அம்மா கிட்ட கம்ப்ளெய்ண்ட் பண்ண வேண்டியது! "

" ராகவ்! எனக்கு புரியுது! பட் ஒரு கால் பண்ணி பேசுனா நீ ஒன்னும் கொறஞ்சிட மாட்ட! இப்பிடி பிஸினஸ்னு போனா உனக்கு வீடு பொண்டாட்டி எல்லாமே மறந்துடுது! அப்பிடி தானே"

" இடியட் மாதிரி பேசாத அவந்திகா! இந்த மீட் ரொம்ப இம்ப்பார்ட்டென்ட்! அதான் வருண் பய்யா கூட போய்ட்டு டூ வீக்ல லண்டன் திரும்பிட்டாரு! பட் பாபி உன்னை மாதிரி கம்ப்ளெய்ண்ட் எதுவும் பண்-

னலயே! ஆக்சுவலி அவங்க ஒரு பிஸினஸ் மேனோட டாட்டர். சோ அவங்களால இதுல உள்ள ப்ராப்ளம்ஸ ஈசீயா புரிஞ்சிக்க முடியும். பட் அதே மெச்சூரிட்டியை உன் கிட்ட எதிர்ப்பாத்தது என்னோட முட்டாள் தனம் தான்! இது ஒன்னும் உன்னோட மிடில் கிளாஸ் ஆபிஸ் கோயிங் லைஃப் ஸ்டைல் இல்ல! இங்க ஒவ்வொரு நிமிஷமும் நான் யோசிச்சா மட்டும் தான் இந்த பிஸினஸ் வேர்ல்ட்ல நான் சர்வைவ் பண்ண முடியும். என்னால ட்வென்டி ஃபோர் ஹவர்ஸ் உன்னை பத்தியே யோசிச்சுட்டு இருக்க முடியாது அவந்திகா! பிஹேவ் லைக் அ மெச்சூர்ட் கேர்ள்! டு யூ அன்டர்ஸ்டான்ட்?" என்று டென்சனில் என்ன பேசுகிறோம் என்று தெரியாமல் கத்திவிட்டு போனை வைத்தான் அவன்.

அதன் பின் பி.ஏ வந்து சொல்ல அடுத்த கான்ஃபரன்சிற்காக தயாராக ஆரம்பித்தனர் வருணும் ராகவும்.

அதற்கு பின் அவந்திகா அவனுக்கு போன் செய்ய நினைக்கவும் இல்லை. அவனுக்குமே அவள் தன்னுடைய பேச்சை எவ்வாறு எடுத்து கொண்டிருப்பாள் என்ற யோசனை வரவும் இல்லை. தன் அறிவுரைக்கு பிறகு அவள் தன்னுடைய நிலையை புரிந்து கொண்டு தனக்கு போன் செய்யவில்லை என்று எண்ணி அவனுடைய வர்த்தக உலகின் ஒவ்வொரு சந்திப்பையும் வெற்றியாக மாற்றி கொண்டிருந்தான் ராகவ்.

இறுதியாக அவனும் வருணும் மூன்று மாதங்கள் இரவு பகலாக உழைத்ததற்கான பலனாக பிரிட்டனின் மிக பெரிய நிறுவனத்தின் கான்ட்ராக்ட் விஹான் குரூப்பிற்கு கிடைக்க திருப்தியுடன் அதற்கான மற்ற வேலைகளில் மூழ்கினர் இருவரும்.

இவ்வாறிருக்க அவந்திகாவின் பிறந்த நாளும் வந்தது. ஒரு வாரத்துக்கு முன்னரே உஷாவும் ரித்திமாவும் பிந்து நேஹாவிடம் சொல்லிவிட நால்வரும் சர்ப்ரைஸாக பரிசளிக்க திட்டமிட்டனர். குடும்பத்தின் பெரியவர்களிடமும் விவரத்தை சொல்லிவிட அவர்களும் அதை காண்பித்து கொள்ள வில்லை.

அவந்திகாவுக்கு அதை பெரிதாக எடுத்து கொள்ள தோன்றவில்லை. எப்போதும் போல அதுவும் ஒரு நாள் என்று பெரிதாக எடுத்து கொள்ளவில்லை அவள்.

பிறந்தநாளுக்கு முந்தைய நாள் இரவு பன்னிரண்டு மணிக்கு அறையின் கதவு தட்டப்பட தூக்ககலக்கத்தில் கதவை திறந்தவள் பிந்து நேஹாவின் கூச்சலில் ஒரு நிமிடம் இதயம் துடிக்க மறந்து நின்றாள்.

அவர்களின் அருகே " சர்ப்ரைஸ்" என்று சொல்லி கொண்டே வந்து நின்றனர் உஷாவும் ரித்திமாவும்.

பின்னர் "அடியே பிசாசுகளா! ஏன்டி இப்பிடி பயம் காட்டுறிங்க? " என்று பரிதாபமாக கேட்டாள்.

அவளை உள்ளே தள்ளியவர்களின் பின்னே அமர் கிஷோர் நிற்க உள்ளே வந்து கேக்கை டேபிளின் மேல் வைத்தனர் அவர்கள்.

" பாபி கடவுளை மனசுல வேண்டிக்கிட்டு மெழுகுவர்த்திய ஊதுங்க" என்ற கிஷோரை பார்த்து சிரித்தவள் மனதினுள் " காட் எப்போவுமே நான் நானா இருக்கனும்! யாருக்காகவும் என்னை மாத்திக்க கூடாது! அதுக்கு ஸ்டெடியான மைன்டை எனக்கு குடு! அது போதும்" என்று கண்ணை மூடி வேண்டி கொண்டவள் மெழுகுவர்த்தியை ஊத ஆரம்-பித்தாள்.

பின்னர் கேக்கை கட் செய்தவள் அதை உஷாவுக்கு ஊட்டிவிட அவளும் நல்ல பிள்ளையாக வாங்கி கொண்டாள் . அனைவருக்கும் அவளின் கையால் ஊட்டிவிட்டவள் அவர்களின் வித்தியாசமான பார்-வையை உணர்ந்தவள் மெதுவாக பின்னாடி நகர்ந்தபடி " நோ நோ! உங்க மைன்ட் வாய்ஸை நான் கேட்ச் பண்ணிட்டேன்! " என்று ஓட முயல அதற்குள் ரித்திமா கேக்கை அவள் முகம் முழுவதும் பூசிவிட்-டாள்.

அடுத்து உஷாவும் பிந்துவும் தங்கள் பங்குக்கு பூச நேஹாவை பார்த்தவள் "நீ மட்டும் ஏன் சும்மா இருக்க? பூசிக்கோ" என்று அவளுக்கு தன் கன்னத்தை காட்ட அவளும் பூசி விட்டாள்.

அந்த முகத்துடனே எழுவரும் செல்ஃபி எடுத்து கொள்ள அவந்திகா அன்று மிகவும் மகிழ்ச்சியாக இருந்தாள். சிறிது நேரத்தில் வருணிடம் இருந்து வீடியோ கால் வர அவன் " ஹேப்பி பர்த்டே ஹனிபி" என்று சொல்ல அவந்திகா " தேங்க்ஸ் வருண்" என்று புன்னகையுடன் கூறி-னாள்.

அவன் " ஒன் செகன்ட் ராகவ்வ கூப்டுறேன் " என்றதும் அவசரமாக "தேவை இல்ல வருண்" என்று மறுத்தவளை வருண் மட்டுமல்ல அவளை சுற்றியிருந்த ஆறு பேருமே வித்தியாசமாக பார்த்தனர்.

பின்னர் சமாளித்தவளாய் " அது அவன் ஆல்ரெடி விஷ் பண்ணிட்-டான்! சோ அவனை டிஸ்டர்ப் பண்ண வேண்டாமே" என்று சொல்லி பூசி மெழுகியவள் அவர்கள் இருந்த இடத்தை வீடியோவில் கவனிக்க

தவறினாள்.

பின்னர் வருண் மட்டுமே சில நிமிடம் பேசிவிட்டு காலை கட் செய்தான். இன்னும் சில கலாட்டாக்களுடன் அவர்கள் அறுவரும் அவர்களின் அறைக்கு சென்ற பின்னர் அவந்திகா போனை பார்த்தாள்.

கடைசி வரை அவள் எதிர்ப்பார்த்தவன் அவளுக்கு வாழ்த்து சொல்லவே இல்லை. அதை பார்த்த படியே அமர்ந்தவள் உட்கார்ந்தபடியே உறங்கியும் போனாள்.

*****

காலை தாமதமாக எழுந்தவள் மெதுவாக சென்று குளித்துவிட்டு ரித்திமா பரிசளித்த சேலையை அணிந்தவள் கீழே வந்தாள். கீழே பேச்சு சத்தமாக கேட்க என்னவென்று பார்த்தவளின் கண்ணில் பட்டான் அவளின் கணவன்!

தாதியிடம் எதையோ சொல்லி சிரித்து கொண்டிருந்தவனை கண்டு கொள்ளாமல் வருணை மட்டும் பார்த்து புன்னகைத்தவள் ராதிகாவிடம் "சாஸூம்மா! நான் ஆபிஸ் கௌம்புறேன்" என்று கிளம்ப போனாள்.

ராகவுக்கோ " இத்தனை நாள் கழிச்சு நான் வந்திருக்கேன்! இந்த ஜான்சி ராணிக்கு இப்போ ஆபிஸ் தான் முக்கியமா? அதுவும் பர்த்டே அன்னைக்கு கூடவா? முடியல கடவுளே" என்று எண்ணி கொண்டவன் தானும் அன்று வேலை மட்டுமே முக்கியம் என்று பேசியதை சுத்தமாக மறந்துவிட்டான்.

ரித்திமா " ஹனிபி! பர்த்டே அன்னைக்கு எதுக்குடி ஆபிஸ்? அதுவும் இல்லாம ராகவ் இன்னைக்கு தான் மூனு மாசம் கழிச்சு வந்திருக்காரு! நீ இரு! முக்கியமான வொர்க் எதும் இருந்தா சொல்லு! நான் போய் பாத்துகிறேன்" என்றாள்.

அவளை பார்த்தபடியே புடவையின் கொசுவத்தை நீவி விட்டவள் சாதாரணமாக " சோ வாட்? பிறந்தநாள்னா ஆபிஸ் போக கூடாதுனு எதாவது இருக்கா என்ன? அப்புறம் ராகவ் என்ன கொழந்தையா? நான் கூடவே இருந்து பாத்துக்க? எனக்கும் என்னோட லெவலுக்கு ஆயிரம் வொர்க் இருக்கு ரித்தி! அத யாருக்காகவும் தள்ளி போட முடியாது! சோ பிறந்த நாள் மண்ணாங்கட்டினு பேசி என்னை இரிட்டேட் பண்ணாத" என்று ரித்திமாவை சொன்னாலும் அவளுடைய பார்வை தன்னை கூறு போட்டதை நன்றாகவே உணர்ந்தான் ராகவ்.

தான் பேசியது அவளை இந்த அளவுக்கு பாதிக்கும் என்று அவன் நினைக்கவில்லை. அவளோ சாதாரணமாக ஆராதனாவுக்கு முத்தமிட்டு விட்டு அலுவலகம் சென்றுவிட்டாள்.

அவர்களின் அறைக்கு திரும்பிய ராகவ் அந்த அறையில் வெறு-மையை உணர்ந்து அவந்திகாவுக்கு போன் செய்ய அவளோ காலை அட்டென்ட் செய்யவே இல்லை.

போனை பெட்டில் வீசிவிட்டு குளியலறைக்குள் சென்று ஷவரின் அடியில் நின்றவனின் காதில் தான் அன்று பேசிய " என்னால ட்வென்டி ஃபோர் ஹவர்ஸ் உன்னை பத்தியே யோசிச்சுட்டு இருக்க முடியாது அவந்திகா! ; இது ஒன்னும் உன்னோட மிடில் கிளாஸ் ஆபிஸ் கோயிங் லைஃப் ஸ்டைல் இல்ல! " என்ற அவனின் வார்த்தைகளே ரீங்காரமிட வெளியே வந்தவன் அமைதியாக அமர்ந்து யோசித்தான்.

யோசித்தவனுக்கு தான் பேசிய வார்த்தைகள் மிகவும் அதிகப்படி என்பது புரிந்தாலும் அது மிகவும் தாமதமாக புரிந்தது தான் வேடிக்கை!

இந்த உலகில் நிறைய மனிதர்களின் பிரச்சனையும் இது தான்! அவர்கள் நட்சத்திரங்களை எண்ணி கொண்டு வெண்ணிலவை தொலைத்தவர்கள் என்பது தான் நிதர்சனம்!

அவர்களின் அறையில் அமர்ந்திருந்த ராகவுக்கு கால் வர " யெஸ்! ஓகே! எல்லாம் பக்காவா இருக்கும் தானே? ஆல் ஆஃப் யூ மே லீவ்! தேங்க்யூ " என்று புன்னகைமயமாக போனை வைத்தவன் கண்ணாடியை பார்த்து தலைமுடியை சரி செய்து விட்டு விசிலடித்தபடியே அறையை விட்டு வெளியேறினான்.

கீழே வந்தவன் ரித்திமாவையும் கிஷோரையும் மட்டும் தன்னுடன் அழைத்தவன் ராதிகாவிடம் தான் வெளியே செல்வதாகவும் திரும்புவ-தற்கு இன்னும் ஒரு வாரம் ஆகும் என்றும் சொல்லி விட்டு சென்றான்.

மூவரும் காரில் ஏறியதும் ரித்திமா " ராகவ்! இன்னைக்கு தானே வந்திருக்கிங்க! அதுக்குள்ள மறுபடியுமா? ஹனிபி ஆல்ரெடி டென்சன்ல இருக்கா. இப்போ நீங்க ஒன் வீக் எங்கயோ போறிங்கன்னு சொன்னா அவ்ளோ தான் " என்று தயக்கத்துடன் கூறினாள்.

ராகவ் அதை கேட்டு சிரித்தவன் " அவ பேசுறதுக்கு நான் சான்ஸ் குடுத்தா தான" என்று சொல்லிவிட்டு காரை ஸ்டார்ட் செய்தான். அவர்களின் அலுவலகத்தின் முன் கார் நிற்கவும் இறங்கிய ராகவ் அவர்களையும் இறங்க சொன்னான்.

" ஏன்டா உன்னோட மொத்த குடும்பமும் இப்பிடி தானா? ஒன்னு ஓவரா லவ் பொங்கி வழியும்! இல்லன்னா அப்பிடி ஒருத்தி இருக்கிறதயே மறந்துடுவிங்க! சூப்பர் ஃபேமிலி" என்று கிஷோரின் காதை கடித்தபடியே ரித்திமா ராகவின் பின்னே சென்றாள்.

அவந்திகா யாருடனோ போனில் தீவிரமாக பேசி கொண்டிருந்தவள் மூவரையும் பார்த்துவிட்டு " ஐ'ல் கால் யூ பேக் மேம்" என்று சொல்லி போனை வைத்தாள்.

" இப்போ எதுக்கு வந்திருக்கிங்க? " என்று கேட்டுவிட்டு மூவரையும் பார்க்க கிஷோர் ராகவை தன் கையால் சுட்டி காட்டினான். ராகவ் நேரே சென்றவன் ஒரு சேரை இழுத்து போட்டு அவள் எதிரே அமர்ந்துவிட்டு " அவந்திகா! ஏதாச்சும் வொர்க் இருந்துச்சுனா ரித்தி கிட்ட குடுத்துட்டு வா! நாம ஒரு ப்ளேஸ்க்கு போக போறோம்" என்று சாதாரணமாக சொல்லிவிட்டு போனை நோண்டவும் அவளுக்கு எரிச்சல் தான் வந்தது.

" எக்ஸ்யூஸ் மீ நான் யார் கூடவும் எங்கயும் வர போறது இல்ல. என் டைம வேஸ்ட் பண்ணாம இங்க இருந்து போயிடுங்க! எனக்கு தலைக்கு மேல வேலை இருக்கு" என்று அவள் லேப்டாப்பை பார்க்க ஆரம்பித்தாள்.

ராகவ் சட்டென்று எழுந்தவன் லேப்டாப்பை வேகமாக மூடிவிட்டு அவள் கையை பிடித்து எழுப்பினான். பின்னர் ரித்திமாவிடம் சொல்லிவிட்டு அவளை இழுத்து செல்ல அவந்திகா அவன் கையை விலக்க எவ்வளவோ முயன்றும் முடியவில்லை.

அவளை காரினுள் அமர்த்தியவன் உள்ளே சென்றதும் அவள் ஏதோ சொல்ல வர உதட்டில் கை வைத்து அமைதி காக்கும் படி கண்களால் ஆணையிட்டுவிட்டு காரை ஓட்ட ஆரம்பித்தான்.

அவர்கள் செல்வதை பார்த்து புன்னகைத்த ரித்திமா " எப்பிடியோ ஹனிபி நார்மல் ஆனா போதும்" என்று சொல்லி புன்னகைத்துவிட்டு அலுவலகத்தை மூடியவள் கிஷோருடன் காரில் ஏறினாள்.

அவந்திகா சிறிது நேரம் அமைதியாக இருந்தவள் அதற்கு மேலும் பொறுமை காக்க முடியாதவளாய் " இப்போ எங்க தான் போயிட்டு இருக்கோம் ராகவ்? சும்மா உன் இஷ்டத்துக்கு என்னை இப்பிடி கூட்டிட்டு வந்தா என்ன அர்த்தம்? ஏதாச்சும் பேசுடா" என்று பொறுமையிழந்த குரலில் குழப்பத்துடன் கேட்டாள்.

ராகவ் " இன்னைக்கு உன்னோட பர்த்டே இல்ல? " என்று சாலையில் கண் பதித்தபடியே கேட்டான்.

" அதுக்கு என்ன இப்போ? "

" சும்மா தெரிஞ்சிக்கலான்னு கேட்டேன்! ஏன் கேக்க கூடாதா?"

" கேட்டு நீங்க என்ன பண்ண போறிங்க சார்? அது உங்களுக்கு தேவை இல்லாத விஷயம்! "

" யூ ஆர் ரைட்! அத தெரிஞ்சிக்கிட்டு நான் என்ன பண்ண போறேன்? "

அவனின் பதிலில் அவள் இன்னும் எரிச்சலானாள். பேச பிடிக்காமல் வெளியே வேடிக்கை பார்த்து கொண்டே சாலை பிரிவதை கண்டதும் " நாம கூர்க் போறோமா?" என்று கேட்க அவன் தலையசைப்பை பதிலாக அளித்துவிட்டு சாலையில் கவனம் செலுத்தினான்.

" இவன் மனசுல என்ன தான் நெனச்சிட்டு இருக்கான்? காரை விட்டு இறங்குனதும் கேட்டுட வேண்டியது தான்" என்று மனதிலே எண்ணி கொண்டாள் அவந்திகா.

அதற்குள் பொழுது மாலையை எட்டியிருக்க கார் மெதுவாக மலைப்பாதையில் பயணிக்க தொடங்கியது. சாலையின் இருபுறமும் இருந்த மரங்களையும் தூரத்தில் தெரிந்த மலையையும் பார்த்தபடியே அவர்களின் பயணம் தொடர்ந்தது.

சிறிது நேரத்தில் மரங்கள் சூழ்ந்த அந்த இடத்தின் நடுவே இருந்த ஒரு ரிசார்ட்டின் முன் கார் நிற்கவும் கீழே இறங்கிய அவந்திகா அந்த இடத்தை நனைத்து கொண்ட சாரலில் நின்று தூரத்தில் தெரிந்த மலைமுகடுகளை ரசிக்க தொடங்கினாள்.

ராகவும் காரை பார்க் செய்துவிட்டு வந்தவன் கையில் இரு சூட்கேஷ் இருக்க "சூட்கேஷ் எதுக்கு? நம்ம இங்க எத்தனை நாள் ஸ்டே பண்ண போறோம்? எதையுமே சொல்லாம நீ பாட்டுக்கு போனா என்ன அர்த்தம்? " என்று உள்ளே சென்றவனின் பின்னால் ஓடினாள் அவந்திகா.

அவன் திரும்பி பார்த்தவன் " கொஞ்சம் வெளியே வெயிட் பண்ணு ஜான்சி ராணி" என்று சொல்லவும் அவள் மறுத்தாள்.

அவனோ " ஓகே! நோ ப்ராப்ளம்! நான் டிரஸ் சேன்ஜ் பண்ணாலானு நெனைச்சேன்" என்று சொல்லி அவளை பார்க்கவும் " போ! போய் சேன்ஜ் பண்ணிக்கோ! " என்று சொல்லிவிட்டு வெளி வராண்-

டாவில் அமர்ந்து மரங்களையும் அவற்றை நனைத்து கொண்டிருக்கும் பூஞ்சிதறல் சாரலையும் ரசிக்க ஆரம்பித்தாள்.

கதவு திறக்கும் சத்தம் கேட்டதும் ஆவலுடன் திரும்பி பார்த்தவளின் பார்வையில் விழுந்தான் ராகவ் வரும் போது இருந்த அதே உடையில். அவள் அவனை முறைத்தவாறு எழுந்தவள் " இது தான் நீ டிரஸ் சேன்ஜ் பண்ண லெட்சணமா?" என்று கேட்டாள்.

அவளை பார்த்து சிரித்தவன் " லெட்ஸ் கோ" என்று சொல்லி அவளை தன் கைகளால் ஏந்திக் கொண்டான். அவந்திகா அவனது கை பட்டதும் அமைதியானவள் என்ன தான் நடக்கிறது என்று சிறு குழப்பத்துடன் வேடிக்கை பார்த்தபடி அவனை அணைத்தபடியே அவன் கைக்குள் இருந்தாள்.

அவன் மாடிக்கு சென்றவன் அந்த அறையின் கதவை திறந்ததும் அங்கிருந்த மெழுகுவர்த்தியின் மெல்லிய மஞ்சள் நிற ஒளி அவந்திகா-வின் ரசிக மனதை தூண்ட ஆவலுடன் பார்த்தாள் அவள்.

அந்த அறையின் நடுவில் ஒரு சிறிய மேஜையில் கேக் ஒன்று வைக்க பட்டிருக்க அறை முழுவதும் மெல்லிய மஞ்சள் வெளிச்சம் ஜன்-னல் வழியே வந்த சூரியகதிர்களுடன் போட்டி போட்டபடி அறையை பொன்னிறமாக்கியது.

அவளை இறக்கி விட்டவன் மெதுவாக கேக்கின் அருகில் அழைத்து சென்று அவளை காதலுடன் நோக்கி " ஹேப்பி பர்த்டே ஜானு" என்று சொல்ல அவந்திகாவின் கோபம் சூரியனை கண்ட பனி போல மெது-வாக விலகியது.

மெதுவாக எக்கி நின்று அவன் கன்னத்தில் இதழ் பதித்தவள் " ஐ லவ் யூ சோ மச் ராகவ்" என்று மெதுவாக உரைக்க ராகவ் அவளின் குரலில் இருந்த காதலில் கரைந்து காணாமல் போனான் !

பின் சுதாரித்தவன் " கேக் கட் பண்ணலாமா?" என்று ஆவலுடன் கேட்டு அவளை தன் கைவளையத்துக்குள் கொண்டு வந்தவன் " காட் கிட்ட வேண்டிக்கிட்டு கட் பண்ணு பாப்போம்" என்று சொல்ல அவள் தலையசைத்தாள்.

" கடவுளே! என்னைக்கும் நான் நானா இருக்கனும்! யாருக்காகவும் என்னை மாத்திக்கிற சூழ்நிலையை எனக்கு குடுத்துடாதிங்க" என்று வேண்ட அவளின் வேண்டுதலில் புருவம் உயர்த்தியவன் " கட் பண்ணு " என்று சொல்ல அவள் மெழுகுவர்த்தியை மெதுவாக ஊதியவள்

கேக்கை கட் செய்து அவனுக்கு ஊட்டிவிட்டாள்.

அவன் பதிலுக்கு அவளுக்கு ஊட்டிவிடாமல் முகத்தில் கேக்கை தடவ "நீயுமா? ஏன்டா எல்லாரும் இப்பிடியே பண்ணுறிங்க?" என்று சிணுங்கியவளுக்கு வாயில் ஊட்டிவிட்டான் ராகவ்.

கேக்கை சாப்பிட்டு விட்டு முகம் கழுவி வந்தவள் ஜன்னலின் வழியே தெரிந்த மலை முகடுகளை பார்த்தாள். இருள் பரவியிருப்பதால் நட்சத்திரங்கள் வானில் மின்ன ஆரம்பித்திருந்தன. மலை குன்றுகள் வரிவடிவில் தெரிய நிலா அப்போது தான் வானில் எட்டி பார்த்தது.

" ராகவ்! நம்ம ஈவ்னிங் இங்க வந்தோம்! சீக்கிரமா இருட்டின மாதிரி இருக்குல்ல"

" இது ஹில் ஏரியா! இங்க சீக்கிரமாவே இருட்டிடும் அவந்திகா" என்றவனின் குரலில் எதையோ உணர்ந்தவள் திடீரென்று " அன்னைக்கு எதுக்கு என்னை அப்பிடி கத்துன நீ?" என்று கேட்க ராகவ் திகைத்தான்.

" அப்போ அதை இன்னும் நீ மறக்கலையா?"

" நெவர்! எனக்கு மெமரி பவர் யானை மாதிரி ! அவ்ளோ ஈஸியா நான் அத மறப்பேன்னு நெனச்சியா நீ?"

" ஓகே! கூல் டவுன். இந்த பேப்பர்ஸ பாரு" என்று சொல்லி ஏதோ பத்திரங்களை காட்ட அவந்திகாவோ " இப்போ எதுக்கு ஸ்டாம்ப் பேப்பர்ஸ காட்டுறான்! ஒரு வேளை எனக்கே தெரியாம என்னை டிவோர்ஸ் பண்ண போறானா ?" என்று மனம் பதைக்க நின்றாள்.

பின்னர் மானசீகமாக தன்னை தானே திட்டியவள் " உன் மூளை ஏன் இப்பிடிலாம் யோசிக்கிது அவந்திகா? நல்ல நெனைப்பே வர மாட்டிக்கிது போ" என்று எண்ணியபடியே அவன் கையில் கொடுத்த பத்திரத்தை வாசிக்க ஆரம்பித்தாள்.

வாசித்து முடித்ததும் " இத நான் உன் கிட்ட கேக்கவே இல்லயே! இப்போ இதுக்கு என்ன அவசியம் ராகவ்?" என்று கூர்மையான குரலில் கேட்க ராகவோ அதை எதிர்பார்த்தவன் போல " நீ இப்பிடி தான் சொல்லுவேனு எனக்கு நல்லாவே தெரியும்! பட் உனக்கு நான் குடுக்க போற கிஃப்ட் லைஃப்லாங் மறக்க முடியாததா ஒரு மெமரியா இருக்கனும்னு நான் ஆசைப்பட்டேன். அதான் வாங்கிட்டேன்" என்று சாதாரணமாக தோளை குலுக்கி கூறியபடி அவளை பார்த்தான்.

அவள் தீவிரமான குரலில் " கிஃப்டோட மதிப்பு அதோட விலைய வச்சு இல்ல ராகவ்! அது மட்டும் இல்லாம ஒரு ஹஸ்பென்ட் தன்னோட வைஃப்க்கு குடுக்கிற விலை மதிக்க முடியாத கிஃப்ட் அவனோட நேரம் மட்டும் தான். அதுவே இங்க இல்லங்கிறப்போ இதுல்லாம் என்னை பொறுத்தவரைக்கும் தேவையே இல்ல" என்று சொல்லிவிட்டு அந்த பத்திரத்தை அவன் கையிலேயே கொடுத்தாள்.

" நானும் இதோட விலைய பாத்து இந்த ரிசார்ட்ட உன் பேருல வாங்கல அவந்திகா! நீ உன்னோட கனவுகளை என் கிட்ட ஷேர் பண்ண மொமண்ட் எனக்கு நல்லாவே நியாபகம் இருக்கு. இந்த மாதிரி ஒரு இடத்தை தானே நீ அன்னைக்கு அவ்ளோ ஏக்கத்தோட சொன்ன! நான் லண்டன்ல இருந்தப்போ இந்த ரிசார்ட் பத்தி ஆன்லைன்ல பாத்தப்போ இது உனக்கு பிடிக்கும்னு தோணுச்சு! பட் இந்த ரிசார்ட் ஓனரோட சன் இன் லா குடுக்க முடியாதுனு ரொம்ப பிரச்சனை பண்ணுனாரு! அவரை சமாளிச்சு இந்த ரிசார்ட்ட வாங்கறதுக்குள்ள நான் ரொம்ப கஷ்டப்பட்டுட்டேன். அந்த டைம்ல டாட் கால் பண்ணி அவந்திகா கிட்ட ஏன் பேசுறது இல்லன்னு கேக்கவும் கொஞ்சம் டென்சன் ஆயிட்டேன். அதான் உன் கிட்ட கத்திட்டேன்."

" ஓ! நீங்க டென்சன் ஆனா உங்க வாய்க்கு வந்த படி என்ன வேணும்னாலும் பேசுவிங்களா? எப்பிடி எப்பிடி, எனக்கு மெச்சூரிட்டி இல்லயா ? நீ எய்ம் பண்ணி வச்சிருந்தியே ஒரு ட்ரீம் வைஃப் அவளை மாதிரி நான் பிஹேவ் பண்ண ஆரம்பிச்சேன்னா உனக்கு வாழ்க்கையே வெறுத்து போய்டும். ஆமா நான் தெரியாம தான் கேக்குறேன், பொண்டாட்டி பிள்ளைங்க கூட டைம் ஸ்பென்ட் பண்ணாம ஓடி ஓடி சம்பாதிச்சு நீங்க யாருக்கு குடுக்க போறிங்க? இந்த ஓட்டம்லாம் முடிஞ்சு திரும்பி பாத்தா உங்க கிட்ட அந்த பணம் மட்டும் தான் மிஞ்சும்! பட் வாழ்க்கையோட நிறைய கோல்டன் மொமன்ட்ஸை நீங்க இழந்துருப்பிங்க. ஆனா நான் என்னோட லைஃபோட ஒவ்வொரு அழகான தருணத்தையும் உன் கூட சேந்து அனுபவிக்கனும்னு ஆசை படுறேன் ராகவ்" என்று சொல்லி அவனை காதலுடன் பார்த்தாள் அவந்திகா.

சிறிது நேரம் நிலவிய அமைதியில் அவள் சொன்னதிலும் நியாயம் இருப்பதை யோசித்தவன் மற்ற அனைத்தையும் மறந்து தேவதை போல் நின்று கொண்டிருக்கும் மனைவியை ரசிக்க ஆரம்பித்தான். அவன் மனதில் ஏனோ விசித்திரமான உணர்வுகள் தோன்ற அவள் அருகில்

சென்றான்.

அவந்திகா சொல்ல வேண்டிய விஷயங்களை ஒப்பித்தவள் சென்று ஜன்னல் அருகில் நின்று வெளியே வேடிக்கை பார்க்க ஆரம்பித்தாள். அவளுக்குமே அந்த ரம்மியமான இடம், சூழல் எல்லாம் சேர்ந்து ஒரு மயக்கத்தை கொண்டு வந்திருந்தது

வெளியே சாரல் இப்போது மழையாக வலு பெற தொடங்கியிருந்தது. மழையை ரசித்து கொண்டிருந்தவளை பின்னிருந்து அவன் அணைக்கவும் "டோன்ட் டச் மீ" என்று கூறி விலக முயன்றாள் அவந்திகா.

அவனது பிடி இறுக்கமாக இருக்கவே " என்ன பண்ணுற ராகவ் நீ ? ஃபர்ஸ்ட் என்னை விடு! நான் மழைய பாத்துட்டுருக்கேன்" என்று மெதுவான குரலில் சொல்லும் போதே மின்னல் வெட்ட கண்ணை இறுக மூடி கொண்டாள் அவள்.

பின்னே திரும்பி பார்த்தவள் அவன் மின்னலை கண் இமைக்காமல் பார்க்க அவன் கண்களை மூடியபடியே " ஏய்! மின்னலை பாக்க கூடாது! அப்புறம் கண்ணு தெரியாம போயிடும்டா" என்று சொல்ல அவள் கையை மெதுவாக விலக்கினான் ராகவ். விட்டு விட்டு வெட்டிய மின்னலிலும் உள்ளே இன்னும் எரிந்து கொண்டிருக்கும் மெழுகுவர்த்தியின் மஞ்சள் வெளிச்சத்திலும் ஜொலித்த அவந்திகாவிடம் மெதுவாக அவனை இழந்து கொண்டிருந்தான் அவன்!

" சரி பாக்கல! அதுக்கு பதிலா உன்னை பாக்கட்டுமா?" என்று ஹஸ்கி வாய்சில் கேட்க அவந்திகா " ஏன் இன்னைக்கு நீ என்னை ஃபர்ஸ்ட் டைம் பாக்குறியா? நேரம் காலம் தெரியாம வெளையாடிட்டு இருக்கான் இவன்" என்று சொல்லி அவனை கடக்க முற்பட அவன் அவள் கையை பிடித்து நிறுத்தினான்.

" அவ்ளோ ஈஸியா இன்னைக்கு என்னை விட்டு நீ விலக முடியாது ஜான்சி ராணி " என்று ஆழ்ந்த குரலில் சொன்னவனை விழி அகலாமல் பார்த்தாள் அவந்திகா.

அவனது குரலில் இருந்த காதலை உணர்ந்தவள் " நான் விலகி போறேனு சொல்லவே இல்லையே! எனக்கு நீ பேசுனதுல ரொம்ப கோவம்! அவ்ளோ தான்! நீ என்னென்ன வார்த்தை பேசுன...." என்று அவள் மீண்டும் ஆரம்பிக்கவும் அவள் உதட்டில் கை வைத்து " சண்டை போட போறியா?" என்று அதே குரலில் கேட்கவும் அவள் என்ன சொல்லவென்று தெரியாமல் விழித்தாள்.

ராகவ் " நாம நெறைய சண்டை போட்டுட்டோம்! அண்ட் இனியும் நெறையா சண்டை மிச்சம் இருக்கலாம்! பட் அதுக்கு முன்னாடி எனக்கு நீ வேணும் அவந்திகா " என்று சொல்லி அவளது முகத்தை கையில் ஏந்தினான்.

" எல்லாரோட லைஃப்லயும் வர்ர அந்த மொமன்ட் இன்னைக்கு நம்ம லைஃப்லயும் வந்துட்டதா நான் நெனைக்கிறேன்! என்னோட அவந்திகா எனக்கு என்னோட வைஃபா இன்னைக்கு வேணும்" என்று அவன் சொல்லி முடித்து அவளை பார்க்க அவளோ முகம் சிவந்து அவன் விழியசைவுக்கு காத்திருந்தாள்.

" உனக்கு எதும் பிடிக்காம இல்லையே" என்று தலை சரித்து அவன் கேட்கவும் இல்லையென்று தலையாட்டியபடியே அவனுள் புதைந்தாள் ராகவின் அவந்திகா! அவளை தூக்கியவன் அவள் இதழ்களில் முத்தமிட்டான் மென்மையாக! பின்னர் அழுத்தமாக!

வெளியே மழையுடன் கூடிய அந்த அழகிய இரவில் அவர்கள் வாழ்வின் அழகான அத்தியாயம் ஆரம்பித்தது...

15

அத்தியாயம்

காலை நேர பொன்னிற சூரியக்கதிரின் இதமான வெப்பத்தில் கண் விழித்தான் ராகவ். தன் அருகில் உறங்கிக் கொண்டிருந்த அவந்திகா-வின் கூந்தலை காதோரமாக ஒதுக்கி விட்டவன் " எவ்ளோ அழகு நீ ஜான்சி ராணி" என்று சொல்லி கொண்டே அவள் நெற்றியில் முத்-தமிட்டான். பின்னர் அவளின் முகத்தில் தெரிந்த குழந்தைதனத்தில் தன்னை தொலைத்தவன் தனது அன்றைய பேச்சுக்காக வருந்தினான்.

" சாரி அவந்திகா! கோவத்துல உன்னை ரொம்ப ஹர்ட் பண்ணிட்-டேன்ல! ஐ ப்ராமிஸ், இனிமே நான் உன் கிட்ட இந்த மாதிரி நடந்துக்க மாட்டேன்" என்று சொல்லி மீண்டும் முத்தமிட நெருங்க

"இத நான் முழிச்சிட்டுருக்கப்போ சொன்னா நீ குறைஞ்சு போயி-டுவியா?" என்று கண்ணை உருட்டி கேட்ட அவந்திகாவை பார்த்ததும் ஒரு நிமிடம் திகைத்துவிட்டு அவளின் பேச்சில் அவனை மறந்தான் ராகவ்.

அவனை தள்ளிவிட்டவள் " ஏன்டா இப்போ பேசு! இவ்ளோ நேரம் சினிமா டயலாக்கா பேசி தள்ளுன" என்று அவனது டீசர்ட்டை பிடித்து இழுத்து கேட்டாள் அவந்திகா.

"பேச முடியாது ஜான்சி ராணி! என்ன பண்ணுவியோ பண்ணிக்கோ! " என்று சொல்லி எழும்ப முயல அவனது கையை பிடித்து இழுத்து பெட்டிலேயே அமரவைத்தவள் " மரியாதையா சாரி கேட்டுட்டு போ, இல்லனா அவ்ளோ தான்" என்று விரலை நீட்டி மிரட்ட

அவளின் விரலை பிடித்து " எத்தனை தடவை சொல்லுறது உனக்கு ? என் முன்னாடி விரல் நீட்டி பேசாதனு! கேக்கவே மாட்டியா நீ? வெரி பேட் ஜான்சி ராணி" என்று கையை இறுக்கமாக பிடித்து கொண்டான்.

" ராகவ்! கைய விடுடா! ஏய் வலிக்குது " என்று அவள் முகம் சுழிக்கவும் கையை விடுவித்தான். அவள் " போடா வளந்து கெட்டவனே" என்று கத்தி சொல்லிவிட்டு அவன் கையில் அகப்படாமல் கிச்சனை நோக்கி சென்றாள்.

காபியை போட்டு முடித்தவள் கையில் கப்புகளுடன் வராண்டாவுக்கு வர அங்கே இருந்தவன் அவளிடமிருந்து கப்பை வாங்கி காபியை ரசித்து அருந்தியவன் தூரத்தில் தெரிந்த மலைகளை ரசித்து கொண்டிருந்த அவந்திகாவின் அருகில் சென்று அவளை அணைத்து கொண்டான்.

" ராகவ்! இது என்னோட ட்ரீம் தெரியுமா? இன்னைக்கு அது நெஜமாயிடுச்சு! ஐயாம் வெரி வெரி ஹேப்பி! " என்று சொல்லிக் கொண்டே அவன் தோளில் சாய்ந்தாள் அவள்.

" இஸிண்ட்? பட் என்னோட ட்ரீம் இன்னும் நெஜமாகலயே ஜானு" என்று அவளை பார்த்து குறும்பாக கூறியவனை பார்த்தபடியே வராண்டா திண்டின் கைப்பிடியில் அமர்ந்தாள் அவள்.

" என்னடா ட்ரீம் உனக்கு? இப்போ மட்டும் எதாச்சும் விவகாரமா சொல்லு, நீ காலி" என்று சொல்லி விரலை நீட்டியவள் அவன் பிடிக்கும் முன் கையை மடக்கி கொண்டாள்.

அவள் விழுந்து விடாமல் அவளின் இருபுறமும் கை ஊன்றியவன் " சின்ன ட்ரீம் தான் ஜான்சி ராணி! என்னோட இந்த கையில என் கொழந்தைய ஏந்தனும்! அவனை பாத்துக்கிட்டே அன்னைக்கு நாள் ஃபுல்லா கழிக்கனும். தட்ஸ் ஆல்" என்று ஆவலுடன் கூறியவனை பார்த்து சிரித்தாள் அவந்திகா.

" கனவு நல்லா தான் இருக்கு பா! பட் அது என்ன அவனைனு சொல்லுற? மே பி பொண்ணா கூட இருக்கலாம்"

" யா! இருக்கலாம். பட் என்னோட மனசு சொல்லுது, நான் என் கைல ஏந்த போற என்னோட கொழந்தை கண்டிப்பா பையனா தான் இருப்பான்னு"

" அஹான்! எனக்கு பொண்ணு தான் வேணும்! அதுவும் ஒன்னு இல்ல , அஞ்சு பொண்ணுங்க வேணும்" என்று ரசனையுடன் கூறியதும்

சிறிது அதிர்ச்சியானான் அவன்.

" உனக்கு ஏன் இந்த விபரீதமான ஆசை ஜான்சி ராணி? டூ சில்ட்-ரன் ஆர் இனாஃப்"

" நோ நோ! வீடு ஃபுல்லா கொழந்தைங்க இருந்தா வீடே பாக்க ரம்மியமா இருக்கும்" என்று கண்ணை மூடி சிலாகிக்கவும் வினோதமாக பார்த்தான் ராகவ்.

" ஹலோ எக்ஸ்யூஸ் மீ! அவ்ளோ கொழந்தைங்கள எப்பிடி மேனேஜ் பண்ண முடியும்? கேக்கவே வியர்டா இருக்கு"

" என்னடா வியர்டா இருக்கு உனக்கு? எங்க அப்பா பாட்டிக்கு 12 கொழந்தைங்க தெரியுமா?" என்று கண்ணை விரித்து கூறினாள்.

" யூ மதராசி பீபிள் ஆர் ஆல்வேஸ் வியர்ட் பர்சன்ஸ்" என்று சொல்லிவிட்டு அவளை ஒரு பார்வை பார்த்தான் ராகவ்.

அவன் பார்வையின் அர்த்தத்தை புரிந்து கொண்டவள் சிரித்தாள் அவந்திகா.

" ஓகே! நாம எப்போ பெங்களூர்க்கு திரும்பி போறோம்?" என்று கேட்டவளை குறும்புடன் பார்த்தவன் " இன்னும் ஒன் வீக் நம்ம இங்க தான் இருக்க போறோம்" என்று சொல்லி தலையில் செல்லமாக முட்-டினான்.

*****

கிஷோர் தோட்டத்தில் உலாவி கொண்டிருந்தவன் வீட்டினுள் இருந்து வந்த ரித்திமாவை பார்த்தவன் அவளை அழைத்தான். அவளும் இவன் ஏன் கூப்பிடுறான் என்று எண்ணி கொண்டே சென்றாள்.

" ரித்தி இன்னைக்கு என் கூட கொஞ்சம் வெளியே வர முடியுமா?"

" நான் எதுக்கு வரணும்?"

" ப்ளீஸ் ப்ளீஸ்! நான் இவ்ளோ நாளா உன் கிட்ட கேட்டுருக்-கேனா? ப்ளீஸ்" என்று அவன் வற்புறுத்தவும் சரி என்று சம்மதித்து தயாரானாள் அவள்.

" சரி! எங்க போறோம்?" என்று கேட்ட ரித்திமாவிடம் ஒரு பெரிய லிஸ்டையே அவன் கூற அவளும் பெரிதாக மறுக்கவில்லை.

அன்று நாள் முழுவதும் சுற்றியவர்கள் மாலையில் நகரின் மிகப் பெரிய ஹோட்டலின் ரூஃப் டாப்பில் டின்னருக்கு சென்றனர்.

ரித்திமா ஹோட்டலின் பெயரை கேட்டதும் " அது ரொம்ப ஹை கிளாஸ் பீப்பிள் போற இடம் கிஷோர்" என்று தயங்கவும் அவன் சமா-

தானப்படுத்தி அழைத்து சென்றான்.

ரூஃப் டாப் என்பதால் அங்கே மொத்தமே மூன்று மேஜைகள் தான் போடப்பட்டிருந்தன. அதில் ஒன்றை கை காட்டியவன் அவள் அமர நாற்காலியை இழுத்துவிட்டு அமர சொன்னான். பின்னர் அவனும் அமர்ந்தவன் அவளிடம் அவளை பற்றிய விவரங்களை கேட்டு கொண்டே உணவை சாப்பிட ஆரம்பித்தான்.

" ஹனிபியும் ராகவும் எப்போ ரிட்டர்ன்?"

" அவங்க ஹனிமூன் போயிருக்காங்கம்மா! அவ்ளோ சீக்கிரமா வர மாட்டாங்கன்னு நெனைக்கிறேன்"

" அஹான்! என்னமோ ராகவே சொன்ன மாதிரி பேசுற"

" பய்யா தான் சொன்னாரு...எப்பிடியும் ஒன் வீக் கழிச்சு தான் வருவேன்னு"

" அப்போ ஹனிபி பர்த்டே செலிப்ரேட் பண்ணுறதுக்காக கூர்க் போகலையா?" என்று ரித்திமா ஆச்சரியத்துடன் கேட்கவும் தன்னை அறியாமல் சிரித்தான் கிஷோர்.

" இந்த ரூஃப் டாப் டின்னர் நல்லா தான் இருக்கு. நீ இங்க அடிக்கடி வருவியா?" என்று கேட்டு குறுகுறுவென்று பார்த்தாள் அவள்.

" யா! வீக்லி ஒன்ஸ்! திஸ் இஸ் மை ஃபேவரைட் ப்ளேஸ்" என்று சொன்னவனை ஒரு பார்வை பார்த்தவள் சுற்றி இருந்த மற்றவர்களிடம் கண்ணை வைத்து கொண்டே " வீக்லி ஒன்ஸ் சார் யாரு கூட வருவிங்க? ஏன்னா பாருங்க நம்மள சுத்தி இருக்கிறவங்க எல்லாருமே கபிள்ஸ்" என்று கேள்வியாக புருவத்தை வளைத்தாள்.

" தனியா தான் வருவேன் மேடம்! உனக்கு என்னை பாத்தா வாரம் ஒரு பொண்ணு கூட டின்னர் சாப்டுற மாதிரியா தெரியுது? எதோ உன் கிட்ட ப்ரபோஸ் பண்ணிட்டேனு உன்னையும் இங்க கூட்டிட்டு வந்தேன்!'

" ஓ! ப்ரபோஸ் பண்ணதுக்கு ரூஃப் டாப் டின்னர்! அப்போ அத அக்செப்ட் பண்ணிட்டா எங்க கூட்டிட்டு போவ?"

" கேண்டில் லைட் டின்னருக்கு" என்று சொல்லி கண் சிமிட்டினான் கிஷோர்.

இருவரும் வளவளத்து கொண்டே சாப்பிட்டு முடித்து விட்டு கிளம்பினர். கிஷோர் கீழே வந்தவன் அங்கே பார்ட்டி ஹாலிலிருந்து வெளியே வந்த தன் நண்பனிடம் பேசி கொண்டிருக்க ரித்திமா ஹோட்டல் லாபியில் இருந்த பெயிண்டிங்கை ரசித்து கொண்டிருந்தாள்.

" ஆங்க்ரி பேர்டுக்கு பெயிண்டிங்க்லாம் பிடிக்கும் போல" என்று ஒரு குரல் வர அவள் கிஷோரா என்று திரும்பினாள்.

அங்கே நின்று கொண்டிருந்த சிராஜை பார்த்ததும் இவனா என்று அவனை அலட்சியபடுத்தி விட்டு மீண்டும் பெயிண்டிங்கில் கவனம் செலுத்த ஆரம்பித்தாள்.

அவன் கொஞ்சம் கூட அவமானப்படாமல் அவளிடம் மீண்டும் வந்து "இந்த ஹோட்டல் வர்ர அளவுக்கு நீங்க வளந்துட்டிங்க போல! கங்கிராட்ஸ் " என்று ஆச்சரியம் போல அவளை கேலி செய்தான்.

கிஷோர் அவர்கள் இருவரையும் கவனித்துவிட்டவன் அவர்களை நோக்கி செல்லும் போது சிராஜின் வார்த்தைகள் அவன் காதில் தெளி-வாக விழுந்தது.

" ஆல்ரெடி அவ ஓவரா வளந்து தான் இருக்கா. ஐ திங் இந்த ஹோட்டல் வர்ரதுக்கு இந்த ஹைட் போதும்னு நெனைக்கிறேன்" என்று அவனுக்கு பதிலளித்தான் கிஷோர்.

அவனை பார்த்ததும் சிரித்த சிராஜ் " பய்யா தான் என்னோட ரோல் மாடல்னு நீ சொன்னப்போ நான் நம்பல. பட் உன்னோட அண்ணனை மாதிரியே ஒரு மிடில் க்ளாஸ் பொண்ணோட சுத்துறத பாத்ததுக்கு அப்பு-றம் கன்ஃபார்ம் ஆயிடுச்சு " என்று சொல்லிவிட்டு ரித்திமாவை இகழ்ச்-சியாக ஒரு பார்வை பார்க்க கிஷோர் அந்த பார்வையில் சூடானவன் சிராஜின் சட்டையை பிடித்தான்.

" அவளை பத்தி பேச உனக்கு எந்த உரிமையும் கெடயாது, தகு-தியும் கெடயாது. அது என்னடா மிடில் க்ளாஸ்னு அவ்ளோ சீப்பா உனக்கு? நான் ராகவ் பய்யா மாதிரி பொறுமையா பேச மாட்டேன். இது தான் உனக்கு லாஸ்ட் வார்னிங். எங்க கிட்ட இருந்து தள்ளி இருக்கிறது தான் உனக்கு நல்லது" என்று அவனை எச்சரிக்க ரித்திமா அவனது கையை பிடித்தாள்.

" விடு கிஷோர்! இவனை மாதிரி ஆளுக்கெல்லாம் எத்தனை தடவை அசிங்கப்பட்டாலும் புத்தி வராது! அவனுக்கு எதாவது சொல்லி உங்கள எரிச்சல் படுத்தனும் அவ்ளோ தான்! அவன் மேல கைய வச்சு நீ உன்னை அசிங்கபடுத்திக்காத" என்று சொல்லிவிட்டு அவனை சிரா-ஜிடமிருந்து பிரித்து இழுத்து சென்றாள்.

காரில் உட்கார்ந்தவன் " விடு கையை! எனக்கு வர்ர கோவத்துக்கு அந்த ராஸ்கலை.." என்று கோபத்தில் கத்த ரித்திமா அவனை சமாதா-

னப்படுத்தினாள்.

" கிஷோர் அவனுக்கு வேலையே இது தான்! நீங்க அவனோட பிஸினஸ் ரைவல்! உங்களை எமோஷ்னலா அவன் வீக் ஆக்க டிரை பண்றான்! அத புரிஞ்சிக்கிட்டு நடந்தா போதும். தேவை இல்லாம பப்ளிக்ல அவனை அட்டாக் பண்ணா எல்லாரும் தப்பு நம்ம மேலன்னு தான் நெனைப்பாங்க" என்று பொறுமையாக விளக்கியதும் தான் அவனது கோபம் ஓரளவுக்கு அடங்கியது.

" இருந்தாலும் அவன் உன்னை பாத்து என் முன்னாடியே கேலியா பேசுனதுக்கு ஒரு நாள் அவனுக்கு சரியான பதிலடி குடுக்கலன்னா என் பேரு கிஷோர் இல்ல" என்று அவன் அடக்கப்பட்ட கோபத்துடன் பதிலளித்துவிட்டு காரை வீட்டுக்கு விரட்டினான்.

****

சொன்ன மாதிரியே ஒரு வாரம் கழித்து தான் ராகவும் அவந்திகாவும் பெங்களூரு திரும்பினர். வந்ததும் ராகவ் அவனது வேலையில் பிஸியாகி விட அவந்திகா அவர்களின் ஒரு திருமணத்திற்கான ப்ளானை ரித்திமாவிடம் டிசைன் பண்ண சொல்லி கிளையண்ட் ஒருவரிடம் காட்டி விட்டு வந்தாள்.

உஷா வீட்டில் இருந்தபடியே அக்கவுண்ட்ஸ் மற்றும் வரி சம்மந்தப்பட்ட விஷயங்களை கவனித்து கொண்டாள். இந்த நிலையில் தான் விஹான் அட்வர்டைசிங் இந்தியன் அட்வர்டைசிங் கிளப்பின் சிறந்த விளம்பர நிறுவனத்திற்கான விருதுக்கு தேர்வு செய்ய பட்ட நல்ல செய்தி வந்து சேர்ந்தது.

ராகவ் அவனது குறிக்கோளின் முதல் படியில் காலடி வைத்த அந்த சந்தோசத்திற்காக பார்ட்டி ஒன்றை ஏற்பாடு செய்ய சொல்லி கிஷோரிடம் கூறிவிட்டான்.

அது கம்பெனி ஊழியர்கள் மற்றும் கிளையன்ட்ஸ் மட்டுமே கலந்து கொள்ளும் நிகழ்வு என்பதால் வீட்டினர் யாரும் அதில் கலந்து கொள்ளவில்லை. நல்ல படியாக பார்ட்டி முடியவும் பிரஸ் மீட் ஆரம்பித்தது. அது நியூஸ் சேனலில் லைவ்வாக வர மொத்த குடும்பமும் அதை போய் வேடிக்கை பார்த்து கொண்டிருந்தது.

ரிப்போர்ட்டர்ஸ் கேட்ட கேள்விகளுக்கு ராகவ் சாதாரணமாக தான் பதிலளித்து கொண்டிருந்தான். ஆனால் சுமித்ராவோ " பாரு என் பேரன் எவ்ளோ அறிவா பேசுறான்! அவனை யாராலயும் கேள்வி

கேட்டு மடக்கவே முடியாது" என்று அவனது ஒவ்வொரு பதிலுக்கும் கமென்ட் கொடுக்க கொஞ்சம் தள்ளி உட்கார்ந்து தங்களின் வேலைகளை கவனித்து கொண்டிருந்த உஷா ரித்திமா அவந்திகாவின் காதில் அது நன்றாக விழுந்தது.

அதை கேட்ட மற்ற இருவரும் சிரித்தாலும் அவந்திகாவுக்கு இதுல்லாம் ரொம்ப ஓவர் என்று மனதில் பட்டது.

" ஏய் என்னடி சிரிப்பு! இந்த தாதி என்னவோ அவங்க பேரனுக்கு மட்டும் தான் திறமையா பேச வரும்கிற மாதிரி ரொம்ப பில்டப் பண்றாங்கப்பா! ஒரு பிரஸ் மீட்டை மொத்த குடும்பமும் பாக்கிறது மட்டும் இல்லாம அதுக்கு கமென்ட்ரி வேற! அவன் அறிவா பேசலடி. அவங்களை அடுத்த கேள்வி கேக்க விடாம தடுக்கிறான் , அவ்ளோ தான். இதுக்கு இந்த பில்டப் ஓவர் தான்"

அவந்திகா இவ்வாறு கூறிக் கொண்டிருக்கும் போதே ஒரு ரிப்போர்ட்டர் "சார் உங்க வைஃப் ஒரு வெட்டிங் ப்ளானர்னு பேசிக்கிறாங்க! விஹான் குரூப் டைரக்டரோட வைஃப் வொர்க் பண்ணனும்னு என்ன அவசியம் இருக்கு? " என்ற கேள்வியை முன் வைத்தார்.

ராகவ் சிரித்தபடியே " நீங்க எந்த ஜெனரேசன்ல இருக்கிங்க சார்? இன்னைக்கு பெண்கள் எல்லா துறைலையும் சாதிக்கிறாங்க. பட் அது மேரேஜோட ஏன் நின்னு போயிடுதுனு நம்ம எல்லாருக்கும் நல்லாவே தெரியும். கல்யாணத்துக்கு அப்புறமா நம்ம சொசைட்டி ஏகப்பட்ட காரணங்களை காட்டி அவங்களுக்குனு ஒரு புரொஃபஸ்னல் லைஃப் இல்லாமயே பண்ணிடுது! அவங்களால அவங்க ஃபேமிலி கொழந்தைங்க ஹஸ்பென்ட் இத தாண்டி யோசிக்க முடியறது இல்ல. அத தாண்டி அவங்க ஒரு துறைல முன்னேறும் போது உங்க ஹஸ்பென்ட் தான் பெரிய கம்பெனியோட டைரக்டர் ஆச்சே! நீங்க வொர்க் பண்ண என்ன அவசியம்னு கேக்குறது என்னை பொறுத்தவரைக்கும் முட்டாள் தனம்! அது அவங்களோட விருப்பம். அத அவங்க தொடர்ந்து பண்ணுவாங்க! " என்று பதிலளித்தான்.

இதை கேட்ட உஷாவும் ரித்திமாவும் இதுக்கு என்னடி சொல்லுற என்று புருவம் உயர்த்த அவந்திகா தோளை குலுக்கினாள்.

ரிப்போர்ட்டர் " சோ நீங்க உங்க வைஃப்க்கு அவங்க இஷ்டப்பட்ட புரொஃபஷனை கன்ட்டினியூ பண்ணுறதுக்கு முழு மனசோட தான் அனுமதி குடுத்தேனு சொல்லுறிங்களா சார்?" என்று அடுத்த கேள்-

வியை வைத்தார்.

அவன் அதற்கும் அசரவில்லை. " அனுமதி குடுக்கிறதுங்கிறது என்னை பொறுத்தவரைக்கும் ரொம்ப பெரிய வார்த்தை. ஹஸ்பென்ட் அண்ட் வைஃப்ல யாரும் சுப்பீரியரும் இல்ல , யாரும் சப் ஆர்டினேட்டும் இல்ல. ரெண்டு பேரும் ஈக்வல்னு சொல்லுறப்போ அதுல அனுமதிக்கு என்ன அவசியம் இருக்கு? எனக்கு பிடிச்ச ஃபீல்ட்ல நான் இருக்கிறதுக்கு அவங்க கிட்ட நான் அனுமதி வாங்க எப்பிடி அவசியம் இல்லையோ அதே மாதிரி தான் அவங்களும். " என்று சொல்லி அவரது கேள்விக்கும் அந்த பிரஸ் மீட்டுக்கும் ஒரு முற்றுபுள்ளி வைத்தான்.

அனைவரும் கலைய நியூஸ் சேனல் மாற்றப்பட்டு இப்போது எதோ டிவோஸ்னல் சேனல் ஓடியது.

அவந்திகா இவ்வளவு நேரம் அவன் பேசியதை கேட்டவள் " நாட் பேட்! மார்ஸ்மாலோ இவ்ளோ முன்னேறிட்டானா? பரவாயில்லயே" என்று எண்ணி கொண்டாள்.

அவந்திகா ராகவ் அளித்த பேட்டியை பற்றி யோசித்தவாறே இருக்க உஷா " ஹலோ மேடம் இங்க தான் இருக்கிங்களா? என்ன யோசனை? " என்று கேலியாக கேட்க ஒன்றும் இல்லை என்று சொல்லி சமாளித்தவள் ராகவ் போனில் அழைக்கவும் எடுத்து பேசினாள்.

" அவந்திகா இப்போவே நம்ம ஃபேமிலி மெம்பர்ஸ் எல்லாரும் பார்ட்டிக்கு ரெடியாகி ஹோட்டலுக்கு வர்ரிங்க" என்று அவன் சொல்லவும் அவளுக்கு ஆச்சரியமாக இருந்தது.

" நீ தானே சொன்ன இது எம்பிளாயிஸ் ஒன்லினு , இப்போ என்ன திடீர்னு உனக்கு எங்க நியாபகம்? அப்பிடி சட்டு புட்டுனுலாம் கெளம்பி வர முடியாது. அதனால நீங்க மூனு பேரும் சீக்கிரமா கெளம்பி வீட்டுக்கு வர்ர வழிய பாருங்க"

" ஜான்சி ராணி நான் சீரியஸா பேசிட்டுருக்கேன்"

" நானும் தான்! இங்க நாங்க எவ்ளோ பிஸியா வொர்க் பண்ணிட்டு இருக்கோம்! எல்லாரும் அவங்கவங்க வேலைய அப்பிடியே விட்டுட்டு இவர் கூப்டதும் இவரு பின்னாடியே போகனுமாம்! அட் லீஸ்ட் ஒரு ஒன் ஹவர் முன்னாடி சொல்லியிருந்தா கூட பரவால்ல! இப்பிடி திடுதிடுப்புனு சொன்னா எப்பிடி நாங்க கெளம்பி வர்ரது?" என்று அவள் பேசி கொண்டிருக்கும் போதே போன் கட் ஆனது.

அவந்திகா உஷாவிடமும் ரித்திமாவிடமும் விஷயத்தை சொல்லியதும் அவர்கள் புறப்பட எழும்ப அவர்களை கண்ணால் மிரட்டியவள் " அங்க போனா இந்த வேலையை யாருடி பாக்கிறது?" என்றதும் அவர்களும் உட்கார்ந்து வேலையை தொடர்ந்தனர்.

" மைதாமாவுக்கு கோவம் வந்துடுச்சு! நல்லா வரட்டும்! என்ன தான் நெனச்சிட்டுருக்கான்! இப்பிடி திடீர்னு கால் பண்ணி எல்லாரும் வாங்கன்னு சொன்னா என்ன அர்த்தம்?" என்று உஷாவிடமும் ரித்திமாவிடமும் புலம்பி கொண்டிருக்கும் போதே கார் நிற்கும் சத்தம் கேட்டது.

" வந்துட்டானா? வந்து அப்பிடியே அமைதியா போனா அவனுக்கு நல்லது" என்று மனதில் எண்ணி கொண்டவள் வாசலில் வேகமாக நடந்து வந்தவனை பார்த்தும் கவனிக்காத மாதிரி தன்னுடைய வேலையை தொடர்ந்தாள்.

" நீ என்னை பாத்துட்டேனு எனக்கு நல்லாவே தெரியும் ஜான்சி ராணி" என்று அவளிடம் கூறியவன் உஷாவிடமும் ரித்திமாவிடமும் பார்ட்டிக்கு தயாராகும் படி கூற அவர்களோ அவந்திகாவை பார்த்தனர்.

" டோன்ட் வொர்ரி! அவளும் வர தான் போறா. நீங்க போய் ரெடியாகுங்க" என்று அவர்களை அனுப்பியவன் அவளுடைய லேப்டாப்பை பிடுங்கிவிட்டு " என் கூட வா " என்று சொல்லி தங்களின் அறைக்கு இழுத்து சென்றான்.

" லிசன்! சீக்கிரமா டிரஸ் சேன்ஜ் பண்ணிட்டு ரெடியாகு! " என்று சொல்லிவிட்டு ஆபிஸ் ரூம்க்கு செல்ல எத்தனிக்க " நான் எங்கயும் வர மாட்டேன்" என்ற பதில் காதில் விழவும் திரும்பினான்.

" எனக்கு டயர்டா இருக்கு ராகவ்! "

" ரியலி? இத நம்ப நான் ஒன்னும் அம்மாவோ பாபியோ இல்ல! சீக்கிரமா ஒரு நல்ல டிரஸா போட்டு ரெடியாகு ! இல்லனா இதே டிரஸ்ஸோட பார்ட்டிக்கு உன்னை தூக்கிட்டு போக வேண்டியிருக்கும்" என்று புன்னகையுடன் கூறிவிட்டு சென்றவனை பார்த்து கடுப்பானவள் வேறு வழியின்றி ஒரு சாரியை சுற்றிக் கொண்டு தயாரானாள்.

அவன் திரும்ப அறைக்கு வந்து அழைத்து வந்தது மாதிரியே மீண்டும் இழுத்து சென்றான்.

அவந்திகா " நீ என் கைய விட்டா நானே வருவேன்! ஏன் இப்பிடி?" என்று கேட்க "பிகாஸ் நீ லேட் பண்ணா நம்ம வீடு திரும்புறதுக்கு இன்னும் லேட் ஆகும்" என்று சொல்லிவிட்டு காரில் அவள் அமர்ந்-

ததும் கதவை சாத்தியவன் அவனும் அமர்ந்து காரை ஓட்ட தொடங்கி-னான்.

ஹோட்டல் வந்ததும் அவந்திகா இறங்கியவள் கேமரா ஃப்ளாஸை பார்த்ததும் திகைத்து ராகவின் பின் நின்றாள். அவன் அவளை அணைத்து கொண்டே உள்ளே அழைத்து சென்றான். உள்ளே மற்ற தொழிலதிபர்கள் அவர்களின் குடும்பத்தினர் என்று அனைவரும் இருக்க சிறிது நேரத்திலே கிஷோரும் மற்றவர்களை அழைத்து வந்து விட்டான்.

விஹானின் பணியாளர்களும் அங்கே இருந்ததால் அவந்திகாவும் ரித்திமாவும் மேடி வர்ஷாவுடன் சேர்ந்து அரட்டையடிக்க ஆரம்பித்தனர்.

" மேடி உன்னோட பேனிக் அட்டாக் திரும்பவும் வருதா?" என்று விசாரித்த அவந்திகாவை முறைத்தவன் " நீ வந்துட்டல்ல, அதுவும் திரும்பி வந்துடும்" என்று சொல்லிவிட்டு கையில் வைத்திருந்த ஆரஞ்ச் ஜூஸை ஒரே மடக்கில் காலி செய்தான்.

அவந்திகாவுக்கு எதாவது வேண்டுமா என்று கேட்டவன் அவள் மறுக்கவும் வர்ஷாவுக்கும் ரித்திமாவுக்கும் ஜூஸ் எடுத்து வந்தான்.

வர்ஷா " அவந்திகா எதாவது குட் நியூஸ் வருமா உன் கிட்ட இருந்து? வீ ஆர் ஈகர்லி வெயிட்டிங். பட் நீ தான் சொல்லுவேனானு அடம் பிடிக்குற" என்று கேட்க அவந்திகா சிரித்தாள்.

" ஆ ஊ னா சிரிச்சு சமாளிச்சிரு" என்று குறைபட்டவளிடம் " எல்லாம் மேல இருக்கிறவன் பாத்துக்குவான் வர்சு" என்று சொல்லி கண் சிமிட்டினாள் அவந்திகா.

" நீ அவ கிட்ட போயா குட் நியூஸ் கேப்ப! அவளுக்கு ராகவ் கூட சண்டை போடவே டைம் இல்லயாம்" என்று ரித்திமா சொல்ல மூவரும் சிரித்தனர்.

" நீ சொல்லலைனா என்ன ? நான் சொல்லுவேன். நானும் மேடியும் ..." என்று வர்ஷா வார்த்தைய முடிப்பதற்குள் அவந்திகா " அம்மா அப்பா ஆக போறீங்களா?" என்று கேட்க மேடிக்கு பதட்டத்தில் புரை-யேறியது.

" நான் சொன்னேனா இல்லையா? வந்த உடனே ஆரம்பிச்சிட்டா" என்று சொன்னவனின் தலையை தட்டி கொடுத்த ரித்திமா " ஹனிபி அவன் பாவம்டி! பொண்ணு என்ன தான் சொல்ல வர்ரானு கேட்டுட்டு அப்புறமா கலாய்க்கலாம்" என்று சொல்லவும் அவந்திகா வர்ஷா சொல்ல வந்த விஷயத்தை கேட்க ஆரம்பித்தாள்.

" நாங்க ரெண்டு பேரும் கல்யாணம் பண்ணிக்கலான்னு இருக்கோம்" என்று சொல்லி வெட்கப்பட அவந்திகா மேடியை பார்த்து " இந்த திருடன் கடைசி வரைக்கும் அமுக்கினி மாதிரி இருந்துட்டு எவ்ளோ பெரிய வேலை செஞ்சிருக்கான் பாரு ரித்தி " என்று கலாய்க்க ஆரம்பித்தாள்.

இவ்வாறு நால்வரும் பேசி கொண்டிருக்கும் போதே லாரா வர " ஹலோ மேம்! ஹவ் ஆர் யூ" என்று ரித்திமாவும் அவந்திகாவும் அவளுடன் பேசலாயினர்.

ராகவ் நேனாவிடம் பேசி கொண்டிருக்கும் போதே அவன் கண்கள் அவந்திகாவை கவனிக்க அவள் சிரித்து கொண்டே " போதும்டா! உன் பொண்டாட்டி தானே! 24 ஹவர்ஸும் வீட்டில பாத்துட்டே தானே இருக்க! கொஞ்ச நேரமாச்சும் அந்த கண்ணுக்கு ரெஸ்ட் குடுடா" என்று கலாய்க்க அவர்களுடன் பேசி கொண்டிருந்த ஆர்யா " வாட்? அவந்திகா பார்ட்டிக்கு வந்திருக்காங்களா? நான் அவங்களை பாத்துட்டு வர்ரேன்" என்று அவந்திகாவை நோக்கி சென்றான்.

அவன் சென்றதும் கடுப்பான ராகவ் நேனாவிடம் திரும்பி " ஒன் செகன்ட் நேனா! இந்த ராஸ்கல் எப்போ இந்தியா வந்தாலும் என்னோட பி.பியை இன்கிரீஸ் பண்ணாம போக மாட்டான்னு நெனைக்கிறேன்" என்று சொல்லிவிட்டு வேகமாக அவன் பின்னே சென்றான்.

ஆர்யா அவந்திகாவின் முன் நின்றவன் " ஹலோ ! எப்பிடி இருக்கிங்க? முன்னை விட இப்போ ரொம்ப அழகாயிட்டிங்க போங்க" என்று சொல்ல அவந்திகா அதற்கு புன்னகை பூத்தாள்.

அதற்குள் ராகவ் வந்துவிட ஆர்யா " பாத்துடா! கீழ விழுந்து அடி எதும் பட்டுட போகுது! நான் என்னை உன் வைஃப கிட்னாப் பண்ணவா போறேன்? இவ்ளோ வேகமா வர்ர?" என்று கலாய்க்க மேடி, வர்ஷா, ரித்திமா, லாரா என்று அனைவருக்கும் இதை கேட்டு சிரிப்பு வந்தது.

" என்னடா பண்ணுறது? உன்னை மாதிரி ஒருத்தன் கிட்ட இருந்து என் ஃப்ரெண்டை காப்பாத்த வேண்டிய பொறுப்பும் எனக்கு தானே இருக்கு" என்று சொல்லி கொண்டே லாராவை பார்த்தான்.

அதற்கு அவள் புரியாமல் விழிக்கவும் " சார் உன்னை ரொம்ப லவ் பண்ணுறாராம் லேரன்! " என்று அவன் சொன்னது தான் தாமதம் வர்ஷா ரித்திமா அவந்திகா மேடி என்று ஆளாளுக்கு லாராவுக்கு வாழ்த்து சொல்லுகிறோம் பேர்வழியாக அவளை உலுக்கி எடுத்தனர்.

ஒரு கட்டத்துக்கு மேல் பொறுமையை இழந்தவள் " சைலன்ஸ்! சின்ன பசங்களா நீங்க நாலு பேரும்? என்ன ஆட்டம்? அண்ட் யூ ராகவோட வைஃப் , பாவம் என்னோட ஃப்ரெண்ட். உன்னை வச்சு டெய்லி எப்பிடி சமாளிக்கிறான்?" என்று சொன்னவளை பார்த்து தோளை குலுக்கினாள் அவந்திகா.

ஆர்யா " கூல் டவும் லேரன்" என்று அவளை அணைக்க வர " ஏய்! டோன்ட் டச் மீ" என்று சொல்லிவிட்டு செல்ல அவள் பின்னே ஓடினான் அவன்.

அதை பார்த்து சிரித்த ராகவுடன் சேர்ந்து கொண்டனர் மற்ற நால்வரும்.

ஒருவாறாக பார்ட்டி நல்ல படியாக முடிய ராகவ் நேனாவையும் அவளது தந்தையையும் வழியனுப்பிவிட்டு வந்தான். கிஷோரை தேடியவன் அவனும் அவந்திகா ரித்திமாவுடன் கார் பார்க்கிங்கில் நின்று எதையோ பற்றி கேலி செய்து சிரித்துகொண்டிருப்பதை பார்த்து அவர்களை நெருங்கியவன் அதற்குள் இன்னொரு புறமிருந்து ஒருவன் அவர்களை நோக்கி வேகமாக வருவதை கண்டுவிட்டான்.

ஆனால் அவன் செல்வதற்குள் அந்த நபர் கத்தியை ஓங்க கிஷோர் அவனை தடுக்கும் முயற்சியில் தோளில் கத்தி கிழித்துவிட்டது. அதற்குள் ராகவ் அவனை நெருங்கி அவன் கையிலிருந்த கத்தியை பிடுங்கியவன் அவனை கோபத்தில் அடிக்க ஆரம்பித்தான்.

சத்தம் கேட்டு குடும்பத்தினர் அனைவரும் அங்கே வந்துவிட அவந்திகாவும் ரித்திமாவும் கிஷோர் தோளிலிருந்த காயத்தை பார்த்ததும் அதிர்ச்சியில் உறைந்துவிட்டனர்.

ராதிகா அவனுக்கு அவனுக்கு இரத்தம் போய் கொண்டே இருப்பதை பார்த்து கண்ணீருடன் அமரை அழைத்து அவனை தூக்க சொல்ல அவன் கிஷோருடன் காரில் அமர்ந்தான். அம்மா சித்தியுடன் கார் ஹாஸ்பிட்டலை நோக்கி செல்ல ஆரம்பித்தது.

அதற்குள் வருண் போலீசை அழைக்க வந்தவர்கள் அவனை இழுத்து சென்றனர். பின்னேயே காவல் நிலையம் வந்து சேர்ந்தனர் ராகவும் வருணும். அவனுடன் அவந்திகாவும் ரித்திமாவும் வந்தவர்கள் அங்கே சென்று பார்க்கும் போது அந்த நபரை காவலர்கள் அவர்களின் முறையில் விசாரித்து கொண்டிருந்தனர்.

அவர்கள் கேட்டதற்கு முதலில் பதில் சொல்ல மறுத்தவன் பின்னே சொன்ன ஒரே வார்த்தை " சிராஜ்" . அதை கேட்டதும் ராகவுக்கு இரத்தம் கொதிக்க ஆரம்பித்தது.

அவன் வரிசையாக அவந்திகாவுக்கு நடந்த விபத்திலிருந்து விவரிக்க தொடங்கி இன்றும் அவன் அவந்திகாவை கொல்ல வந்த இடத்தில் தான் கிஷோர் இடையில் வந்து விட்டதாக கூற சிராஜின் மீது கொலைமுயற்சி புகார் அளித்துவிட்டு வந்த ராகவுக்கு இன்னும் கோபம் குறையவில்லை.

" இந்த ராஸ்கல் தான் இவ்ளோவும் பண்ணிருக்கான்! எனக்கு இது எதுவுமே தெரியாம இருந்துருக்கேன். டேமிட்" என்று கார் கதவில் கையை குத்தியவனை பார்த்து அவன் அருகில் சென்றாள் அவந்திகா.

" ராகவ்! அவன் தான் ஆக்சிடெண்ட்கு காரணம்னு எனக்கு ஆல்ரெடி தெரியும்" என்று சொன்னவளின் முகத்தை நம்ப முடியாமல் பார்த்தான் ராகவ். பின்னர் அவளது கையை இறுக்கமாக பிடித்தவன் " வாட்? கம் அகெய்ன்" என்று கடினமான குரலில் கூறவும் அந்த குரல் உள்ளே குளிரை பரப்பினாலும் அவந்திகா தைரியத்தை வரவழைத்து கொண்டு கூறினாள்.

" அவன் தான் இத என் கிட்ட சொன்னான்" என்று ஆரம்பித்து சிராஜ் அவளிடம் கூறிய விஷயங்களை ராகவிடம் சொல்லிவிட்டு அவன் முகத்தை பார்த்தாள்.

" ஏன் என் கிட்ட இத பத்தி அப்போவே சொல்லல? "

" முடிஞ்சு போன விஷயத்தை பத்தி சொல்லி உன்னை டென்சனாக்க வேண்டாமேனு சொல்லல"

" ஓ! அன்னைக்கே என் கிட்ட இத சொல்லிருந்தா அந்த ராஸ்கலுக்கு மறுபடியும் இப்பிடி நடந்துக்க தைரியம் வந்திருக்காது. உன்னோட முட்டாள் தனத்தால இன்னைக்கு என்னோட தம்பி ஹாஸ்பிட்டல்ல படுத்துருக்கான். இதுக்கு என்ன பதில் சொல்ல போற அவந்திகா?" என்று சொல்லிவிட்டு அவள் கையை உதறிவிட்டு காரை எடுத்து கொண்டு ஹாஸ்பிட்டலுக்கு விரைந்தான் ராகவ்.

அவன் செல்வதை கண்ணில் நீர் வழிய பார்த்து கொண்டிருந்தவளை சமாதானம் செய்த வருண் அவளையும் ரித்திமாவையும் தன்னுடைய காரில் ஹாஸ்பிட்டலுக்கு அழைத்து சென்றான்.

ரித்திமாவுக்கு கிஷோருக்கு எதும் ஆகிவிடுமோ என்ற பயத்தில் கண்ணீர் கூட வர மறுத்தது. இவ்வாறு அவர்கள் மனம் பதைக்க காரில் வரும்போது அங்கே மருத்துவர் ராகவிடம் " நத்திங் டு சீரியஸ் ராகவ்! காயம் கொஞ்சம் டீப்பா இருக்கு! மத்தபடி பயப்படுற மாதிரி எதுவுமில்ல! நீங்க அவரை போய் பாக்கலாம்" என்று சொல்லிவிட்டு சென்றார்.

ராகவ் உள்ளே விரைந்தவன் படுக்கையிலிருந்து எழும்பி உட்கார்ந்த கிஷோரை பார்த்ததும் அவனை கட்டி கொண்டான். " ஆர் யூ ஓகேடா?" என்று கேட்க கிஷோர் " எனக்கு என்ன பய்யா? ஐயாம் ஓகே! கொஞ்சம் டயர்டா இருக்கு! அவ்ளோ தான்" என்று சொல்லவும் தான் அவனுக்கு நிம்மதியானது.

ஆனால் அவந்திகா மீது கொண்ட கோபம் சிறிதும் குறையாமல் அதே நிலையில் இருக்க வெளியே போடப்பட்டிருந்த சேரில் அமர்ந்தவன் குடும்பத்தினரை வீட்டுக்கு செல்லுமாறு சொல்லிவிட்டு அவன் அங்கேயே இருந்தான்.

16

அத்தியாயம்

அவசரமாக ஹாஸ்பிட்டலுக்குள் நுழைந்தனர் வருணும் அவந்திகாவும். அவர்கள் உடன் வந்த ரித்திமா அழுது சிவந்த விழிகளுடன் மெதுவாக நடந்து வந்தாள்.

வார்டின் வெளியே அமர்ந்திருந்த ராகவை கண்டதும் வருண் வேகமாக சென்றவன் " ராகவ்! கிஷோர் எப்பிடி இருக்கான்டா? பயப்படுற மாதிரி ஒன்னும் இல்லயே" என்று கவலையுடன் வினவினான்.

" டோண்ட் வொர்ரி பய்யா! ஹீ இஸ் ஆல்ரைட் நவ். போய் பாருங்க" என்று சொல்லவும் விருவிருவென்று உள்ளே சென்று கிஷோரை பார்த்தனர் மூவரும்.

அவனோ " ஹேய் கைய்ஸ் !! ஐயாம் ஆல்ரைட்! ஏன் இவ்லோ சோகமா மூஞ்சிய வச்சிருக்கிங்க?" என்று அவர்களை கலகலப்பாக்க முயற்சித்தான். மற்ற இருவரும் புன்னகைக்க முயன்றாலும் ரித்திமா மட்டும் இன்னும் அதே முகபாவத்துடன் இருக்க அவளை நோக்கி கையை நீட்டவும் அவள் அழுகையுடன் வந்து அவன் கையை பிடித்து கொண்டாள்.

அவர்கள் பேசட்டும் என்று வருணும் அவந்திகாவும் வெளியே வர ராகவ் இன்னும் கோபத்திலிருந்து வெளி வராமல் அவந்திகாவை முறைத்தான்.

உள்ளெ கிஷோர் " ரித்தி! டோன்ட் கிரை! நான் நல்லா தான் இருக்கேன். இங்க பாரு பேபி" என்று சொல்லிவிட்டு அவள் முகத்தை நிமிர்த்தினான்.

" எவ்ளோ இரத்தம் போயிடுச்சுல்ல? எல்லாம் அந்த சிராஜால தான் . அவன் அன்னைக்கே என்னையும் ஹனிபியையும் மிரட்டுனப்போவோ நாங்க இத வீட்டுல சொல்லிருந்தா இப்பிடி ஆயிருக்குமா?" என்று ரித்திமா கேட்க கிஷோர் திகைத்தான்.

" அவன் என்ன சொல்லி உங்களை மிரட்டுனான்? "

" ஹனிபிக்கு நடந்த ஆக்ஸிடென்ட்டுக்கு அவன் தான் காரணம்னு சொன்னான். அதுக்கு எந்த ஆதாரமும் இல்லன்னும் சொன்னான். இன்னும் நடக்க போறத மட்டும் வேடிக்கை பாருங்கன்னு சொல்லிட்டு போயிட்டான்"

" இத எதுக்கு நீங்க ரெண்டு பேரும் யாருகிட்டவும் சொல்லாம மறைச்சிங்க?"

" ஹனிபி தேவை இல்லாம உங்க யாரையும் டென்சன் ஆக்க வேண்டானு நெனச்சா. அதான் சொல்லல"

" இட்ஸ் ஓகே! நீ அழாத பேபி" என்று சொல்ல அவள் அழுகை இன்னும் நிற்கவில்லை. அவளை வழிக்கு கொண்டு வர என்ன செய்ய என்று யோசித்தான் கிஷோர்.

" ரித்தி! பேபி கேர்ள்! இப்போ நீங்க சிரிச்சிங்கன்னா நான் கொஞ்சம் சீக்கிரமா ரெகவர் ஆயிடுவேன். உன் கண்ணுல இருந்து ஒரு சொட்டு கண்ணீர் வந்தாலும் என்னோட கண்ணுல இருந்து ரத்தமே வந்துடும் பேபி!" என்று அவளை பார்த்து சொல்ல அவன் சொன்ன விதத்தில் சிரித்த ரித்திமா " உடம்பு சரியில்லாம போனாலும் உன்னோட வாய் மட்டும் கொறையவே இல்லடா" என்று செல்லமாக அவன் தலையில் குட்டினாள்.

வெளியே ராகவின் அருகில் வந்த அவந்திகா அவன் கையை பிடிக்க போக அவனோ எழுந்து எதிர்புறம் திரும்பி கொண்டான்.

" ராகவ் நான் உன் கிட்ட சொல்லாம மறைச்சது தப்பு தான்" என்று சொல்லிக் கொண்டே அவன் முன் நிற்க அவனோ " அத இப்போ சொல்லி என்ன யூஸ்? அவன் ஏதாச்சும் பண்ணுவான்னு எனக்கு தெரியும். பட் இந்த லெவலுக்கு எறங்குவான்னு தெரிஞ்சிருந்தா கொஞ்சம் முன்னெச்சரிக்கையா இருந்துருப்பேனே! இப்போ வந்து நான் பண்ணது தப்பு தான்னு நீ இப்பிடி பாவமா நின்னா எல்லாம் சரியாயிடுமா?" என்று சொல்லி கடினமான குரலில் கேட்டு அவளை கூர்மையாக பார்த்தான்.

அவன் பேச பேச அவளுக்கு தலைக்குள் ஏதோ சுற்றுவது போல தோன்ற "ராகவ் ப்ளீஸ்! கொஞ்சம் பொறுமையா " என்று சொல்லி கொண்டிருந்தவள் அவன் கையை பிடிக்க செல்ல அவனோ சட்டென்று அவள் கையை மீண்டும் உதறினான்.

அவனுக்கும் கஷ்டமாக தான் இருந்தது. ஆனால் இன்னொரு முறை யாரையும் மரணப்படுக்கையில் காண அவன் தயாராக இல்லை. வருண் இருவரையும் கவனித்துகொண்டிருந்தவன் திடீரென்று " ஹனிபி என்னாச்சு?" என்று கேட்டுக் கொண்டே அவந்திகாவின் அருகில் வர அதற்குள் திரும்பிய ராகவ் அவந்திகா தலையை பிடித்து கீழே விழுவ-தற்குள் தன் கைகளால் தாங்கினான்.

அவளை தூக்கியவன் டென்சனுடன் டாக்டரை அழைக்க அவர் வார்டில் உள்ள பெட்டில் அவளை படுக்க வைக்க சொன்னார். அவளை பரிசோதித்தவர் "அவங்க டைம்க்கு சாப்டல. அதான் பிபி லெவல் சேன்ஜ் ஆனதால மயங்கிட்டாங்க" என்று சொல்லி விட்டு லேடி டாக்-டரை அழைத்து ஏதோ சொல்லிவிட்டு சென்றார்.

அவரோ மயக்கம் தெளிந்த அவந்திகாவை மட்டும் அங்கே இருக்க சொல்லிவிட்டு மற்ற இருவரையும் வெளியே காத்திருக்க சொன்னார்.

அவந்திகாவிடம் சில விவரங்களை கேட்டவர் நாளை காலை வந்து தன்னை பார்க்குமாறு சொல்லிவிட்டு சில பரிசோதனைகளையும் செய்துவிட்டு வெளியே நின்றவர்களை அழைத்து அவளை வீட்டுக்கு அழைத்து செல்லுமாறு கூறினார்.

கிஷோரும் சிறிய காயம் தான் என்பதால் அவர்களுடனே கிளம்பி-னான்.

வீடு வந்து சேரும் வரை யாருமே பேசிக் கொள்ளவில்லை. ராதிகா அவர்களுக்காக காத்திருந்தவர் கிஷோர் வருவதை கண்டதும் ஓடி சென்று அவனை பார்த்ததும் கண்ணீர் விட கிஷோர் " ராதிம்மா என்ன கொழந்தை மாதிரி? இங்க பாருங்க , ஐயாம் ஆல்ரைட்" என்று அவரை தேற்றினான்.

அவந்திகா இதை கவனித்தவள் முகத்தில் எந்த உணர்ச்சியும் காட்-டாமல் தங்களின் அறைக்கு சென்றாள். இயந்திரம் போல் குளியல-றைக்கு சென்று ஷவரின் அடியில் நின்றவள் வெளியே வந்து உடை மாற்றிவிட்டு சாப்பிடாமலே தூங்கி போனாள்.

****

அன்று கிஷோரை பற்றிய கவலையில் யாருமே அவளது முகமாற்றத்தை கவனிக்கவில்லை, ராகவை தவிர.

அவன் வந்து பார்க்கும் போது அவள் அசந்து உறங்கவும் அவளை தொந்தரவு செய்ய விரும்பாமல் அமைதியாக வந்து படுத்தான் ராகவ்.

காலையில் அவந்திகா எழும்பும் போது மிகவும் தாமதமாகிவிட்டது. மருத்துவரை பார்க்க செல்ல வேண்டுமென்று விரைவாக தயாராகி கீழே வந்தவள் ராதிகா கொடுத்த காலையுணவை மறுக்காமல் உண்டாள்.

பின்னர் ராதிகாவிடம் மருத்துவர் வர சொன்ன விவரத்தை கூறிவிட்டு கிளம்ப போனாள். அதற்குள் ராகவ் கீழே வரவும் ராதிகா அவனிடம் அவளை ஹாஸ்பிட்டலுக்கு அழைத்து செல்லுமாறு கூற அவன் சரியென்று தலையசைத்தவன் சாப்பிட்டு முடித்ததும் அவளுடன் கிளம்பினான்.

காரில் வரும் போது அவன் பேசுவான் என்ற எதிர்ப்பார்த்த அவந்திகாவுக்கு அவன் மவுனமே பதிலாக கிடைக்க அவளும் எதுவும் பேசவில்லை. அவளை ஹாஸ்பிட்டலில் இறக்கிவிட்டவன் அவளுடன் உள்ளே வர அவந்திகா "நானே டாக்டரை பாத்துப்பேன் ராகவ்" என்று சொல்ல அவனோ "ஏன்? அவங்க எதாச்சும் சொல்லுவாங்க! அதையும் என் கிட்ட இருந்து மறைக்கவா?" என்று சொல்ல இனிமேல் அவனிடம் வாதம் பண்ண அவள் என்ன முட்டாளா?

இருவரும் சிறிது நேர காத்திருப்புக்கு பின் உள்ளே செல்ல மருத்துவர் அவந்திகாவிடம் சில விவரங்களை கேட்க அவள் அதற்கு அளித்த பதிலில் மருத்துவர் கடுப்பானாரோ இல்லையோ ராகவ் கடுப்பானான்.

அவளின் பதில்களையும் பரிசோதனை முடிவுகளையும் பார்த்தவர் " மிசஸ் கபூர்! யூ ஆர் பிரெக்னென்ட்! கங்கிராஜூலேசன்! " என்று சொல்லி ரிப்போர்ட்டை அவளிடம் கொடுக்க அவந்திகா நம்ப முடியாமல் விழிவிரித்து பார்த்தாள்.

ராகவ் சந்தோசத்தின் உச்சியில் இருந்தவன் மருத்துவரிடம் மற்ற விவரங்களை கேட்டவன் அவள் முகத்திலிருந்த உணர்ச்சியை பார்த்ததும் "இதுக்கு இவ்ளோ ஷாக் ஆக வேண்டிய அவசியம் இல்ல ஜான்சி ராணி!" என்று அவள் காதில் சொல்லிவிட்டு அவளை அழைத்து சென்றான்.

காரில் ஏறியதும் அவள் அருகில் அமர்ந்தவன் அவளது முகத்தில் ஏதோ சிந்தனை ஓடுவதை கண்டான். மனதினுள் " இன்னைக்கு ஏதோ

பிரச்சனை இருக்கு" என்று எண்ணி கொண்டவன் அதற்கு தன்னை தயார்படுத்தி கொண்டே "போலாமா?" என்று சிரித்தமுகமாக கேட்க அவந்திகா தலையாட்டினாள்.

மனதினுள் " இந்த மார்ஸ்மாலோ ரொம்ப சந்தோசமா இருக்கான் போல! இவ்ளோ நேரம் கடுகடுனு என்னை மொறச்சிட்டு இப்போ மூஞ்சில தவுசன்ட் வாட்ஸ் பல்ப் எரியுது! " என்று எண்ணி கொண்டாள்.

வீடு வந்ததும் அங்கே அவளுக்காக கௌசல்யாவும் காத்திருக்கவே அவந்திகா "இவங்களை எப்போடா கூப்பிட்ட? நானும் உன் கூட தான இருந்தேன்" என்று ஆச்சரிய மிகுதியில் கேட்க அதற்கு காலரை தூக்கிவிட்டவனை கண்டு அலட்சியமாக உதட்டை சுழித்தவள் உள்ளே சென்றாள்.

கௌசல்யா அவளை அணைத்து கொண்டவர் " நான் எவ்ளோ சந்தோசமா இருக்கேன் தெரியுமா? என் பொண்ணு இன்னைக்கு ஒரு கொழந்தைக்கு அம்மா ஆக போறா. என்னால இத நம்பவே முடியல! ரகு கேட்டா அப்பிடியே சந்தொசத்துல பூரிச்சு போய்டுவாரு" என்று சொல்ல அவந்திகா மலர்ந்த முகத்துடன் சிரித்தாள்.

ராதிகாவும் பிரியாவும் தங்கள் பங்குக்கு அவளை அணைத்து வாழ்த்து சொல்ல சுமித்ரா, குணால் மற்றும் மோகனிடம் ஆசிர்வாதம் வாங்கி கொண்டாள் அவந்திகா

பின்னர் ஒவ்வொருவராக அவளுக்கு அட்வைஸ் செய்ய உஷாவும் அவள் பங்குக்கு ஆரம்பித்தாள்.

" ஏய்! போதும்டி! என் காது வலிக்குது! நீங்க எல்லாரும் ஒரே அட்வைச தான் திரும்ப திரும்ப சொல்லுறிங்க! எனக்கு டயர்டா இருக்கு. நான் ரூம்க்கு போறென்" என்று சொல்லி அவளது அறைக்கு சென்றாள்.

கூடவே சென்ற உஷாவும் ரித்திமாவும் அவளை தூங்க விட்டால் தானே! இவ்வாறு அந்த வீட்டுக்கு இன்னொரு வாரிசு வர போவதை அறிந்த குடும்பத்தினர் மகிழ்சியுடன் அதை வரவேற்க தயாராயினர்.

****

இரவில் தங்களின் அறைக்கு வந்த ராகவ் டிவி பார்த்து கொண்டிருந்த அவந்திகாவின் அருகில் அமர்ந்து அவளை தோளோடு சேர்த்து அணைத்துகொண்டான்.

அவள் அவனை கண்டு கொள்ளாமல் டிவியை ஆழ்ந்து பார்த்து கொண்டிருக்க அவன் ரிமோட்டை எடுத்து டிவியை அணைத்தான். பின்னர் அவளது முகத்தை தன் புறமாக திருப்பியவன் " யூ னோ ஒன் திங் நான் இன்னைக்கு ரொம்ப சந்தோசமா இருக்கேன்! " என்று சொல்ல அவந்திகா அதற்கு " இருக்காத பின்ன? உன்னோட ஒரே ஒரு கனவு இன்னைக்கு நிஜமாயிடுச்சு! அப்போ சந்தோசமா தான் இருந்தா-கனும்! " என்று சொல்லிவிட்டு முகத்தை திருப்பி கொண்டாள்.

" ஏன் ஜான்சி ராணி நீ சந்தோசமா இல்லையா? "

" அத பத்தி உனக்கு என்ன கவலை? நீ அப்பாவா ஆயிட்ட! நீ அத மட்டும் நெனச்சா போதும்"

" அப்போ இது எனக்கு மட்டும் தான் கொழந்தையா? நீ அதோட அம்மா தானே! எதோ சரொகேட்டட் மதர் மாதிரி பேசுற! "

" ஷட் அப் ராகவ்! நான் ஒன்னும் கொழந்தைக்காக சந்தோசமா இருக்கிர மாதிரி நடிக்க முடியாது! "

" வாட் த ஹெல் ஆர் யூ ஸ்பீக்கிங்?"

" டாக்டர் சொன்னப்போ எனக்கும் எதோ உலகத்தையே ஜெயிச்ச மாதிரி அவ்ளோ சந்தோசமா இருந்துச்சு. பட் என்னால அந்த சந்தோ-சத்தை முழுசா ஃபீல் பண்ண முடியல! அதுக்கு காரணம் நீ தான்"

" வாட்? நானா? நான் என்ன பண்ணுனேன்?"

" உனக்கு எதுவுமே தெரியாதுல்ல? நேத்து கிஷோரோட இன்சி-டென்ட்கு அப்றமா நீ என் கிட்ட முகம் குடுத்து கூட பேசல. பட் இன்னைக்கு டாக்டர் ப்ரெக்னென்சி நியூஸ் சொன்னதும் நீ ஹேப்பியா ஆயிட்ட! உடனே சார்க்கு எல்லாம் மறந்து போய் என் கிட்ட நார்மலா பேச ஆரம்பிச்சிட்ட! பட் இது எதுவுமே நீ என்னை மைன்ட்ல வச்சு-கிட்டு பண்ணல! "

" இப்போ என்ன தான் சொல்ல வர்ற அவந்திகா?" என்று அவன் சலிப்பான குரலில் கேட்டுவிட்டு அவளின் பதிலுக்கு காத்திருந்தான்.

" ஐ அக்ரீ! நான் அன்னைக்கே உன் கிட்ட சிராஜ் பத்தி பேசி-யிருந்தா இதுல்லாம் நடந்துருக்காது. பட் நான் ஒன்னும் எந்த கெட்ட எண்ணத்துலயும் அதை மறைக்கலயே! தெரிஞ்சா நீ டென்சன் ஆயிடு-வங்கிறதுக்காக மட்டும் தான் நான் அத பத்தி பேசல! இதுல்லாம் உனக்-கும் தெரியும். பட் நீ என் மேல கோவம் தான் பட்ட! ஏன் தெரியுமா? என்ன இருந்தாலும் அவன் உன்னோட ரத்த சொந்தம்! உன்னோட

தம்பி! நான் ஜஸ்ட் வைஃப் தான! அப்புறமா இந்த நியூஸ் கேட்டதும் உனக்கு கோவம் போயிடுச்சு! சப்போஸ் ப்ரெக்னென்சி நியூஸ் வரலனா நீ அதே கோவத்தோட தான் இப்போவும் இருந்திருப்ப. என்னோட பக்கத்து நியாயத்தை புரிஞ்சிக்காம என்னை அவாய்ட் பண்ணிருப்ப"

அவள் பேச பேச அவனுக்கு அயற்சியாக இருந்தது. நெற்றியில் பெருவிரலால் கீறியவன் அவளை பார்க்க அவள் கண்ணீரை மறைத்து கொண்டே பேச ஆரம்பித்தாள்.

" நீ என் கிட்ட கோவப்பட்டது உன்னோட தம்பிக்காக. அண்ட் இப்போ சமாதானமா பேசுறது உன்னோட கொழந்தைக்காக. அவங்க ரெண்டு பேருமே உன்னோட ப்ளட் ரிலேசன்ஸ்! ஐயாம் ஜஸ்ட் அ தேர்ட் பெர்சன்! இதுல நான் சந்தோசப்படுறதுக்கு என்ன இருக்கு? ஐயாம் த மோஸ்ட் அன்லக்கி மாம் இன் திஸ் வேர்ல்ட்! என்னால என் கொழந்தைய சந்தோசமான மனநிலைல ஏத்துக்க முடியல" என்று அழத் துவங்கினாள்.

" அவந்திகா! இங்க பாரு! இப்போ நான் என்ன சொல்லிட்டேனு நீ இப்பிடி அழுற?" என்று அவன் சொல்லவும் கண்ணீரை துடைத்தவள் அவனை பார்க்கவே இல்லை.

ஆனால் மீண்டும் அவளின் கண்ணிலிருந்து நீர் வழியவும் " நான் நேத்து எதோ டென்சன்ல உன்னை அவாய்ட் பண்ணிட்டேன். பட் நைட்டே என்னோட கோவம் போயிடுச்சு. உன் கிட்ட வந்து பேசலான்னு பாத்தப்போ நீ நல்லா தூங்கிட்டு இருந்த ! சரி டிஸ்டர்ப் பண்ண வேண்டான்னு நானும் தூங்கிட்டேன். அவ்ளோ தான்! இதுக்கு போய் யாராச்சும் அழுவாங்கலா? " என்று கேட்டு கொண்டே அவளின் கண்ணீரை துடைத்தான்.

அவளின் கூந்தலை ஒதுக்கி விட்டு " நீ சொன்னதுல இன்னொரு பாயிண்ட்டும் தப்பு. கிஷோர் எனக்கு ரத்த சொந்தம் தான், என்னோட பையனும் என்னோட ரத்தம் தான். அதுல எந்த சந்தேகமும் இல்ல. பட் உன்னோட உடம்புலயும் என் ரத்தம் தான ஓடுது?" என்று சொல்லிவிட்டு அவளை கூர்மையாக பார்க்க அவள் குழம்பினாள்.

அவளின் புருவத்தை நீவியவாறே " ஆக்ஸிடென்ட்ல உனக்கு ஹெவி ப்ளட் லாஸ்! சோ எனக்கும் உன்னோட ப்ளட் குரூப்ங்கிறதால நான் தான் உனக்கு ரத்தம் குடுத்தேன் மேடம்! இப்போ சொல்லு! உன் உடம்புலயும் என்னோட ரத்தம் ஓடுறதால நீயும் எனக்கு ரத்த சொந்தம்

தான? " என்று கேட்கவும் அவந்திகாவுக்கு அப்போது புரிந்தது.

" இப்போ கொஞ்சம் சிரிக்கலாமே! " என்று சொன்னவன் அவள் நெற்றியில் முத்தமிட்டான் .

அவனை கட்டிக் கொண்டவள் "ஆனா இன்னொரு பிரச்சனையும் இருக்கு!"என்று சொல்லவும் இப்போ என்ன என்று பார்த்தான் ராகவ்.

" பேபி வெளிய வர்ரதுக்கு இன்னும் ரொம்ப நாள் இருக்கு! அதுக்குள்ள நீ லண்டன் போறேன், யூ.எஸ் போறேன்னு சொல்லிட்டு கெளம்புனனு வையேன்" என்று அவனை மிரட்ட ராகவ் " நோ ஜானு! நான் உன் கூடவே இருந்து ஒவ்வொரு மொமன்ட்டையும் என்ஜாய் பண்ண போறேன்" என்று சொல்லி அவளை அணைத்து கொண்டான்.

சொன்னபடியே ராகவ் அவந்திகாவுடனே பெரும்பாலான நேரத்தை செலவிட்டான். அவளை செக்கப்புக்கு அழைத்து செல்வது, வாக்கிங் கூட்டி செல்வது, திடீரென்று அவள் கேட்டவற்றை ஓடி போய் வாங்கி வருவது என்று அவனது உலகம் இந்த 9 மாதமும் அவந்திகாவை சுற்றியே சுழன்றது.

ஆறாவது மாதத்தில் குழந்தை உதைக்க தொடங்கியதை அவள் வயிற்றில் கை வைத்து சந்தோசித்தவனின் முகத்தில் உலகத்தை ஜெயித்த சந்தோசம் தெரிந்தது. பொதுவாக அவர்கள் சந்தோசமாக பேசி சிரிக்கும் நேரத்தில் இந்த உதை அதிகமாகவே ராகவ் தங்களின் பேச்சை குழந்தையும் கவனிப்பதாக எண்ணியவன் பெரும்பாலான நேரங்களில் அவளை சந்தோசமாக வைத்திருக்க முயன்றான்.

இவ்வாறு இருக்க வளைகாப்பில் ஆண்கள் கலந்து கொள்ளும் வழக்கம் அவர்களிடம் இல்லையென்றாலும் அன்றும் அவன் அவந்திகாவுடனே இருந்தான்.

நாட்கள் பறந்து கொண்டே இருக்க ஒன்பதாவது மாதத்தில் குறித்த நாளில் அவந்திகாவுக்கு பிரசவ வலி எடுக்க அவளை மருத்துவமனைக்கு எடுத்து சென்றவன் குழந்தையின் வீலென்ற அழுகையை கேட்டதும் அடைந்த சந்தோசத்துக்கு அளவே இல்லை.

நர்ஸ் வந்து ஆண்குழந்தை என்று கூறி அவன் கையில் கொடுக்க புதையலை போல தன் மகனை ஏந்தினான் ராகவ். அவந்திகாவுக்கு மயக்கம் தெளியவே உஷா வருண் ரித்திமா கிஷோர் என்று அனைவரும் குழந்தையை கொஞ்சி கொண்டிருந்தனர். ராகவ் அவந்திகாவின் தலையை வருடி கொடுத்தவன் அவளிடம் கண்களாலே பேசி கொண்-

டிருந்தான்.

உஷா " ஹனிபி! கொழந்தைக்கு பேர் வைக்க வேண்டிய நேரம் வந்தாச்சு. வழக்கம் போல நீ எதாச்சும் யோசிச்சி வச்சுருப்பியே" என்று கேட்க அவந்திகா சொல்லுவதற்குள் முந்திக் கொண்டான் ராகவ் .

" எல்லாருக்கும் இந்த ஜான்சி ராணியே நேம் சூஸ் பண்ணிட்டா! பட் என்னோட பையனுக்கு நான் தான் நேம் வைப்பேன்" என்று சொல்லிவிட்டு அவந்திகாவை பார்க்க அவளும் மகிழ்ச்சியுடன் தலையாட்டினாள்.

தொட்டிலில் கண் விழித்து கிடந்த குழந்தையை கையில் எடுத்தவன் " என் செல்ல பையனுக்கு இப்போ அப்பா ஒரு அருமையான பேரை வைக்க போறேன்" என்று சொல்லி அவன் நெற்றியில் முத்தமிட்டான் ராகவ்.

பின்னர் அவனை பார்த்து " அபிமன்யூ" என்று சொல்லி சந்தோசத்துடன் பெயரை சூட்டியவன் அவனை கையில் ஏந்தியபடியே அனைவரையும் பார்க்க அவர்களும் மகிழ்ச்சியை பிரதிபலித்தனர்.

17

அத்தியாயம்

நான்கு வருடங்களுக்கு பின்.....

வழக்கம் போல காலையில் எழுந்த அவந்திகா பார்க்கும் போது ராகவ் அங்கு இல்லை. அவனை தேடி ஜிம்முக்கு சென்றவள் அவன் வொர்க் அவுட் செய்து கொண்டிருப்பதை பார்த்து விட்டு மனதினுள் பேசி கொண்டாள்.

" ஒரு பையனுக்கு அப்பா ஆயாச்சு! இன்னும் வொர்க் அவுட்டுக்கு மட்டும் கொறை இல்ல. இருடா! ஐயாம் கம்மிங்" என்று எண்ணி கொண்டே வந்தவள் தரையில் புஸ் அப்ஸ் செய்து கொண்டிருந்தவனின் முதுகில் ஏறி அமரவும் அவன் தடுமாறினாலும் பேலன்ஸ் செய்து கொண்டான்.

" ஜான்சி ராணி! மனுஷங்க கொரங்குல இருந்து தான் பொறந்தாங்கிறதுக்கு நீ ஒரு நல்ல உதாரணம்!"

" ஐயோ! ரொம்ப நல்லா காமெடி பண்ணுற! ஆனா எனக்கு தான் சிரிப்பே வரல. நீங்க தான் ஸ்ட்ராங் ஆச்சே! என்னை சுமக்க முடியலனு பொய் சொல்லாத மார்ஸ்மாலோ"

" நான் ஸ்ட்ராங்க் தான். பட் 110 கிலோ வெயிட் தாங்குற அளவுக்கு என்னோட ஸ்பைனல் கார்ட் ஸ்ட்ராங்கா இல்ல"

" ஏய்! நான் ஜஸ்ட் 50 கேஜி தான்டா"

" எத்தனை வருசத்துக்கு இதே பொய்ய சொல்ல போற ஜானு?" என்று சொல்லி கொண்டே அவன் திரும்ப அவள் தரையில் விழாதவாறு தாங்கியவன் கண்களில் ஒட்டு மொத்த காதலையும் தேக்கி வைத்து சிரித்த அந்த சிரிப்பில் மெய்மறந்தாள் அவந்திகா.

அவள் நார்மலானதும் அவளை சீண்ட "அன்னைக்கு லால் பாக்குல உன்னை ஒரு கேர்ள் ஆன்ட்டினு கூப்டது உன் காதுல விழல"என்று சொல்லி சிரிக்க அவள் அவனை தள்ளி விட்டு எழும்பினாள்.

பின்னர் " ஆமா! நான் ஆன்ட்டி, இவரு பெரிய அழகன்! போடா! என்னை விட நீ மூனு வயசு பெரியவன்! அப்போ நீ தாத்தா வா?" என்று சொல்ல அவளை இழுத்து அணைத்தவன் " என்னை பாத்தா உனக்கு தாத்தா மாதிரி தெரியுதா?" என்று சொல்ல அவள் அமைதி-யாக அவனை பார்த்தாள்.

அவளது முகத்தை கையில் ஏந்தியவன் இதழை நோக்கி குனியும் போது "மம்மா! எங்க இருக்கிங்க?" என்ற குரல் கேட்க அவளை விடு-வித்தான். அந்த குரல் வந்த திசையை பார்க்க ஒரு நான்கு வயது சிறுவன் ஓடி வந்து ராகவின் காலை கட்டி கொண்டான்.

" பப்பா! நானும் உங்க கூட சேந்து வொர்க் அவுட் பண்ண போறேன்" என்று சொல்லவும் அவனை தூக்கியவன் அவன் கன்னத்தில் அழுத்தமாக முத்தமிட்டான்.

" என் செல்ல அபி! நீ இன்னும் பிக் பாயா ஆனதுக்கு அப்றமா பப்பா உனக்கு இத கத்து குடுக்கிறேன் ! இப்போ இத தூக்குனா உங்க கை ரொம்ப வலிக்கும்"

" நோ பப்பா! நானும் உங்க மாதிரியே ஸ்ட்ராங்! எனக்கு வலிக்காது" என்று சொல்லி ராகவின் ஆர்ம்ஸை தொட்டு காண்பித்தான்.

அவந்திகா அதை பார்த்து சிரித்தவள் " போதும்டா அப்பாவும் மகனும் மாத்தி மாத்தி புகழ்ந்து தள்ளாதிங்க! அபி மம்மா கிட்ட வா! நாம குளிச்சிட்டு ஸ்கூலுக்கு ரெடியாகனும்ல" என்று சொல்லி ராகவிடம் இருந்து அபியை வாங்கி கொண்டு தங்களின் அறைக்கு சென்றாள்.

அவனை குளிப்பாட்டி உடை மாற்றி தானும் தயாரானவள் அபியை அழைத்து கொண்டு கீழே வந்தாள். அங்கே உஷா ஆராதனாவுக்கு ஊட்டி கொண்டிருக்க அபியை கண்டவள் " செல்லக்குட்டி! இங்க வாடா! படிம்மா உனக்கு ஊட்டிவிடுறேன்" என்று சொல்லி அவனுக்கு சேர்த்து ஊட்டி விட ஆரம்பித்தாள்.

பிரியா சுமித்ராவுக்கு ஏதோ பக்தி புத்தகத்தை வாசித்து காட்டி கொண்டே மருமகள்களையும் பேரன் பேத்திகளையும் பார்த்து கொண்டி-ருந்தார்.

" கொழந்தைங்களுக்கு ஊட்டி விட்டா அவங்க செல்ஃப் கான்ஃபிடென்ஸ் கொறஞ்சு போயிடும்டி " என்றாவாறு கையில் லேப்டாப்புடன் இறங்கிய ரித்திமா கிஷோரிடம் அதை கொடுத்துவிட்டு அவன் கையிலிருந்த ஆதித்யாவை வாங்கினாள்.

ஆதித்யா ரித்திமா கிஷோரின் மூன்று வயது சுட்டி பையன். அவனுக்கு உஷா என்றால் மிகவும் இஷ்டம்.

" இன்னும் கொஞ்ச நாளுக்கு தான்டி! அப்றம் அவங்க வளந்துட்டா நாமளே நெனைச்சாலும் ஊட்டிவிட முடியாது" என்ற உஷா மூச்சு வாங்க அமர்ந்தாள்.

ராதிகா " இந்த நேரத்துல உன்னை யாரு வேலை செய்ய சொன்னது? பாரு எப்பிடி மூச்சு வாங்குதுன்னு" என்று புடவை தலைப்பால் துடைத்துவிட்டு ஜூஸை கொடுத்தார்.

" பாபி! அந்த கவலை ரித்திக்கு என்னைக்குமே கெடயாது! ஆதி வளந்துட்டான்னா நோ ப்ராப்ளம்! நான் எதுக்கு இருக்கேன்? என் செல்ல பொண்டாட்டி எனக்கு ஊட்டி விடுவா! அப்பிடி தானே பேபி" என்று ரித்திமாவை பார்த்து கண் சிமிட்டினான் கிஷோர்.

அவள் வெட்கத்துடன் சிரித்தவள் அவந்திகாவுடன் சேர்ந்து சாப்பிட ஆரம்பித்தாள். அவந்திகா சாப்பிட்டபடியே " உஷா செக்கப்புக்கு வருண் கூட வர்ரான் தானே" என்று கேள்வியுடன் பார்க்க உஷா தலையாட்டினாள்.

அவளுக்கு இப்போது ஐந்தாவது மாதம்! சென்ற முறை மாதிரி இல்லாமல் வருண் உஷாவை விட்டு எங்கும் அகலவில்லை. ஆராதனா வயிற்றில் இருக்கும் போது அவன் பெரும்பாலான நாட்கள் லண்டனில் இருந்ததால் மனைவியுடன் இருப்பதற்கான வாய்ப்பை இழந்தான். இந்த முறை எல்லா குறைகளையும் ஈடுகட்டும் படி அவளுடனே இருக்க தீர்மானித்தான். பிஸினஸ் விஷயங்களை ராகவ், கிஷோருடன் சேர்ந்து அமரும் பார்த்து கொண்டதால் அவன் உஷாவுடன் தன்னுடைய நேரத்தை செலவிட்டான்.

ரித்திமா " தாதி இன்னைக்கு வர்ரேனு சொன்னாங்கல்ல! ரன்வீர் பய்யா கூட வருவார்னு நெனைக்கிறேன்! இருந்தாலும் நானே போய் அவங்களை ஏர்போர்ட்ட்ல பிக்கப் பண்ணிக்கிறேன்" என்று சொல்லிவிட்டு ஆதித்யாவை உஷாவிடம் அனுப்பினாள்.

" ஆதி குட்டி! நம்ம கதை படிப்போமா?" என்று அவள் ஆதியுடன் விளையாட ஆரம்பித்தாள். " படிம்மா எனக்கு சின்ட்ரெல்லா ஸ்டோரி தான் வேணும்" என்று அவன் சொல்லவும் ஸ்டோரிபுக்கை எடுத்து வாசித்து காட்ட ஆரம்பித்தாள்.

அதற்குள் குணாலும் மோகனும் தங்களுடைய யோகாவை முடித்துவிட்டு வந்து சோஃபாவில் அமர்ந்து மருமகளும் பேரனும் கதை சொல்லும் அழகை பார்த்து கொண்டே காபியை அருந்தினர்.

வீணா அவந்திகாவை பார்த்தவர் " சின்ன மருமகளே! கொஞ்சம் ராகவுக்கும் சாப்பாடு எடுத்து வை! அவன் உன் மூஞ்சையே பாத்துட்டே இருக்கான் பாரு" என்று சொல்லவும் அவந்திகா இவங்களுக்கும் என்னை எதாச்சும் சொல்லலைனா தூக்கமே வராது என்று மனதில் எண்ணி கொண்டே ராகவை முறைத்தாள்.

பின்னர் அவனுக்கு பரிமாறியவள் அவன் காதில் " உனக்கு பசிச்சா சாப்ட வேண்டியது தானே! உன்னோட வீணா போன சாச்சி கிட்ட உன்னால நான் பேச்சு வாங்க வேண்டியதா இருக்கு" என்று முணுமுணுக்கவும் அவன் சிரித்து கொண்டே சாப்பிட ஆரம்பித்தான்.

வருண் அவர்களுடன் அமர்ந்திருந்தவன் " சாச்சி! அவனுக்கு ஹனிபி முகத்தை பாக்குறதுக்கு இது ஒரு சாக்கு! அவ்ளோ தான்" என்று சொல்ல கிஷோர் அவனுக்கு ஹைஃபை கொடுத்தான்.

" எப்பிடி ? நீ நாள் ஃபுல்லா உஷாவுக்கு ஹெல்ப் பண்றேனு சொல்லி அவளையே சைட் அடிக்கிறியே அப்பிடியா?" என்று அவந்திகா கேலி செய்யவும் குழந்தைகள் கிளுக்கென்று சிரிக்க ராகவும் சிரித்தான். இவ்வாறு பேசி கொண்டே காலையுணவை முடித்தவர்கள் அவரவர் வேலையை பார்க்க அலுவலகம் செல்ல தயாராயினர்..

ராகவ் " ஜானு டைம் ஆச்சு! கொழந்தைங்களை நான் தூக்கிக்கிறேன்! நீயும் கௌம்பு" என்று அவளை எழுப்பி விட்டவன் ஆராதனாவையும் அபிமன்யூவையும் இரு கைகளிலும் தூக்கி கொள்ள அவந்திகா இருவரின் ஸ்கூல் பேக்குகளையும் லேப்டாப் பேகையும் கையில் தூக்கி கொண்டே அவன் பின்னே செல்ல தொடங்கினாள்.

ரித்திமாவும் கிஷோரும் கல்யாணிதேவியை ஏர்போர்ட்டில் பிக்கப் செய்வதற்காக கிளம்பினர்.

ராகவ் காரினுள் அமர்ந்தவன் முன் சீட்டில் அவந்திகாவை அமர சொல்லிவிட்டு பின் இருக்கையில் இரு குழந்தைகளையும் அமர வைத்-

தான். காரை ஸ்டார்ட் செய்தவன் நேரே பள்ளியில் சென்று அவர்கள் இருவரையும் இறக்கி விட்டவன் அவர்களுக்கு டாட்டா காண்பித்துவிட்டு காரினுள் அமர்ந்தவன் அவந்திகா லேப்டாப்பில் ஏதோ நோண்டி கொண்டிருக்க அதை மூடி பின் இருக்கையில் போட்டான்.

" ராகவ்! அது முக்கியமான டிஸைன்! இன்னைக்கு நாங்க ஃபைன-லைஸ் பண்ணனும்டா" என்று சொல்ல அவளை பார்த்து புன்னகைத்த-வன் " இந்த நேரம் எனக்கு மட்டும் தான்! இதுல நோ மோர் வொர்க்! ஓகே" என்று சொல்ல அவள் தலையாட்டினாள்.

" அபி அப்பிடியே உன்னோட ஜெராக்ஸ் காப்பியா இருக்கான் ராகவ்! அதான் எனக்கு கொஞ்சம் பயமா இருக்கு" என்று அவள் சொல்லவும் ராகவ் திகைத்து திரும்பி பார்த்தவன் பின்னர் சாலையில் கவனம் வைத்து கொண்டே அவளிடம் பேச ஆரம்பித்தான்.

" ஏன் ஜான்சி ராணி? நான் என்ன அவ்ளோ மோசமானவனா?"

" மோசமானவன் இல்லடா! ஆனா உனக்கு ஓவர் ஆட்டிட்டியூட்! அது அப்பிடியே அவனுக்கும் இருக்கு! அன்னைக்கு பாலா அண்ணா மேல இவன் சாப்பாட்டை தெரியாம கொட்டிட்டான். நான் சாரி கேளு அபின்னு சொன்னா சர்வெண்ட் கிட்ட அவன் சாரி கேக்கமாட்டேன்னு என் கிட்டவே சொல்லுறான். எனக்கு அப்போவே மினி ஹார்ட் அட்-டாக் வந்துடுச்சு"

" அவன் சின்ன பையன் தானே! போக போக சரியாயிடுவான்"

" அஹான்! இப்பிடி ராதிம்மா உன்னை விட்டதுக்கு தான் நான் கஷ்டப்பட்டேன்! இன்னைக்கு அதே தப்பை நான் பண்ணுனா வருங்-காலத்துல என் பையனால எந்த பொண்ணு கஷ்டப்படுவாளோ? "

" கம் ஆன் ஜான்சி ராணி! ஓவரா யோசிச்சு மூளைய கொழப்பிக்-காத! "

" அட போடா! நான் பெத்த என்னோட புள்ள என்னை மாதிரி ஒரு விஷயத்திலயாவது இருப்பான்னு பாத்தா அவன் வளர வளர உன்னை மாதிரி தான் இருக்கான்! பெருமாளே! என் பையனுக்கு என்னை மாதிரி ஒரு ப்ராட் மைன்ட் செட்ட குடு! நான் நடந்தே திருப்பதி வர்ரேன்" என்று தமிழில் பேசி கொண்டே அவளின் இஷ்டதெய்வத்தை வணங்கி கொண்டாள்.

" 5 இயர்ஸ்ல நீ நெறைய டைம் அவர் கிட்ட வேண்டிகிட்ட. பட் ஒரு தடவை ஒரே ஒரு தடவையாச்சும் அத நெறைவேத்தினியா நீ?"

என்று ராகவ் கேட்க

அவந்திகா " உனக்கு தமிழ் கொஞ்சம் புரியுதுங்கிற ஆணவத்துல கிண்டல் பண்ணாத மேன்! இன்னும் உன்னோட தமிழ் உதித் நாராயணன் தமிழ் மாதிரி தான் இருக்கு " என்று சொல்லி உதட்டைசுழிக்க அவன் சிரித்து கொண்டே அவளின் தலையை கலைத்து விட அவள் அவனது கையில் அடித்தாள்.

இந்த வினோத கணவன் மனைவியை சுமந்து கொண்டு அந்த கார் அவர்களின் அலுவலகத்தை நோக்கி சீறி பாய்ந்தது....

அவர்களின் இந்த செல்ல சண்டைகளும் சின்ன கோபங்களும் தான் அவர்களின் அழகிய வாழ்க்கைக்கான அடையாளங்கள்! அவை என்றுமே குறைய போவதுமில்லை! அவர்கள் என்றுமே பிரியப் போவதுமில்லை....

இனிதே நிறைவுற்றது!

www.ingramcontent.com/pod-product-compliance
Lightning Source LLC
LaVergne TN
LVHW050848051026
849532LV00006BA/2164